我的第一本
越南語課本
進階篇

全音檔下載導向頁面

https://www.booknews.com.tw/mp3/9789864543786.htm

iOS系統請升級至 iOS13後再行下載，下載前請先安裝ZIP解壓縮程式或APP，
此為大型檔案，建議使用 WiFi 連線下載，以免占用流量，並確認連線狀況，以利下載順暢。

本書使用建議

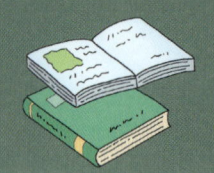

★給適合本書程度者的話：

若您是具備初級越南語能力的使用者，您可以直接使用本書加以學習，用心學習您的實力便能突飛猛進。

★給初級學習者的話：

若您是想學越南語的新手學習者且恰巧翻開了本書，也不必急著闔上本書，這裡有非常好的建議要提供給您。您亦可選用後述本社之任一初級作品先打好基礎後再持續使用本書。

★Lời nhắn gửi tới giáo viên dạy tiếng Việt：

Nếu thầy / cô là giáo viên dạy tiếng Việt thì cuốn sách "我的第一本越南語課本（進階篇）" này sẽ giúp thầy / cô giải quyết được vấn đề tìm kiếm giáo trình giảng dạy tiếng Việt nâng cao phù hợp. Cuốn sách này được biên soạn một cách công phu và chi tiết, xét về mặt trình độ thì hoàn toàn có thể học nối tiếp sau hai cuốn giáo trình tiếng Việt sơ cấp "我的第一本越南語課本（QR 碼行動學習版）" và "全新開始！學越南語" của nhà xuất bản chúng tôi. Nếu thầy / cô lựa chọn sử dụng một trong hai cuốn giáo trình trên, càng không phải bận tâm về vấn đề giáo trình giảng dạy nối tiếp lên trình độ cao.

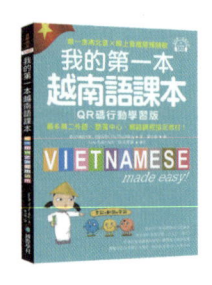

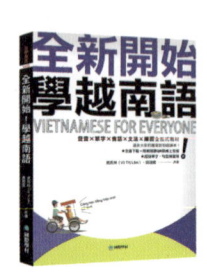

Ngoài ra, nếu thầy / cô dự định mở một khóa học mới thì cũng có thể lựa chọn sử dụng bất kỳ giáo trình sơ cấp nào của nhà xuất bản chúng tôi đã được liệt kê ở trên làm tài liệu giảng dạy, sau đó tiếp tục sử dụng cuốn sách này để giảng dạy cho các khóa học nâng cao của mình.

★給越南語教師的話：

若您是有開課的越南語教師，使用本書《我的第一本越南語課本【進階篇】》將解決您欠缺合適的進階越南語教材的困擾。本書經過精心規劃，程度上皆能夠與本社的初級越南語教材《我的第一本越南語課本【QR 碼行動學習版】》及《全新開始！學越南語》精準銜接，若您本就選用本社之此兩項教材之一，更不必擔心有銜接困難的問題。

此外，若是您打算要新開課程，亦可以選用本社上列的任一初級作品做為基礎教材，接著再續用本書為您的進階教學課程完美鋪路。

本書使用說明

●全書內容

書中主要共有17課，分別分為1-8課的【商業應用篇】跟9-17【日常生活篇】。透過商業應用篇的課程內容可以豐富駐（赴）越工作時必備的越南語實力；日常生活篇的課程內容則是跳脫衣食住行簡單基本的學習框架，學習到實際在越南生活時各層面上許多更深層的表達。每課均分為2大篇的文法、對話及該課相關單字。

第1課開始是【商業應用篇】，先搞定你在越南職場溝通的能力。

第9課開始是【日常生活篇】，滿足你住在越南時其他日常生活上所需的表達。

●文法

每課備有4個進階的文法，透過例句結合插圖，再搭配明確的解說文字，便能夠直覺性理解文法及使用方式。其中口語及南、北使用不同，或同義之文法也都有補充，故實際能學到更多的文法量。

短對話中使用到文法處會標註成藍色，配合插圖方便好記。

詳細的說明，淺顯易懂。

除了短對話外，更配合例句應用，能加深對文法的記憶。

●自我測驗

每篇重點文法後會馬上來一個小測驗，此部分透過不同種的題型，可以對剛剛學過的重點文法進行自我測驗，馬上知道自己掌握了多少。

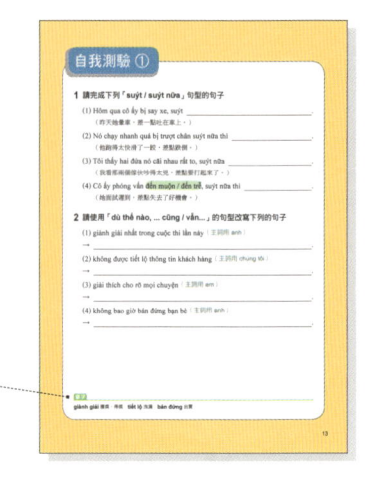

練習中可能不易了解或較難的單字，會在下面的單字欄做提示。

●對話

對話篇的內容不再侷限在打招呼、問路、點餐等日常生活層面上基本的表達。而是越南就職必知約定行程、會議爭論、客戶服務，甚而是工安宣導等專業對談；於生活面上更是租房子、拜訪鄰居、銀行開戶、就醫，甚至於情人間的表達，一應俱全。

共有17課（總計34篇）在越南必用的重要對話。每篇對話中使用到本課新教的文法處會標註成藍色。

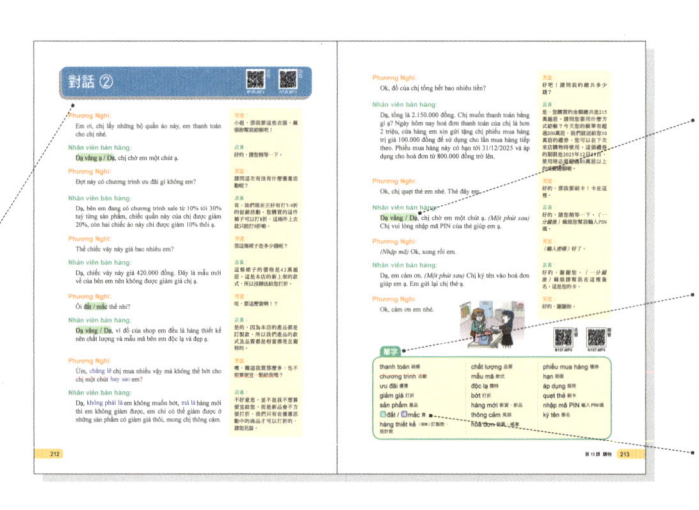

當例句中有用青色的底色包覆住兩個單字時，指 / 前面的是北方用語、後面的則是南方用語。

對話中重要或較困難的單字也會一一列出。

單字前標上 北 及 南 分別是指同一字義下，北方人及南方人所使用的不同用語。

●本課相關單字

對話後會再收納更多與本課主題相關的單字及短句，能夠在交談時不因缺乏詞彙而語塞。

部分單字加上圖解，讓學習印象更加鮮明。

收錄任何與當課主題相關的單字或表達分組列出，讓你在學習後實際交談時，能具有更堅強的表達實力。

●更多表現

再收納更多與本課主題相關的表達，以例句的型態呈現，能夠讓交談時的表達更加豐富。

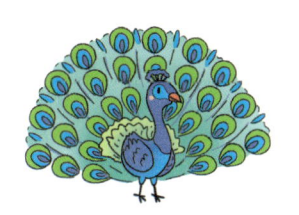

更多表現的分類相當多元，有可能是短句、問句、答句，或甚至是越南語的慣用語。

●一起聊天吧！

本單元可以運用之前學過的文法及單字等做擴大的表達練習。針對於本題主題下，提出更多值得討論的狀況及問題加以討論。若是在課堂上使用，可以由教師與學生做一對一的引導，或由學生分組討論並由教師輔助，讓學習更加活化，無所限制的增加更多新的語彙及表達能力。

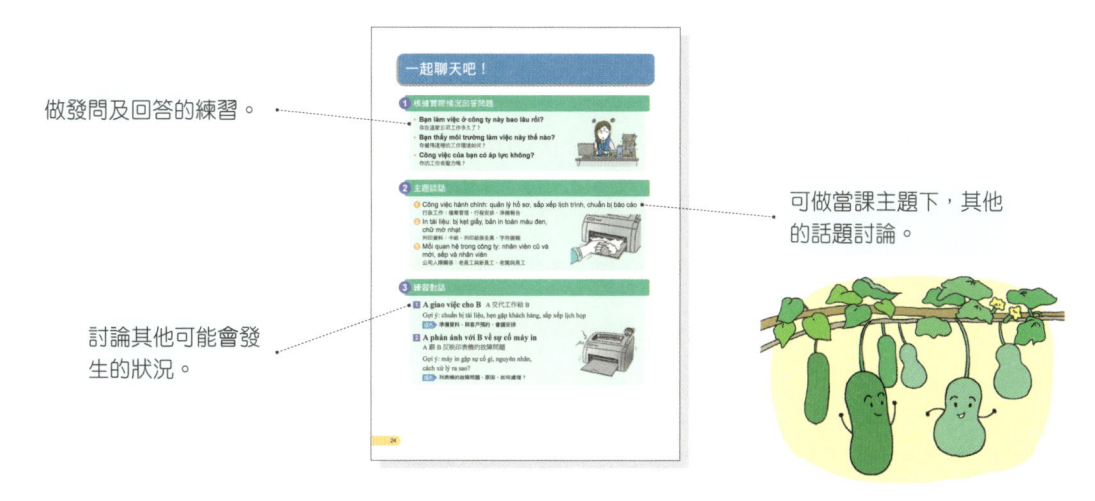

做發問及回答的練習。

可做當課主題下，其他的話題討論。

討論其他可能會發生的狀況。

●單字心智圖

本單元使用越南語與中文同為孤立語的通性，學習可以經由此分法，將更多的單字依一部分的相同性如開枝散樹般地快速延伸記憶。

從一個中心詞開始向外延伸。作為延伸依據的字會分別會用標上同樣的顏色，一目了然。

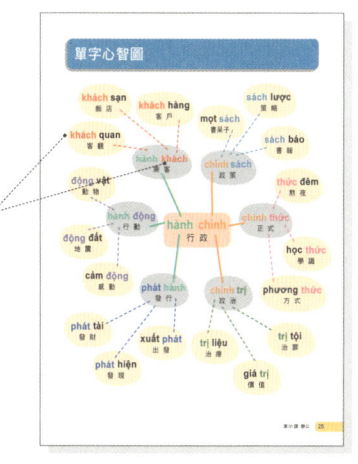

●越南大小事

收錄更多與當課主題相關,皆是在越南生活不可或缺商業及文化相關的大小常識,內容有趣又實用,可在學習之餘增進對越南日常及工作的認識。

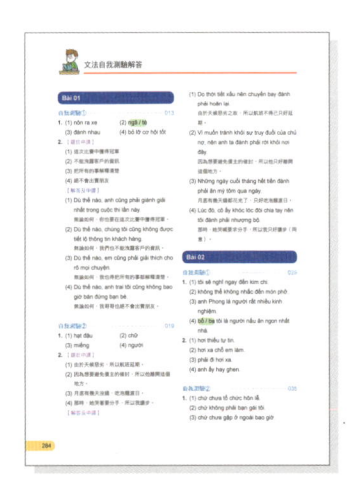

●文法自我測驗解答篇

做完文法自我測驗的練習題後,可以馬上核對看看自己到底學會多少!

●全書文法快查索引

學到的文法突然忘掉想再複習一下,也不用擔心來回找查需要耗費太多的冤枉時間。書的附錄中附有「全書文法快查索引」,便捷好用,可以幫你快速找到書中想查詢的文法立刻回復到最佳的學習狀態。

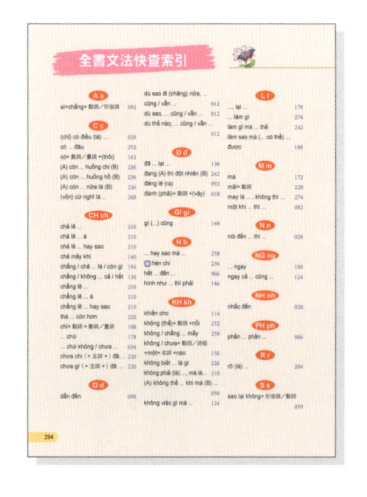

●關於QR碼音檔

本書皆附有由越南藉老師親錄的越南語北、南音的音檔。可以在書名頁掃瞄一次性下載全書音及於電腦使用亦可隨刷隨聽，相當便利。

標示B開頭檔名的QR圖為北方音、標示N開頭檔名的QR圖為南方音。每課MP3的發音速度適中，皆不會有發音過快，致使學習跟不上的現象發生。

★對話的音檔模式

對話音檔由【先聽一次→跟讀模式→再聽一次】模式組成。首先會聽一次正常速度的對話，接著在跟讀模式中會依內容的不同將對話句中的間距拉大，讓剛進階的學習者也有足夠的時間練習跟讀，最後再重新聽一次正常速度的對話。

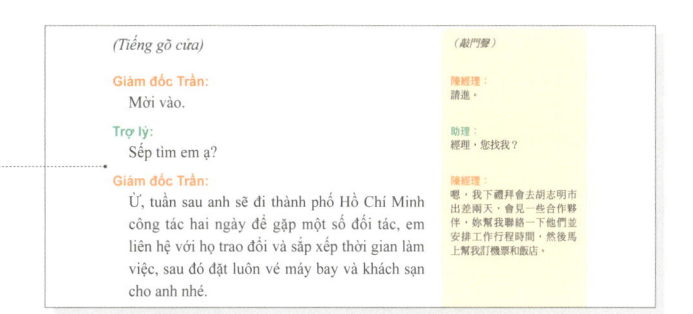

(Tiếng gõ cửa)　（敲門聲）

Giám đốc Trần:　陳經理：
Mời vào.　請進。

Trợ lý:　助理：
Sếp tìm em ạ?　經理，您找我？

Giám đốc Trần:　陳經理：
Ừ, tuần sau anh sẽ đi thành phố Hồ Chí Minh công tác hai ngày để gặp một số đối tác, em liên hệ với họ trao đổi và sắp xếp thời gian làm việc, sau đó đặt luôn vé máy bay và khách sạn cho anh nhé.

嗯，我下禮拜會去胡志明市出差兩天，會見一些合作夥伴，妳幫我聯絡一下他們並安排工作行程時間，然後馬上幫我訂機票和飯店。

★關於對話附屬單字的唸讀順序

關於線上音檔中對話附屬單字的唸讀順序為最左邊由上往下到底後，再向中間欄繼續唸讀。以本圖為例，即為「giao, văn phòng phẩm, hoá đơn, danh mục, đặt mua, kiểm tra, đối chiếu...」的順序唸讀。

單字

giao 送、交	đối chiếu 核對	lỗ 孔
văn phòng phẩm 文具	giấy note 便利貼	kiểm 點、查核
hoá đơn 發票	nhầm 錯、不正確	北bút bi / 南viết bi 原子筆
danh mục 清單	dạ quang 螢光	triển lãm 展覽會
đặt mua 訂購	sơ suất 疏忽	bổ sung 補充
kiểm tra 檢查	bìa lá 資料袋	đầy đủ 足夠

★關於本課相關單字的唸讀順序

關於【本課相關單字】的唸讀依單字的編號順序進行，在進階篇的學習課本中，音檔中的編號以越南語加以唸讀。

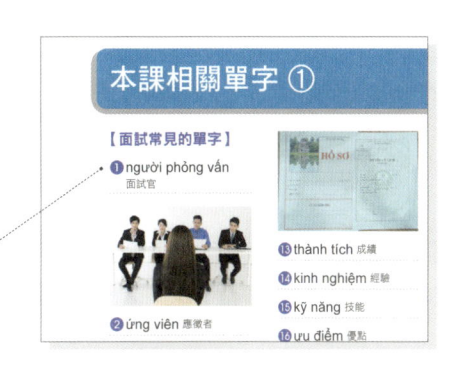

本課相關單字 ①

【面試常見的單字】

❶ người phỏng vấn 面試官
❷ ứng viên 應徵者
❸ thành tích 成績
❹ kinh nghiệm 經驗
❺ kỹ năng 技能
❻ ưu điểm 優點

Mục Lục 目錄

本書使用建議………002
使用說明………………003

【商業應用篇】

Bài 01 **Làm việc** 辦公 - 011
重點文法
★ suýt / suýt nữa ★ dù thế nào, ... cũng / vẫn ...
★ từng ... một ★ đành (phải) + 動詞 + (vậy)

越南大小事 越南的辦公室文化

Bài 02 **Nhân sự** 人事 - 027
重點文法
★ nói đến ... thì ... ★ (chỉ) có điều (là) ...
★ ... chứ không / chưa ... ★ 動詞 + qua / kỹ

越南大小事 越南仍維持每週工作不超過 48 小時的原因

Bài 03 **Họp** 會議 - 043
重點文法
★ 形容詞 + thì (không) + 同一形容詞 + (thật), nhưng ...
★ so với ★ (A) không thể ... khi mà (B) ... ★ sao lại không + 形容詞／動詞

越南大小事 越南會議文化

Bài 04 **Thương mại** 貿易 - 059
重點文法
★ 動詞 + mãi + mới ... ★ sau khi ... sẽ ...
★ phần ... phần ... ★ hết ... đến ...

越南大小事 越南流行的進出口方式

Bài 05 **Công việc nhà máy** 工廠的工作 - 075
重點文法
★ trước khi ... thì phải ... ★ 動詞 + đi + 同一動詞 + lại
★ 動詞 + một cách + 形容詞 ★ một khi ... thì ...

越南大小事 越南工作和加班時間規定

Bài 06 **Giải quyết vấn đề** 問題排解 — 091

重點文法 ★ai + chẳng + 動詞／形容詞　★đáng lẽ (ra)
　　　　★dẫn đến　★trước là ... , sau là ...

越南大小事　越南人的糾紛排解方式

Bài 07 **Điện thoại trong công việc** 商業電話 — 107

重點文法 ★... ngay　★chỉ + 動詞 + 數詞／量詞
　　　　★khiến cho　★tỏ ra

越南大小事　越南常見的電話詐騙手法

Bài 08 **E-mail trong công việc** 商業電子郵件 — 123

重點文法 ★ngay cả ... cũng ...
　　　　★tội gì mà ...　★đã ... lại ...
　　　　★chẳng / không ... cả / hết

越南大小事　如何寫標準的商業越文電子郵件

【日常生活篇】

Bài 09 **Lần đầu tiên gặp nhau** 初次見面 — 139

重點文法 ★chả mấy khi　★gì (...) cũng
　　　　★hình như ... thì phải　★動詞+（受詞）+ giúp / hộ

越南大小事　越南語的稱呼文化

Bài 10 **Làm quen với môi trường** 熟悉環境 — 155

重點文法 ★không / chưa + 動詞／詞組 + một + 名詞 + nào
　　　　★(A), thế mà (B)　★có + 數詞／量詞 + (thôi)
　　　　★toàn + 名詞／動詞

越南大小事　文化在越南常見的現象

Bài 11 **Đi ngân hàng** 上銀行 — 171

重點文法 ★動詞 + được / mất　★mà ..., lại ...　★... chứ

越南大小事　越南標會之利弊

Bài 12 Ăn uống 用餐 - 187

重點文法
★形容詞 + ơi là + 同一形容詞
★làm sao mà (... có thể) ... được
★... với ... gì ★chẳng / chả ... là / còn gì

越南大小事 北部越南人三餐中的托盤

Bài 13 Mua sắm 購物 - 203

重點文法
★thế nào cũng ... ★rõ (là) ...
★không phải (là) ..., mà là... ★chẳng lẽ ... hay sao

越南大小事 在越南的購物須知

Bài 14 Xã giao 交誼 - 219

重點文法
★chưa gì (＋主詞＋) đã ... ★mải + 動詞
★thà ... còn hơn ★không biết ... là gì

越南大小事 越南人的迎賓之道

Bài 15 Khí tượng và thời tiết 氣象和天候 - 235

重點文法
★(A) còn ... nữa là (B) ★北 thảo nào / 南 hèn chi
★đang (A) thì đột nhiên (B) ★làm gì mà ... thế

越南大小事 越南的氣候

Bài 16 Khám bệnh 1 就醫 I - 251

重點文法
★không (thể) + 動詞 + nổi ★có ... đâu
★... hay sao mà ... ★không / chẳng ... mấy

越南大小事 生病應該去公立醫院還是私立醫院？

Bài 17 Khám bệnh 2 就醫 II - 267

重點文法
★... , thế là ... ★(vốn) cứ nghĩ là ...
★may là ... , không thì ... ★... làm gì

越南大小事 越南健康保險的要點

【書末附錄篇】

文法自我測驗解答　- 283
全書文法快查索引　- 294

Bài 01 | 辦公 Làm việc

【商業應用篇】

目標

- 學習辦公時上下級之間的對話
- 學習與辦公內容、職稱等相關表達
- 學習與供應商之間的對話
- 學習文具、事務機的相關表達

文法

1. suýt / suýt nữa 差點、差一點
2. dù thế nào, ... cũng / vẫn ...
   無論如何，…也／仍然…
3. từng ... một 逐一地、一個一個地
4. đành (phải) + 動詞 + (vậy)
   只好…吧！、不得不…

文法 ①

suýt / suýt nữa 差點、差一點

A: **Anh làm sao thế?**
你怎麼了？

B: **Vừa nãy có người lái xe nhanh quá, suýt nữa thì đâm / đụng vào anh.**
剛才有人開車開得太快了，差一點就撞到我了。

「suýt」、「suýt nữa」需置於動詞前，在「suýt nữa」之後也可以加「thì」，用於表示某事險些就發生，意思相當於中文的「差點、差一點」。「suýt nữa」之後所提到的事情可能是說話者希望或不希望發生的。依情境的不同，可看出事情發生之後，說話者想要表達「惋惜」還是「慶幸」的意思。

例
- **Không biết ai ném chai nhựa ở trên xuống, suýt rơi trúng đầu tôi.**
  不知道誰從上面把保特瓶丟下來，差一點就打中我的頭了。
- **Sáng nay anh ấy dậy muộn / dậy trễ, vội vàng bắt xe ra sân bay, suýt nữa không kịp lên máy bay.**
  今天早上他很晚起床，起床後才匆匆忙忙叫車去機場，差點趕不上飛機。
- **Tối qua mọi người suýt bắt được con chuột đó, nó chạy nhanh quá.**
  昨晚大家差一點抓到那隻老鼠，牠跑得太快了。

dù thế nào, ... cũng / vẫn ... 無論如何，…也／仍然…

A: **Anh xin lỗi.**
對不起。

B: **Dù thế nào thì anh cũng không nên lừa dối em.**
不管怎樣，你也不應該欺騙我。

「dù thế nào, … cũng / vẫn …」的句型用於表示不管情況或條件如何，其結果亦不改變，相當於中文的「無論如何，…也／仍然…」。此外，尚有其他類似的說法，如：「dù sao đi (chăng) nữa, ... cũng / vẫn ...」、「dù sao, ... cũng / vẫn ...」。

例
- **Dù sao, em cũng không thể từ bỏ giữa chừng được.**
  不管怎樣，妳也不能半途而廢。
- **Dù sao đi chăng nữa, cậu / bạn cũng phải chịu trách nhiệm cho những sai lầm mà cậu / bạn gây ra.**
  無論如何，你也要為自己所犯的錯誤負責。
- **Dù thế nào, cả nhà vẫn luôn ủng hộ con.**
  不管怎樣，我們全家也會一直支持你。

自我測驗 ①

1 請完成下列「**suýt / suýt nữa**」句型的句子

(1) Hôm qua cô ấy bị say xe, suýt _____.
（昨天她暈車，差一點吐在車上。）

(2) Nó chạy nhanh quá bị trượt chân suýt nữa thì _____.
（他跑得太快滑了一跤，差點跌倒。）

(3) Tôi thấy hai đứa nó cãi nhau rất to, suýt nữa _____.
（我看那兩個傢伙吵得太兇，差點要打起來了。）

(4) Cô ấy phỏng vấn đến muộn / đến trễ, suýt nữa thì _____.
（她面試遲到，差點失去了好機會。）

2 請使用「**dù thế nào, ... cũng / vẫn...**」的句型改寫下列的句子

(1) giành giải nhất trong cuộc thi lần này（主詞用 anh）
→ _____.

(2) không được tiết lộ thông tin khách hàng（主詞用 chúng tôi）
→ _____.

(3) giải thích cho rõ mọi chuyện（主詞用 em）
→ _____.

(4) không bao giờ bán đứng bạn bè（主詞用 anh）
→ _____.

單字

giành giải 獲獎、得獎　**tiết lộ** 洩漏　**bán đứng** 出賣

對話 ①

(Tiếng gõ cửa)

Giám đốc Trần:
Mời vào.

Trợ lý:
Sếp tìm em ạ?

Giám đốc Trần:
Ừ, tuần sau anh sẽ đi thành phố Hồ Chí Minh công tác hai ngày để gặp một số đối tác, em liên hệ với họ trao đổi và sắp xếp thời gian làm việc, sau đó đặt luôn vé máy bay và khách sạn cho anh nhé.

Trợ lý:
Vâng ạ / Dạ, em sẽ liên hệ với họ sớm ạ. À, sếp ký giúp em bản báo giá này ạ.

Giám đốc Trần:
Ok, để anh xem. À, thế cuộc họp chiều mai chuẩn bị thế nào rồi?

Trợ lý:
Dạ, phòng họp và tài liệu em đã chuẩn bị đầy đủ rồi ạ, sếp yên tâm.

Giám đốc Trần:
Ok, nhớ nhắc cậu Hải / anh Hải tập hợp số liệu và lập báo cáo doanh thu, gửi cho anh trước 12 giờ trưa mai nhé.

Trợ lý:
À suýt nữa thì em quên, anh Hải đêm qua bị sốt cao phải nằm viện nên hôm nay xin nghỉ ạ, anh ấy cũng đã gửi bản cáo báo qua cho em rồi ạ.

（敲門聲）

陳經理：
請進。

助理：
經理，您找我？

陳經理：
嗯，我下禮拜會去胡志明市出差兩天，會見一些合作夥伴，妳幫我聯絡一下他們並安排工作行程時間，然後馬上幫我訂機票和飯店。

助理：
好的，我會盡快聯絡他們。對了，請您幫我在這份報價單上簽名。

陳經理：
好，我看看。啊，那明天下午的會議準備得怎麼樣了？

助理：
會議室和資料已經全都準備好了，請您放心。

陳經理：
好，記得提醒阿海收集數據並製作銷售報告，明天中午12點前寄給我。

助理：
啊！我差點給忘了，阿海昨晚發了高燒住院了，所以今天請假一天，他已經把報告寄給我了。

Giám đốc Trần:

Thế à? Tình hình cậu ấy / anh ấy bây giờ thế nào? Đã đỡ hơn chưa?

Trợ lý:

Sáng nay lúc gọi điện cho anh ấy thì thấy bảo / nghe nói đã hạ sốt rồi, cần ở viện theo dõi thêm, nếu không vấn đề gì thì mai có thể ra viện.

Giám đốc Trần:

Không sao thì tốt rồi. Nhắn cậu ấy / anh ấy nghỉ ngơi cho khoẻ, dù thế nào thì sức khoẻ cũng là quan trọng nhất.

Trợ lý:

Vâng ạ / Dạ. Vậy nếu không còn việc gì nữa thì em ra ngoài làm việc đây ạ.

Giám đốc Trần:

Ừm. À đúng rồi, in những tài liệu này rồi lát mang vào cứ đặt trên bàn cho anh nhé.

Trợ lý:

Dạ vâng ạ / Dạ.

陳經理：
是哦？他現在情況怎麼樣了？好點了嗎？

助理：
今天早上我打電話給他，聽他說燒已經退了，但需要在醫院進一步觀察，如果沒有問題的話，明天就可以出院了。

陳經理：
沒事就好。告訴他好好休息，不管怎樣，健康是最重要的。

助理：
是。那如果沒有其他的事，我就先出去工作了。

陳經理：
嗯。啊，對了，這些資料印好之後就放在我桌上唷！

助理：
好的。

單字

đi công tác 出差	báo giá 報價	doanh thu 銷售
đối tác 合作夥伴	phòng họp 會議室	hạ sốt 退燒
vé máy bay 機票	tập hợp 收集	in 印
khách sạn 飯店	lập báo cáo 做報告	tài liệu 資料

第01課 辦公　15

本課相關單字 ①

【行政工作常用詞彙】

⑪ quản lý và lưu giữ tài liệu 檔案管理

⑫ báo cáo 報告

⑬ trả lời thư 回電子郵件

⑭ soạn thảo văn bản 撰寫文件

⑮ họp 開會

① chấm công 計算出缺勤

② quẹt thẻ 打卡

③ nhập dữ liệu 輸入資料

④ tăng ca 加班

⑤ đi ... công tác 去…出差

⑯ kế hoạch 計劃

⑰ nghỉ phép 請假

⑱ nhiệm vụ 任務

⑲ hỗ trợ 協助

⑥ bảng lương 薪資單

⑦ dự án 方案、企劃案

⑧ sắp xếp 安排

⑨ quản lý 管理

⑩ ghi chép 記錄

⑳ xử lý 處理

㉑ theo dõi tiến độ 追蹤進度

㉒ tổng hợp 彙整

㉓ lập hồ sơ 建檔

㉔ lưu hồ sơ 歸檔

㉕ phân tích 分析

㉖ báo giá 報價

㉗ thu thập 蒐集

㉘ phỏng vấn 面試

【常見的工作職稱】

① chủ tịch hội đồng quản trị 董事長

② tổng giám đốc 總經理

③ phó tổng giám đốc 副總經理

④ cố vấn pháp luật 法律顧問

⑤ giám đốc 經理

⑥ phó giám đốc 副理

⑬ giám đốc kinh doanh 業務經理

⑭ nhân viên kinh doanh 業務人員

⑱ nhân viên thu mua 採購人員

⑲ quản lý 管理員

⑳ kế toán 會計

㉑ trợ lý 助理

⑦ giám đốc nghiên cứu phát triển thị trường 市場開發部經理

㉒ phiên dịch viên 口譯員

㉓ kỹ sư máy tính 電腦工程師

⑧ giám đốc nhân sự 人事部經理

⑨ giám đốc bộ phận bán hàng 銷售部經理

⑮ giám đốc hành chính 行政經理

⑩ giám đốc nhà máy 廠長

⑯ trợ lý hành chính 行政助理

⑪ tổ trưởng 課長

⑰ nhân viên hành chính 行政人員

⑫ trưởng phòng 科長

行政人員必備的技能要求

- **thành thạo tin học văn phòng: Word, Excel, PowerPoint**
  熟悉Word、Excel、PowerPoint辦公室軟體操作

- **am hiểu quy trình công việc hành chính và xử lý các tình huống của khách hàng**
  熟悉行政作業流程及客戶狀況處理

- **am hiểu các quy tắc trong quản lý hồ sơ giấy tờ** 瞭解檔案管理規則

- **am hiểu văn hoá doanh nghiệp của công ty** 瞭解公司的企業文化

- **có trách nhiệm, có tính sáng tạo** 有責任心、有創造力

- **lạc quan tích cực, tự tin, làm việc quyết đoán**
  樂觀積極、具有自信心、行事果決

- **kỹ năng giao tiếp tốt** 具有良好的溝通技巧

- **cẩn thận, tỉ mỉ trong công việc** 做事細心謹慎

第01課 辦公 17

文法 ②

từng ... một 逐一地、一個一個地

A: Sao cái này khó làm thế?
這個怎麼這麼難做啊？

B: Không khó đâu, em cứ làm từ từ **từng** bước **một** là được.
不難，妳就慢慢的一步一步地做就好。

在「từng ... một」這個句型裡，中間可置放名詞或量詞，常用於表示有順序地進行某動作，相當於中文的「一個一個地」、「逐一地」的意思。

例
- Em ngửa đầu ra rồi cầm lọ / chai thuốc nhỏ mắt này nhỏ **từng** giọt **một** vào hai bên mắt.
  妳頭向後仰，然後拿著這瓶眼藥水瓶一滴一滴地滴入雙眼。
- Anh phải rửa cho thật sạch **từng** chiếc xe **một** đấy nhé.
  你要把車子一台一台地洗到乾淨唷！
- Anh trai tôi đi mua sách cũng phải lựa chọn **từng** quyển / cuốn **một**.
  我哥去買書的時候也會一本一本地挑選。

đành (phải) + 動詞 + (vậy) 只好…吧！、不得不…

A: Mưa to thế này, lại không mang ô / dù, làm sao về được đây?
下這麼大的雨，又沒帶傘，要怎麼回去啊？

B: Thôi **đành** ngồi đây chờ mưa tạnh rồi về **vậy**.
只好坐在這裡等雨停了再回去吧！

「đành (phải) + 動詞 + (vậy)」這個句型結構常用於表示說話者基於某種原因而必須要做他自己不想要做的事。相當於中文的「只好…吧！」、「不得不…」的意思。

例
- Vì bây giờ không có đủ tiền nên **đành phải** để sang năm xây nhà **vậy**.
  因為現在沒有足夠的錢，所以只好等到明年才蓋房子了！
- Cuối tháng hết tiền, em **đành phải** vay tiền của bạn để tiêu.
  月底沒錢了，我只好跟朋友借錢來用。
- Thằng bé quá thông minh và lanh lợi, tôi **đành phải** chịu thua.
  那個小男孩太聰明伶俐了，我不得不認輸。

自我測驗 ②

1 請依提示完成下列的句子

| miếng | hạt đậu | người | chữ |

(1) Cậu ấy / Anh ấy kiên nhẫn ngồi nhặt từng _____ một.
（他很有耐心地坐下，把豆子一顆顆地撿起來。）

(2) Cô giáo cầm tay dạy tôi viết từng _____ một.
（（女）老師握住我的手一個一個地教我寫字。）

(3) Em ăn thì phải cắn từng _____ một mới cảm nhận được mùi vị thế nào chứ.
（你吃的時候要一口一口地咬，才能感受到它是什麼樣的滋味。）

(4) Mọi người xếp hàng lần lượt từng _____ một, đừng xô đẩy nhé.
（請大家一個一個地依序排隊，不要推擠喲！）

2 請用「đành (phải)＋動詞」的句型改寫下面的句子

(1) Do thời tiết xấu nên chuyến bay hoãn lại.
→ _____.

(2) Vì muốn tránh khỏi sự truy đuổi của chủ nợ, nên anh ta rời khỏi nơi đây.
→ _____.

(3) Những ngày cuối tháng hết tiền ăn mỳ tôm qua ngày.
→ _____.

(4) Lúc đó, cô ấy khóc lóc đòi chia tay nên tôi nhượng bộ.
→ _____.

單字

hạt đậu 豆子　**mùi vị** 滋味　**lần lượt** 依序　**xô đẩy** 推擠　**hoãn lại** 延遲、延期　**truy đuổi** 追趕、追緝
qua ngày 渡日　**khóc lóc** 哭喊　**nhượng bộ** 讓步

對話 ②

Nhà cung cấp:
　　Xin chào, tôi đến giao văn phòng phẩm.

Nhân viên hành chính:
　　Chào anh, anh ở bên công ty An Việt phải không?

Nhà cung cấp:
　　Vâng / Dạ. Đây là hoá đơn và danh mục văn phòng phẩm quý công ty đặt mua trong tháng 5 này, chị kiểm tra và đối chiếu xem có vấn đề gì không?

Nhân viên hành chính:
　　Được, anh chờ tôi một chút nhé.

Nhà cung cấp:
　　Vâng / Dạ.

　　(Mấy phút sau...)

Nhân viên hành chính:
　　Anh ơi, giấy note này các anh giao nhầm loại rồi, trong danh mục chúng tôi đặt là giấy note 5 màu nhựa, các anh lại giao loại giấy thường. Anh kiểm tra lại xem.

Nhà cung cấp:
　　Ồ, xin lỗi chị. Đúng là do chúng tôi sơ suất nên lấy nhầm loại.

Nhân viên hành chính:
　　À, hình như còn thiếu bìa lá 11 lỗ A4, bút bi / viết bi và một số thứ khác, tôi kiểm đi kiểm lại từng cái một rồi cũng không thấy.

供應商：
您好，我是來送文具的。

行政人員：
您好，您是安越公司的人嗎？

供應商：
是的。這是貴公司五月份訂購的發票和文具清單，麻煩您檢查並核對一下看看有沒有問題？

行政人員：
行，請您稍等一下唷！

供應商：
好的。

（幾分鐘後…）

行政人員：
不好意思，這些便利貼你們弄錯種類了，清單裡面我們訂的是螢光五色便利貼，你們卻帶來了一般的那種，請您再檢查看看。

供應商：
哦，對不起！的確是我們的疏忽。

行政人員：
對了，好像還少了11孔A4透明資料袋、原子筆以及其他東西，我一個一個地清點過，都沒有看到。

20

Nhà cung cấp:
Thế ạ? Trong danh mục có không ạ?

Nhân viên hành chính:
Không có. Đó là những thứ chúng tôi cần chuẩn bị cho buổi triển lãm sắp tới nên hôm trước tôi có gửi danh mục bổ sung cho anh Phúc bên anh rồi mà.

Nhà cung cấp:
À, anh Phúc dạo này bận đi công tác nên có lẽ quên không gửi cho chúng tôi, thực sự xin lỗi chị, mong chị thông cảm. Chiều nay tôi sẽ giao đầy đủ cho chị.

Nhân viên hành chính:
Thôi được, đành phải chờ đến chiều vậy, anh mang giấy note kia về rồi đổi lại luôn nhé.

Nhà cung cấp:
Vâng / Dạ. Cảm ơn chị.

Nhân viên hành chính:
Không có gì. Cảm ơn anh.

供應商：
這樣嗎？那在清單裡面有嗎？

行政人員：
沒有。那些是我們準備幾天後馬上要在展覽會上使用的東西，所以前幾天我就把補貨清單寄給你們的福哥了呀！

供應商：
啊，福哥最近出差比較忙，所以可能忘了傳給我們，真的對不起，請您見諒。今天下午我會把缺少的文具全都給您送過來。

行政人員：
好吧，就只好等到下午了，您也把那些便利貼拿回去給我換一下喲！

供應商：
好的。謝謝您。

行政人員：
不客氣。謝謝。

B017.MP3　　N017.MP3

單字

giao 送、交	đối chiếu 核對	lỗ 孔
văn phòng phẩm 文具	giấy note 便利貼	kiểm 點、查對
hoá đơn 發票	nhầm 錯、不正確	北 bút bi / 南 viết bi 原子筆
danh mục 清單	dạ quang 螢光	triển lãm 展覽會
đặt mua 訂購	sơ suất 疏忽	bổ sung 補充
kiểm tra 檢查	bìa lá 資料袋	đầy đủ 足夠

本課相關單字 ②

B018.MP3 北音
N018.MP3 南音

【辦公室常用文具】

1. 北 bút bi / 南 viết bi 原子筆
2. 北 bút máy / 南 viết máy 鋼筆
3. 北 bút dạ quang / 南 viết dạ quang 螢光筆
4. 北 bút viết bảng / 南 viết lông dầu 白板筆 
5. 北 bút chì / 南 viết chì gỗ 鉛筆
6. ngòi bút chì / ruột bút chì （鉛筆）筆芯
7. 北 gọt bút chì / 南 chuốt viết chì 削鉛筆機、削鉛筆器
8. 北 hộp cắm bút / 南 hộp cắm viết 筆筒 
9. 北 cục tẩy / 南 cục gôm 橡皮擦
10. băng xoá 修正帶
11. 北 dập ghim / 南 bấm kim 釘書機
12. 北 ghim dập / 南 kim bấm 釘書針
13. máy đục lỗ 打孔器
14. ghim cài 迴紋針 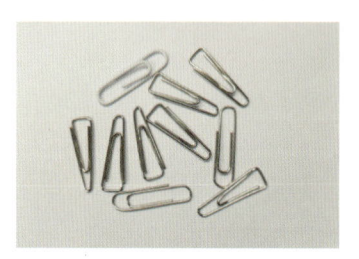
15. kẹp bướm 長尾夾
16. ghim mũ nhựa 圖釘
17. 北 dây chun vòng / 南 dây thun 橡皮筋
18. keo dán 膠水
19. 北 băng dính trong / 南 băng keo trong 透明膠帶 
20. 北 băng dính hai mặt / 南 băng keo hai mặt 雙面膠
21. mực dấu 印泥的墨水
22. mực 墨水
23. con dấu 印章
24. kéo 剪刀
25. dao rọc giấy 美工刀 
26. bìa kẹp tài liệu 文件夾
27. thước kẻ 直尺
28. giấy 紙
29. giấy màu 色紙
30. sổ ghi chép 筆記本

【辦公室設備】

1. máy tính để bàn 桌上型電腦
2. máy tính laptop 筆記型電腦

22

③ **máy in** 列表機
④ **máy photocopy** 影印機
⑤ **máy scan** 掃描器
⑥ **máy huỷ giấy** 碎紙機
⑦ **máy fax** 傳真機
⑧ **máy ép nhựa** 護貝機
⑨ **máy chấm công** 打卡機、考勤機
⑩ **máy chiếu** 投影機
⑪ **điện thoại bàn** 市內電話機
⑫ **máy đếm tiền** 驗鈔機

使用文具的相關動作

- Dùng kéo cắt 用剪刀剪
- Bôi keo 塗上膠水
- Kéo dây chun / dây thun 拉開橡皮筋
- Kẹp bằng kẹp giấy 用迴紋針夾上
- Đóng dấu 蓋上印章
- Lắp ngòi bút vào 裝入筆芯
- Xoá bằng cục tẩy / cục gôm 用橡皮擦擦掉
- Cắt bằng dao rọc giấy 用美工刀割開
- Giấy origami 摺色紙
- Đo bằng thước kẻ 用尺量

辦公室設備常見的故障問題

- máy photocopy bị kẹt giấy 影印機卡紙
- bản photo bị nhăn 影印卡紙後產生皺褶
- bản sao bị mờ hoặc đậm 副本文字或影像濃淡度不均
- máy in nhận lệnh nhưng không in 列表機就緒但沒印出來
- bản in mờ, chữ không rõ nét 列印紙張模糊、字符不清晰
- bản in có một vệt trắng ở giữa trang 列印紙張出現一條白線
- máy vi tính bị treo 電腦當機
- scan hình ảnh không nét, sai màu hoặc bị nhoè
  掃描出來的畫面不清晰、顏色模糊或與原稿的差別太大
- máy chiếu chỉ hiển thị hai màu đen trắng 螢幕上只顯示黑白兩色
- máy chấm công không nhận dạng vân tay 指紋打卡機無法識別

一起聊天吧！

1 根據實際情況回答問題

- **Bạn làm việc ở công ty này bao lâu rồi?**
  你在這家公司工作多久了？
- **Bạn thấy môi trường làm việc này thế nào?**
  你覺得這裡的工作環境如何？
- **Công việc của bạn có áp lực không?**
  你的工作有壓力嗎？

2 主題談話

1. Công việc hành chính: quản lý hồ sơ, sắp xếp lịch trình, chuẩn bị báo cáo
   行政工作：檔案管理、行程安排、準備報告
2. In tài liệu: bị kẹt giấy, bản in toàn màu đen, chữ mờ nhạt
   列印資料：卡紙、列印紙張全黑、字符模糊
3. Mối quan hệ trong công ty: nhân viên cũ và mới, sếp và nhân viên
   公司人際關係：老員工與新員工、老闆與員工

3 練習對話

1 A giao việc cho B　A 交代工作給 B

Gợi ý: chuẩn bị tài liệu, hẹn gặp khách hàng, sắp xếp lịch họp
　提示　準備資料、與客戶預約、會議安排

2 A phản ánh với B về sự cố máy in
A 跟 B 反映印表機的故障問題

Gợi ý: máy in gặp sự cố gì, nguyên nhân, cách xử lý ra sao?
　提示　列表機的故障問題、原因、如何處理？

單字心智圖

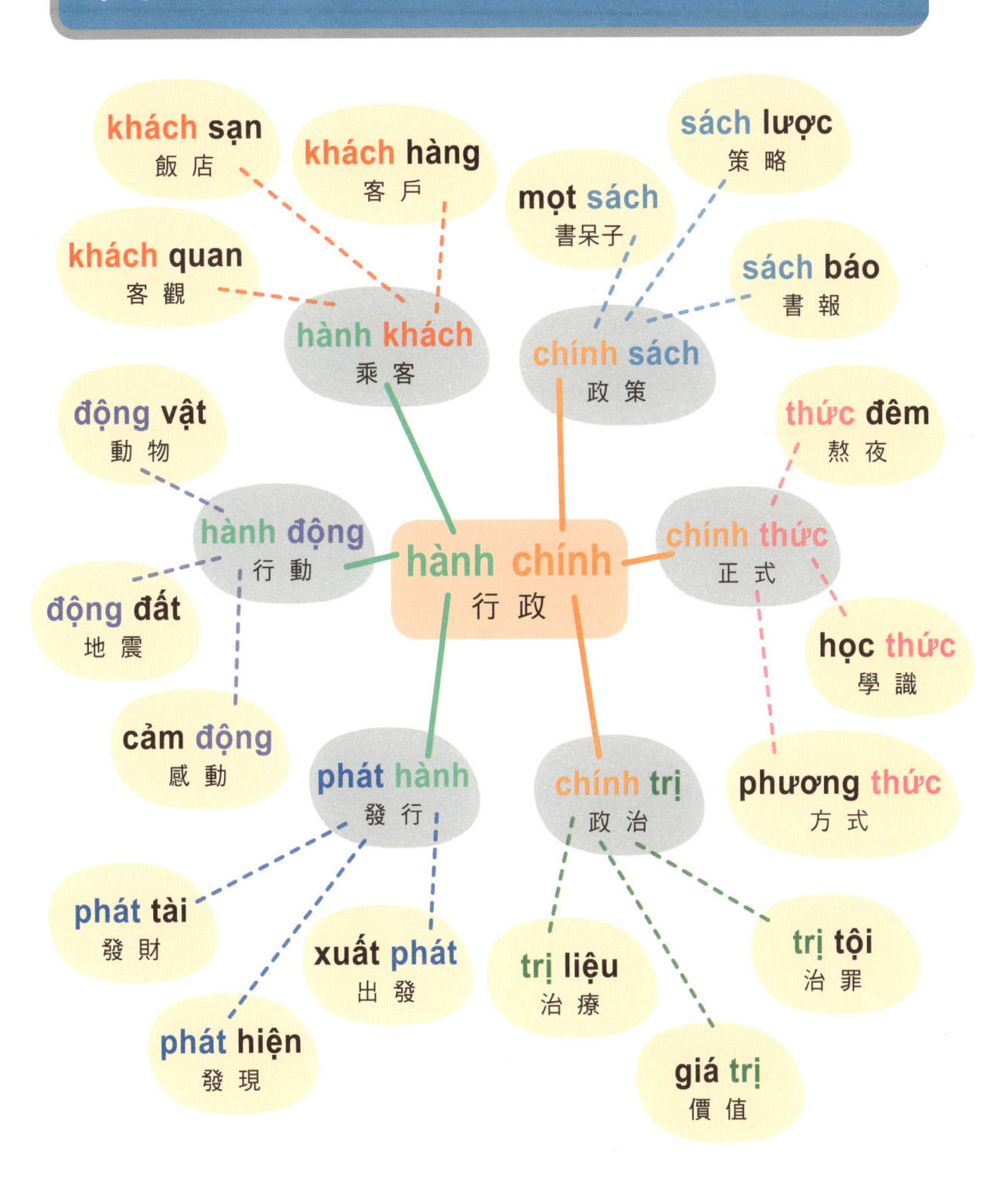

- **khách sạn** 飯店
- **khách hàng** 客戶
- **khách quan** 客觀
- **hành khách** 乘客
- **mọt sách** 書呆子
- **sách lược** 策略
- **sách báo** 書報
- **chính sách** 政策
- **động vật** 動物
- **động đất** 地震
- **cảm động** 感動
- **hành động** 行動
- **hành chính** 行政
- **chính thức** 正式
- **thức đêm** 熬夜
- **học thức** 學識
- **phương thức** 方式
- **phát hành** 發行
- **phát tài** 發財
- **phát hiện** 發現
- **xuất phát** 出發
- **chính trị** 政治
- **trị liệu** 治療
- **giá trị** 價值
- **trị tội** 治罪

第 01 課 辦公　25

越南大小事

越南的辦公室文化

　　越南社會普遍在時間觀念上目前仍還是比較鬆散的狀況。越南人在約會、工作或會議時間總是會遲到個5-10分鐘，甚至於遲到半小時也是司空見慣。越南年輕人還用「giờ cao su（橡皮筋時間（指管理時間鬆散，像橡皮筋一樣可伸縮的樣子））」這個流行語來笑稱常遲到的人。當然，目前很多外資進駐越南後，大夥上下班都必須依其嚴格的打卡出缺勤規定來走，因此這個習慣也日益產生變化。

　　由於越南的教育根基也深受儒家思想的影響，因此上下級之間「尊上愛下」的觀念深厚，在地位高及老一輩的人當中，這份色彩更加濃厚。員工對上級或前輩說話時會言辭謹慎，絕對遵從老闆的決定。不過，越南的管理者也不會因此變得刻薄霸道，還是有很多管理者願意傾聽下屬的意見再做決定，所以老闆與員工之間保持住基本禮儀之外，有時並不會有太過明顯的分隔線。只要有禮不冒犯前輩或上級，越南員工也不必凡事唯命是從，每次見到上級也不需要擺出唯唯諾諾的態度，有禮貌地打招呼就好了。

　　在辦公室裡，越南人則是團體性的生物，一般不太會在人前表達自己的意見，特別是當自己的意見與眾不同時較會三緘其口。個人的工作目標通常都以團體的利益為優先考量。不過呢！即便如此，越南人天性在勇敢嘗試接受新事物這一點上還是很開放的，這是我們明確的工作優勢。

　　此外，比起工作，越南人更加看重生活。在越南，人們以輕鬆的角度看待工作。早上悠哉地在公司裡吃早餐喝咖啡，中午一小時則大夥聚在一起吃吃喝喝，甚至有些人還利用午休時間去參加婚禮或回家接孩子煮飯，所以總體社會生產力相對偏低。尤其是讓外國人吃驚的是越南人在辦公室裡的「午睡習慣」，這不光是趴睡一會兒而已，還有人會在地板上鋪上墊子呼呼大睡。當然，這些習慣是好是壞很難說，但越南人總在生活和工作間找到一個平衡點。

　　雖然越南的辦公文化還有很多不足和侷限，但越南仍被認為是一個辦公環境友善的國度，尤其是勇於吸收新事物及豐富的年輕勞動力這兩點使得外國企業總是願意選擇繼續對越南市場的投資。

Bài 02 | 人事 Nhân sự

【商業應用篇】

目標

- 學習挑選人材的對話
- 學習與招募、面試相關的表達
- 學習帶領新人上班的對話
- 學習薪資及福利相關的表達

文法

1. nói đến ... thì ... 提到…就…
2. (chỉ) có điều (là) ... 只不過…、只是…
3. ... chứ không / chưa ... …，而不…／…（而）還沒…
4. 動詞 + qua / kỹ 做…不仔細／仔細

文法 ①

nói đến ... thì ... 提到⋯就⋯

A: Để xảy ra chuyện lớn như vậy thì ai chịu trách nhiệm đây?
出了這麼大的事情，誰來負責啊？

B: Nói đến trách nhiệm thì anh mới là người phải chịu hoàn toàn trách nhiệm đấy.
說到責任，你才是要負全責的人呀！

當提到某個主題或問題，話者想要進一步地做解釋，或是提出使人聯想到某人或某事物（而該人或事物通常是在先前談論的核心重點）的表現。這個句型相當於中文的「說到／提到／談到⋯就⋯」。與「nhắc đến」同義。

例
- Nhắc đến bóng đá Việt Nam thì em thích cầu thủ nào nhất?
  說到越南足球，妳最喜歡哪個球員？
- Nói đến truyện tranh thì anh thích bộ truyện nào nhất?
  說到漫畫，你最喜歡哪一部？
- Nói đến sự nhiệt tình thì anh ấy có thừa.
  說到熱情，他就是滿腔熱忱。

(chỉ) có điều (là) ... 只不過⋯、只是⋯

A: Anh thấy cô ấy thế nào?
你覺得她怎麼樣？

B: Cô ấy rất xinh, có điều là hơi khó gần.
她很漂亮，只不過有點難以接近。

「(chỉ) có điều (là) ⋯」此句型常置在後半句的開頭，表示轉折的意思，後半句所提到的事情就是上半句的缺點或不足之處，相當於中文的「只不過⋯」、「只是⋯」。

例
- Con có thể chơi bóng rổ, chỉ có điều không được để ảnh hưởng tới việc học.
  你可以打籃球，只不過不可以影響到你學習。
- Phần biểu diễn của cô ấy rất đặc sắc, chỉ có điều là lúc đầu có hơi căng thẳng.
  她的表演很精彩，只不過一開始有點緊張。
- Món ăn của quán đó khá là ngon, chỉ có điều lượng hơi ít.
  那家店的菜蠻好吃的，只不過量有點少。

28

自我測驗 ①

1 請完成下列「**nói đến...thì...**」句型的句子

(1) Nói đến Hàn Quốc thì _____.
（說到韓國的話，我會立刻想到泡菜。）

(2) Nói đến ẩm thực Việt Nam thì _____.
（說到越南的飲食，不得不提到河粉。）

(3) Nói đến đua xe tốc độ thì _____.
（說到極速賽車，風哥就是個經驗老手了。）

(4) Nói đến nấu ăn thì _____.
（說到烹調，家裡就屬我爸爸煮的最好吃了。）

2 請完成下列「**(chỉ) có điều (là) ...**」句型的句子

(1) Cậu ấy / Bạn ấy rất giỏi, chỉ có điều _____.
（他很棒，只不過是有點缺乏自信。）

(2) Căn nhà này rất đẹp, nhưng có điều là _____.
（這棟公寓很漂亮，只是離我工作的地方有點遠。）

(3) Khu này nhiều cảnh đẹp thật, chỉ có điều _____.
（這一區真的有許多美景，只是有點偏遠。）

(4) Người yêu tôi đối xử với tôi rất tốt, chỉ có điều là _____.
（我的男朋友對我很好，只不過他有點善妒。）

單字

đua xe tốc độ 極速賽車　　**hay ghen** 愛吃醋、善妒

對話 ①

Trưởng phòng nhân sự:

Ba ứng viên ứng tuyển vị trí phó phòng kinh doanh trong buổi phỏng vấn hôm trước, anh thấy thế nào?

Trưởng phòng kinh doanh:

Nhìn chung thì cả ba bạn này đều là những ứng viên xuất sắc. Anh khá ấn tượng với bạn ứng viên Bùi Huy Hoàng, một du học sinh từ nước ngoài về, năng lực ngoại ngữ tốt, tiếp xúc và hiểu môi trường sống và văn hoá phương Tây, tuy nhiên bạn ấy còn trẻ và ít kinh nghiệm.

Trưởng phòng nhân sự:

Vâng / Dạ, nói đến kinh nghiệm thì bạn Lê Trung Hiếu là người có nhiều kinh nghiệm nhất trong ba bạn. Bạn ấy đã làm việc trong lĩnh vực này với thâm niên khoảng 8 năm, kinh nghiệm và kiến thức chuyên ngành khá sâu, hiện tại cũng đang giữ chức vụ phó phòng kinh doanh ở một công ty trong cùng lĩnh vực, có điều là khả năng ngoại ngữ hơi kém ạ.

Trưởng phòng kinh doanh:

Ừm, qua trao đổi anh cũng thấy bạn này kinh nghiệm khá phong phú. Nhưng mà, hiện tại công ty chúng ta đang muốn mở rộng thị trường tìm kiếm khách hàng nước ngoài, vì vậy năng lực ngoại ngữ cũng là một tiêu chí quan trọng để đánh giá. Ngoài ra, chúng ta cũng cần những nhân sự trẻ, năng động để có những ý tưởng sáng tạo riêng, có thể hỗ trợ cho công ty phát triển.

Trưởng phòng nhân sự:

Vâng / Dạ, em đồng tình với quan điểm này của anh ạ. Em thấy bạn Phạm Kim Ngọc cũng khá phù hợp anh ạ. Bạn ấy tốt nghiệp đại học tại Việt Nam, năng lực ngoại ngữ khá, cũng có năm năm kinh nghiệm trong lĩnh vực có liên quan. Hồi trước ở công ty cũ cũng có giữ chức vụ trưởng nhóm kinh doanh nên cũng có chút kinh nghiệm quản lý đội nhóm.

人事行政主管：

前天來參加面試應徵業務部副主管職位的三位求職者，您覺得如何？

業務部主管：

大體上來看，這三位都是優秀的人選。我對於其中的裴輝煌先生印象深刻，他曾經留學過海外，外語能力佳，對西方生活環境和文化又有接觸和了解。只是他還年輕且欠缺經驗。

人事行政主管：

是，說到經驗，黎忠孝是這三個人之中經驗最豐富的。他在這個領域工作了大約8年，經驗和專業知識相當豐富，目前也在同領域的一家公司擔任業務副主管，只不過外語能力有點差。

業務部主管：

嗯！透過面試的談話，我也有看到這位求職者（黎忠孝）經驗豐富的一面。但是，目前我們公司正在想要開拓市場尋找海外客戶，因此外語能力也是一項重要的評價標準。此外，我們也需要年輕、活潑的員工有自己的創意，才能對公司的發展有所幫助。

人事行政主管：

是的，我同意您的觀點。我覺得范金玉也挺符合要求的。她畢業於越南的一所大學，外語能力相當好，在相關領域也有五年的工作經驗。之前在前公司，她也擔任業務組長的職務，所以也有過一些團隊管理的經驗。

Trưởng phòng kinh doanh:

Ừm, anh thấy hai bạn Kim Ngọc và Huy Hoàng có thể cân nhắc lựa chọn, nếu nhận thì chắc là cần phải dành thời gian đào tạo thêm kiến thức chuyên ngành.

Trưởng phòng nhân sự:

Vâng / Dạ, nếu cần thiết thì có thể mời hai ứng viên này đến phỏng vấn lần nữa để tìm hiểu kỹ hơn về ứng viên trước khi đưa ra quyết định sau cùng ạ.

Trưởng phòng kinh doanh:

Ok, vậy em hẹn hai bạn này đến trao đổi thêm nhé.

Trưởng phòng nhân sự:

Vâng ạ / Dạ, thời gian cụ thể em sẽ nhắn anh sau ạ.

業務部主管：
嗯，我覺得范金玉和裴輝煌這兩位可以考慮考慮，如果錄取的話，應該需要花時間做專業知識相關的培訓。

人事行政主管：
是的，如果需要，我們可以邀請這兩位求職者來參加第二次面試，以更進一步地了解，然後再做出最終決定。

業務部主管：
好，那妳再請他們過來談談吧！

人事行政主管：
好的，具體的時間我晚點再跟您說。

北音 B023.MP3
南音 N023.MP3

單字

nhìn chung 整體來看、大體上看來	thâm niên 年資	ý tưởng 想法
xuất sắc 優秀、出色	kiến thức 見識、知識	sáng tạo 創意
ấn tượng 印象	chuyên ngành 專業	đồng tình 同意
du học sinh 留學生	giữ chức vụ 擔任…職務	quan điểm 觀點
nước ngoài 國外	trao đổi 交流、溝通	trưởng nhóm 組長
tiếp xúc 接觸	phong phú 豐富	đội nhóm 團隊
hiểu 了解、懂	mở rộng thị trường 開拓市場	cân nhắc 考慮、衡量
môi trường sống 生活環境	tiêu chí 標準	đào tạo 培訓
văn hoá 文化	đánh giá 評價	
	năng động 活潑	

第 02 課 人事　31

本課相關單字 ①

【面試常見的單字】

1. người phỏng vấn 面試官 
2. ứng viên 應徵者
3. ứng tuyển 應徵
4. phỏng vấn 面試
5. chức vụ 職務
6. mục tiêu nghề nghiệp 職業目標
7. đãi ngộ 待遇
8. mức lương 薪資 
9. phản ứng 反應
10. áp lực 壓力
11. được nhận / được chọn 被錄取
12. hồ sơ / sơ yếu lý lịch 履歷 
13. thành tích 成績
14. kinh nghiệm 經驗
15. kỹ năng 技能
16. ưu điểm 優點
17. khuyết điểm 缺點
18. điểm mạnh 強項
19. điểm yếu 弱點
20. trình độ ngoại ngữ 外語程度
21. học lực 學歷

【招募相關的單字】

1. kênh tuyển dụng 求職管道、求才管道
2. nhà tuyển dụng 僱主
3. người tìm việc 求職者
4. tuyển dụng 招募、招聘
5. xin việc 求職 
6. tìm việc làm 找工作
7. tuyển nhân tài 徵才
8. đảm nhận 擔任
9. thời gian thử việc 試用期
10. chuyển chính thức 轉正
11. thương lượng 面議
12. đăng tuyển 刊登 
13. việc làm 職缺
14. mô tả công việc 工作描述
15. nộp hồ sơ / nộp CV 投履歷
16. hợp đồng lao động 勞動契約

⑰ ưu tiên 優先

⑱ địa điểm làm việc
工作地點

⑲ tạo hồ sơ / tạo CV
寫履歷

㉑ toàn thời gian 全職

㉒ bán thời gian 兼職

⑳ yêu cầu công việc
工作要求

編註 本單元中【面試常見的單字】的⑫及【招募相關的單字】中的⑮⑲這三個單字中出現的「hồ sơ」一般是指「文件」的意思。但當用越南語在談論求職事項時，該「文件」就已等同「履歷」來理解使用。

面試時常見的問題

- Làm thế nào bạn có thể làm việc với những áp lực như vậy?
  你是如何能夠在如此的壓力下工作？

- Bạn mong muốn mức lương bao nhiêu? 你預期的薪資範圍是多少？

- Tại sao bạn lại nghỉ việc ở công ty hiện tại? 你為什麼要從現在的公司離職？

- Theo bạn nên làm việc độc lập hay theo nhóm?
  你覺得獨立工作還是團隊工作比較好？

- Bạn xử lý xung đột trong công việc như thế nào? 你如何處理工作上的衝突？

- Tại sao bạn chọn đến công ty chúng tôi để tham gia phỏng vấn?
  你為什麼會選擇本公司來面試呢？

- Công ty không có phương tiện di chuyển, bạn có khó khăn gì khi đi làm không? 公司沒有交通車，你上班會不會有問題？

- Những gì chúng tôi cần cho vị trí tuyển dụng này là một người có thể lái xe. Bạn có bằng lái xe không? 這個職缺我們需要的是會開車的人，你有駕照嗎？

- Công việc này đòi hỏi khả năng chịu đựng áp lực cao, bạn có thể chấp nhận được không? 這個工作需要抗壓性是很高的，你可以接受嗎？

- Bạn có những chứng chỉ nào? 你有什麼證照？

- Bạn còn có kỹ năng nào khác không? 你還有什麼額外的技能嗎？

- Ngoài tiếng Anh, bạn còn biết ngoại ngữ nào khác không?
  除了英文，還有有沒有懂其他的外語？

第 02 課 人事　33

文法 ②

... chứ không / chưa ... …，而不…／…（而）還沒…

A: **Món này có cay không ạ?**
這道菜辣不辣呀？

B: **Chỉ hơi tê tê chứ không cay đâu.**
只是有點發麻，但不辣。

在「... chứ không / chưa ...」這組的句型裡，前分句的內容為肯定式，而後分句的內容為否定式。表示情況處於前分句的動作和狀態，但尚未進一步的進入或到達後分句所述的程度或狀態。相當於中文的「…，而不…／…（而）還沒…」。

例
- **Cô ấy chỉ muốn dành thời gian cho công việc chứ không muốn yêu đương.**
  她只想把時間花在工作上，而不想談戀愛。
- **Em chỉ mới rửa cá chứ chưa tẩm ướp gì đâu.**
  我只是洗了魚，（而）還沒有醃製呀！
- **Khi được phỏng vấn, cô ấy chỉ im lặng chứ không trả lời bất cứ câu hỏi nào.**
  接受採訪時，她只是保持沉默，而沒有回答任何問題。

動詞 + qua / kỹ 做…不仔細／仔細

A: **Con phải nhớ kỹ những lời mẹ dặn nhé.**
你要記住媽媽說的話喲。

B: **Vâng / Dạ, con nhớ rồi.**
是，我記住了。

在這個句型結構裡，將「qua / kỹ」這兩個形容詞放在動詞後面時，可以表達出「做事細心度」的正、反兩種表述。

❶ 「動詞＋qua」是形容做事不認真、馬虎、不仔細；亦有大略、大致的意思。與「動詞＋qua loa」同義。（依情況不同，不一定有貶意）

❷ 「動詞＋kỹ」則是形容做事周到、仔細、謹慎。

例
- **Tớ / Tôi vừa xem qua bảng danh sách nhưng không thấy có tên bạn.**
  我剛大致看了一下名單，但沒看到你的名字。
- **Mặc dù da không trắng lắm, nhưng nhìn kỹ thì thấy cô ấy rất là xinh nha.**
  雖然她的皮膚不是很白，但仔細一瞧，她還是很漂亮的呢！
- **Buổi lễ khai trương ngày mai rất quan trọng, mọi người phải chuẩn bị kỹ nhé.**
  明天的開幕式很重要，大家一定要好好準備喲！

自我測驗 ②

1 請用「... chứ không / chưa ...」的句型來完成下列的句子

(1) Họ mới đăng ký kết hôn _____.
（他們剛登記結婚，還沒有舉辦婚禮。）

(2) Đây là bạn học cùng lớp với tôi _____.
（這位是我的同班同學，而不是我的女朋友。）

(3) Tôi chỉ thấy anh ấy trên ti vi _____.
（我只有在電視上看到過他，還沒有在外面碰到過。）

(4) Bố / Ba mẹ tôi ủng hộ _____.
（我的父母支持我，並不反對我愛她。）

2 請用「動詞＋qua / kỹ」的句型完成下列的句子

(1) Ăn cơm là phải nhai _____, nếu không sẽ không tốt cho tiêu hoá.
（吃飯要細嚼慢嚥，不然的話會消化不良。）

(2) Hai bức tranh này khá giống nhau, nhìn _____ thì không thể phân biệt thật giả.
（這兩張畫很相像，只是大略瞄一下的話會分不出真假。）

(3) Trong bất cứ trường hợp nào, con cũng phải suy nghĩ _____ trước khi đưa ra quyết định.
（不管什麼場合下，在做出決定前你都需要仔細思量。）

(4) Chiều nay đồng nghiệp của anh sẽ đến nhà mình chơi, em dọn dẹp _____ một chút nhé.
（下午我的同事會到我們家裡來玩，所以妳簡單打掃一下吧！）

單字

bạn học cùng lớp 同班同學　**nhai kỹ** 咀嚼　**tiêu hoá** 消化

對話 ②

Trưởng phòng nhân sự:
Chào em, chị là Lan Anh. Hôm nay là ngày đầu tiên em đi làm, chị sẽ phổ biến cho em một số thông tin về lương và phúc lợi cũng như quy định của công ty.

Phạm Kim Ngọc:
Vâng ạ / Dạ.

Trưởng phòng nhân sự:
Như em đã biết, công ty mình làm việc vào các ngày từ thứ 2 đến thứ 7, cụ thể là từ 8 giờ sáng đến 5 giờ chiều, nghỉ trưa một tiếng. Máy chấm công được đặt ở cửa ra vào, lúc đến làm và tan làm em nhớ lăn vân tay nhé.

Phạm Kim Ngọc:
Vâng / Dạ, em nhớ rồi ạ.

Trưởng phòng nhân sự:
Tổng lương của em hiện tại là 12 triệu, trong đó 500 nghìn / ngàn tiền phụ cấp chuyên cần, 1 triệu rưỡi tiền phụ cấp chức vụ, 10 triệu là lương cơ bản. Ngoại trừ tiền phụ cấp chuyên cần ra thì số tiền lương còn lại đều được công ty khai báo bảo hiểm xã hội.

Phạm Kim Ngọc:
Dạ vâng / Dạ. Chị ơi, nếu em ở lại tăng ca thì có được tính tiền tăng ca không ạ?

Trưởng phòng nhân sự:
Trong trường hợp này thì em cần viết giấy xin phép tăng ca và được chủ quản phê duyệt trước, sau đó công ty sẽ tính tiền tăng ca theo đúng quy định của pháp luật.

Phạm Kim Ngọc:
Vâng / Dạ, em hiểu rồi ạ.

Trưởng phòng nhân sự:
Còn về vấn đề nghỉ phép, sau khi đã làm đủ một nửa số ngày công trong một tháng thì em sẽ nhận được 1 ngày phép năm, tổng cộng một năm có 12 ngày phép, sau 5 năm liên tục công tác tại công ty thì em sẽ được hưởng thêm 1 ngày phép năm nữa.

人事行政主管：
妳好，我叫蘭英。今天是妳第一天上班，我會跟妳說一些公司的薪資福利及相關規定。

范金玉：
是。

人事行政主管：
如妳所知，公司是週一到週六上班，上下班時間是早上8點到下午5點，午休一個小時。打卡機設在門口，上下班記得按指紋打卡唷！

范金玉：
好的，我記住了。

人事行政主管：
妳現在的總薪資是1200萬越盾，其中包括50萬越盾全勤獎金，150萬越盾職位津貼，1000萬是底薪。除了全勤獎金之外，剩餘薪資由公司申報繳納社會保險。

范金玉：
是。請問如果下班後我留下來加班，會有加班費嗎？

人事行政主管：
加班的話妳必須先填加班申請表並請經理批准，公司才會依法計算加班費。

范金玉：
好的，我明白了。

人事行政主管：
關於休假，當妳一個月工作超過一半工作日時，妳就能獲得一天年假，一年總共有12天年假，在公司連續工作5年後，妳又能額外獲得一天年假。

Phạm Kim Ngọc:

Trường hợp em muốn nghỉ phép thì phải làm như thế nào ạ?

Trưởng phòng nhân sự:

Ngoại trừ phép năm ra thì em có thể nghỉ phép bệnh, phép kết hôn hoặc phép tang, tuỳ từng tình huống cụ thể. Nếu không phải các trường hợp trên thì em phải cắt phép việc riêng / trừ phép việc riêng và công ty sẽ căn cứ vào đó trừ lương. Khi muốn nghỉ em phải làm đơn trước và được chủ quản duyệt chứ không được tuỳ ý nghỉ làm, với trường hợp bất khả kháng thì cần gọi điện trực tiếp xin thông báo cho chủ quản.

Phạm Kim Ngọc:

Vâng / Dạ, em hiểu rồi ạ.

Trưởng phòng nhân sự:

Đây là tài liệu nội quy chi tiết của công ty, em xem qua có gì không hiểu thì hỏi, chị sẽ giải thích kỹ hơn. Giờ chị sẽ đưa em tới phòng kinh doanh để gặp mặt chủ quản và làm quen với môi trường làm việc nhé.

Phạm Kim Ngọc:

Vâng / Dạ, em cảm ơn chị đã hỗ trợ ạ.

范金玉：
如果我想請假時該怎麼辦呢？

人事行政主管：
除年假外，妳還可以依實際狀況請病假、婚假或喪假。如果不符合上述的情況，妳就需要請事假，公司也會（因事假）扣除妳的薪資。如果需要請假，妳必須先寫請假單讓主管批准，不能擅自曠職。若是在不可抗力的情況下，必須直接打電話通報主管一聲。

范金玉：
好的，我明白了。

人事行政主管：
這是公司的各項規章制度，妳看看有什麼不明白就問，我會更詳細地解釋。現在我帶妳到業務部認識主管並熟悉一下工作環境吧！

范金玉：
好的，謝謝您的協助。

北音 B027.MP3　南音 N027.MP3

單字

phổ biến 普及；推廣	tăng ca 加班	phép kết hôn 婚假
nghỉ trưa 午休	giấy xin phép 申請表、申請單	phép tang 喪假
máy chấm công 打卡機、考勤機	chủ quản 主管	北 cắt phép việc riêng / 南 trừ phép việc riêng 請事假
lăn vân tay 按指紋	duyệt 批准	trừ lương 扣薪
phụ cấp 津貼	nghỉ phép 休假	bất khả kháng 不可抗力
chuyên cần 出勤	phép năm 年假	
lương cơ bản 底薪	phép bệnh 病假	

第 02 課 人事　37

本課相關單字 ②

B028.MP3　北音
N028.MP3　南音

【薪資及獎金】

1. lương cứng
底薪、固定薪資

2. lương theo giờ 時薪

3. lương theo ngày 日薪

4. lương theo tháng
月薪

5. lương theo năm 年薪

6. lương tháng 13
（越南企業的）13 薪／年底雙薪

7. lương theo sản phẩm 論件計酬（的薪資）

8. thu nhập 收入

9. tăng lương 加薪

10. nợ lương 欠薪

11. ngày phát lương
發薪日

12. tiền thưởng 獎金

13. hoa hồng 分紅

14. thưởng theo quý
季獎金

15. thưởng doanh thu
業績獎金

16. thưởng KPI 績效獎金

17. thưởng cuối năm
年終獎金

18. thưởng chuyên cần
全勤獎金

19. thưởng lễ 佳節獎金

20. thưởng Tết 年節獎金

【其他福利】

1. bảo hiểm thất nghiệp 失業保險

2. bảo hiểm y tế
健康保險

3. bảo hiểm nghỉ hưu
退休保險

4. bảo hiểm tai nạn lao động 勞工職災保險

5. bảo hiểm xã hội
社會保險

6. nghỉ có lương 有薪假

7. nghỉ thai sản 產假

8. đào tạo giáo dục
教育訓練

9. trợ cấp đi lại 車馬費

10. phụ cấp ăn uống
伙食津貼

11. phụ cấp công tác
出差補助

12. phụ cấp sinh nở
生育補助

13. quà sinh nhật
生日禮金

14. trà chiều miễn phí
免費下午茶

15. trợ cấp du lịch
旅遊補助

38

⑯ tiệc tất niên 尾牙

⑦ tân binh / lính mới / tấm chiếu mới 菜鳥

【新人態度】

① đối mặt một cách lạc quan 樂觀面對

② tích cực nỗ lực vươn lên 積極進取

③ học tập chăm chỉ 認真學習

④ có chí tiến thủ 上進心強

⑤ thái độ tử tế 態度和善

⑥ chấp nhận một cách khiêm tốn 虛心接受

⑦ khiêm tốn và lịch sự 謙卑有禮

【班別用語】

① ca sáng 早班

② ca chiều 午班

③ ca tối 晚班

④ ca đêm 大夜班

⑤ ca ngày nghỉ 假日班

⑥ đổi ca 輪班

⑦ ngày làm 8 tiếng 朝九晚五

【新人接觸對象】

① giám đốc 主管

② đồng nghiệp 同事

③ khách hàng 客戶

④ nhà sản xuất 廠商

⑤ nhân viên dọn dẹp 清潔人員

⑥ lão làng 老鳥

第一天上班常見的句型

- Bắt đầu từ ngày hôm nay, em sẽ làm việc cùng mọi người ạ.
  從今天起，我將會與大家一起工作。

- Nếu có bất cứ yêu cầu gì, cứ nói với anh một tiếng là được.
  如果有任何需要，跟我說一聲就可以了。

- Sau này hi vọng mọi người sẽ giúp đỡ em nhiều trong công việc ạ. 今後希望各位在工作中多多關照。

- Em là nhân viên mới, mong được mọi người chỉ bảo. 我是新進員工，請多指教。

- Hi vọng em sẽ thích môi trường làm việc ở đây.
  希望你會喜歡這裡的工作環境。

一起聊天吧！

1 根據實際情況回答問題

- **Ưu điểm và khuyết điểm của bạn là gì?**
  你的優點和缺點是什麼？
- **Tại sao bạn lại muốn thay đổi công việc?**
  你為什麼決定要換工作呢？
- **Tại sao bạn chọn vào làm ở công ty chúng tôi?**
  你為什麼選擇要到我們公司上班？

2 主題談話

1. **Lý do đổi việc: lương thấp, tìm kiếm nhiều cơ hội phát triển hơn, không phù hợp**
   換工作原因：薪資低、尋找更多發展機會、不合適
2. **Chế độ phúc lợi: tăng lương, du lịch hàng năm, phụ cấp**
   福利制度：加薪、年度旅遊、津貼
3. **Yêu cầu tuyển dụng: kinh nghiệm làm việc, trình độ ngoại ngữ, trình độ tin học**
   招聘要求：工作經驗、外語能力、電腦技能

3 練習對話

1 A đi phỏng vấn　A 去面試

Gợi ý: giới thiệu, lý do đổi việc, đãi ngộ ra sao?
提示　介紹、換工作原因、待遇如何？

2 A nộp hồ sơ xin việc　A 投履歷應徵

Gợi ý: nguồn thông tin từ đâu, ứng tuyển vị trí nào?
提示　資訊來源、應徵職位？

單字心智圖

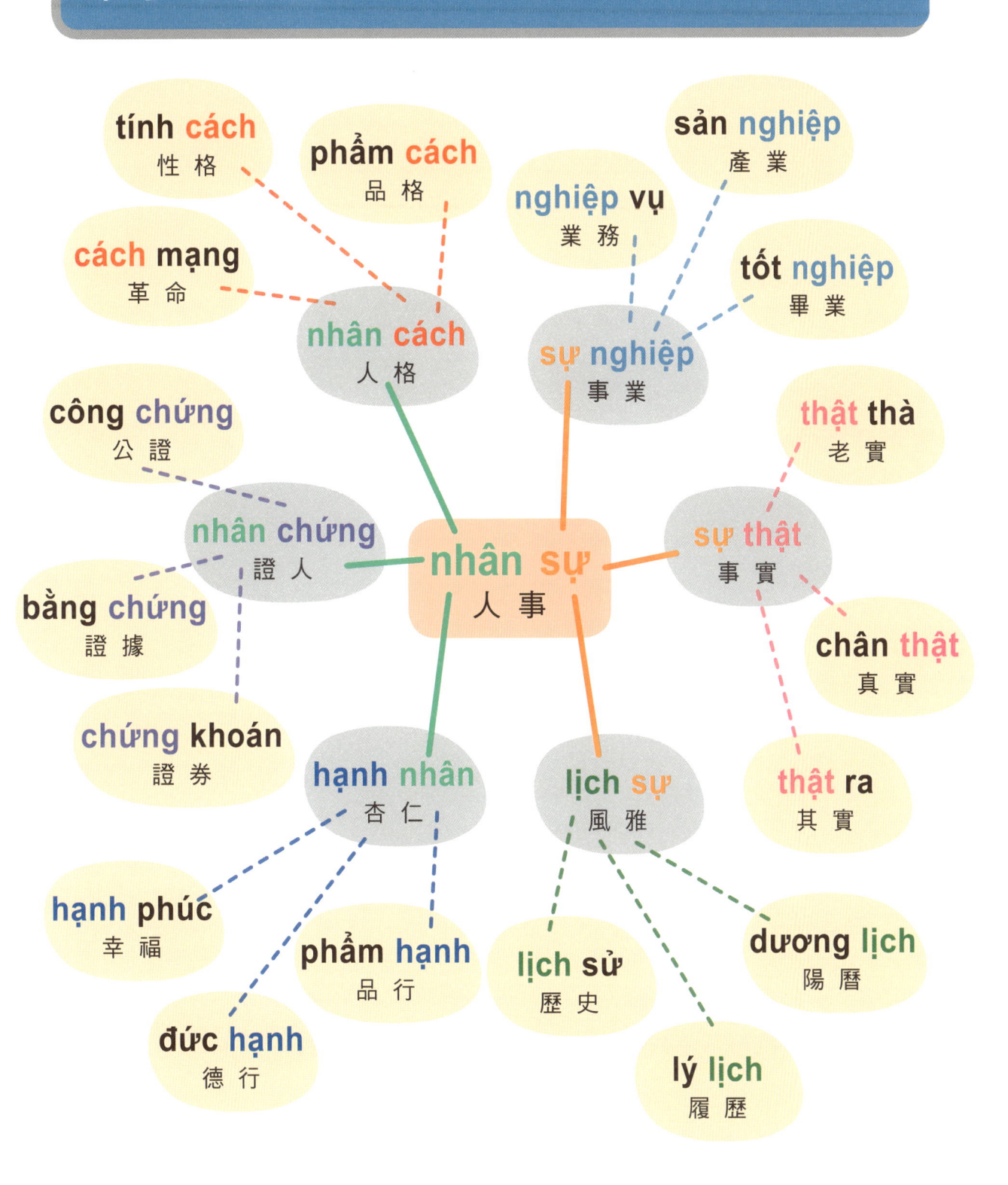

nhân sự 人事

- **nhân cách** 人格
  - tính cách 性格
  - phẩm cách 品格
  - cách mạng 革命

- **nhân chứng** 證人
  - công chứng 公證
  - bằng chứng 證據
  - chứng khoán 證券

- **hạnh nhân** 杏仁
  - hạnh phúc 幸福
  - phẩm hạnh 品行
  - đức hạnh 德行

- **sự nghiệp** 事業
  - nghiệp vụ 業務
  - sản nghiệp 產業
  - tốt nghiệp 畢業

- **sự thật** 事實
  - thật thà 老實
  - chân thật 真實
  - thật ra 其實

- **lịch sự** 風雅
  - lịch sử 歷史
  - dương lịch 陽曆
  - lý lịch 履歷

第 02 課 人事　41

越南大小事

越南仍維持每週工作不超過 48 小時的原因

我們從西元2019年越南勞動總會發布的國際勞工組織調查數據中知道，越南是世界和地區工作時間最長的國家之一。

依據2019年制訂的《勞動法》第105條第1款、第2款的規定，越南員工每天正常工作時數不得超過8小時，每週不得超過48小時。目前的現況來說，公家機關每週工作為40個小時，而私人的企業大約是44-48小時。那又是為什麼會有這樣的不同呢？

公家機關每週工作40個小時的規定是為了要提升公務員及約聘人員的工作效率，鼓勵他們在五個工作天內處理好相關工作，不要讓工作拖延到週末。既然都叫「公家機關」了，就是不能讓拖泥帶水的行政效率致使國家的運轉變慢之故。

而私人企業每週最多工作48小時的原因較為繁雜，一則是若像公家機關一樣只工作40個小時的話，企業的生產力會不足，接著就是造成營收低下，最後就變成要延長工作時間來彌補產量的不足，變相地企業主要又再支付加班費，增加人事成本。二則是因減少工作時間會影響企業主的利益，越南的勞動人口市場趨於年輕，因此職缺上供不應求，企業主在有很多人可以選的情況下，自然就會開對自己有利的條件，普遍的企業主會在相同的薪資條件下，把工時設長一點。假設官方對民間企業實施每週40小時的工作為上限，那企業主就得花更的人事成本讓員工加班，那越南的人力市場便不再便宜，若是外資，企業會考慮撤離，就變成越南官方及私人企業雙輸的局面。

上述原因之故，越南官方還是僅以鼓勵的方式企業視情況實行一週40小時的工作時間，但法規上仍可到達48小時。開頭提到的越南勞動總會每年都會向國會提出減少企業部門工作時間的建議，但因為提升生產力、薪資水準及經濟情況穩定的條件仍滿足不易，所以越南在這方面至今的發展，仍需要多加努力。

（本篇內容為2024年的資訊）

Bài 03 | 會議 / Họp

【商業應用篇】

目標

- 學習在會議中發表、提出看法、反駁及討論等對話
- 學習會議、會議紀錄、贊成反對等相關表達

文法

1. 形容詞 + thì (không) + 同一形容詞 + (thật), nhưng... 說…也（不）…，不過…
2. so với 與…相比
3. (A) không thể... khi mà (B)... 當在…（的情況下），不可…
4. sao lại không + 形容詞／動詞 怎麼會不…呢

文法 ①

形容詞 + thì (không) + 同一形容詞 + (thật), nhưng ... 說…也（不）…，不過…

A: Giá bên chị đưa ra cao quá, có thể thương lượng lại không?
你們提出的價格太高了，可以再商量嗎？

B: Thật ra giá này **cao thì cao thật**, **nhưng** giá cả cũng đi kèm với chất lượng sản phẩm.
其實這個價格高是高，但一分錢一分貨啊！

「形容詞＋thì (không)＋同一形容詞＋(thật), nhưng…」這個句型中，前分句是用某形容詞表示對某個人、事、物的認定，不過又透過「nhưng」在後分句表示轉折，之後再表示說話者提出相關的另一種想法。

例
- Công việc này lương **cao thì không cao**, **nhưng** mà khá là đơn giản.
  這份工作報酬說高也不高，不過內容卻相當簡單。
- Dạo này đơn hàng **nhiều thì nhiều thật**, **nhưng** nhân viên thì không đủ người để xử lý.
  最近訂單說多也真的是蠻多的，不過人力方面有點人手不足。
- Việc tìm kiếm khách hàng **khó thì không khó**, **nhưng** anh sẽ phải chạy nhiều nơi.
  尋找客戶說難也不難，但是你會要跑很多地方。

so với 與…相比

A: Bao giờ chúng tôi nhận được hàng?
我們什麼時候能收到貨？

B: Vì xảy ra một chút vấn đề, nên có thể là sẽ **muộn / trễ** hơn **so với** dự kiến.
由於發生了一些小問題，所以可能會比預期的要晚。

「so với ...」的意思為「與…相比」，常用於將兩個或兩個以上的事物做比較並指出他們的差別所在。以「so với ...」為主常應用的公式有「A + ... + hơn so với B」及「So với B thì A...」。

例
- Em thấy đề thi đại học năm nay khó **hơn so với** năm ngoái rất nhiều.
  我覺得今年的大學考題比去年的難得多。
- **So với** môn toán **thì** môn tiếng Anh dễ dàng hơn đối với tôi.
  與數學相比，英語對我來說更簡單。
- Doanh thu tháng 7 của công ty giảm 4% **so với** cùng kỳ năm ngoái.
  公司7月份的收入與去年同期相比下降了4%。

自我測驗 ①

1 請用「... + thì + ... + thật, nhưng ...」或「... + thì không + ... , nhưng ...」的句型及題後的提示來完成下列的句子

(1) Bánh mì của cửa hàng này _____, nhưng bán hơi đắt / mắc. (ngon)（這間店的麵包說好吃是好吃，但是賣得有點貴。）

(2) Bố mẹ / Ba mẹ tôi _____, nhưng luôn dành những thứ tốt nhất cho tôi. (giàu)（我爸媽說富有也不算富有，但總是留最好的東西給我。）

(3) Nhà tôi và nhà anh ấy _____, nhưng cũng ít khi gặp nhau. (gần)（我跟他家說起來也真是蠻近的，但也是很少碰到。）

(4) Cô ấy _____, nhưng tính cách thân thiện, dễ gần. (xinh)（她說漂亮也不漂亮，但是性格很和善，好相處。）

2 請用「so với ..., thì ...」的句型改寫下列的句子

(1) Quẹt thẻ thuận tiện hơn việc trả tiền mặt.
→ _____.

(2) Ổi chứa lượng vitamin C nhiều gấp bốn lần cam.
→ _____.

(3) Cô ấy thích làm tự do hơn ngồi làm ở văn phòng.
→ _____.

(4) Số lượng học sinh nhập học năm nay ít hơn năm ngoái.
→ _____.

單字

dành 給予　**dễ gần** 平易近人　**thuận tiện** 便利　**tiền mặt** 現金　**chứa lượng** 含有、富含　**... lần**（數字＋）倍　**ngồi làm ở văn phòng** 坐辦公室的工作　**số lượng** 數量

對話 ①

Giám đốc Hứa:

Mọi người đến đông đủ rồi thì chúng ta bắt đầu cuộc họp thôi. Cuộc họp hôm nay chúng ta sẽ thảo luận về bộ sưu tập mới. Bộ sưu tập Xuân Hè năm nay, tôi muốn hướng đến sự tinh giản và thanh lịch.

Nhân viên thiết kế 1:

Tại sao lần này lại thay đổi phong cách khác so với mọi năm vậy?

Giám đốc Hứa:

Phong cách thời trang nhiều năm nay của công ty chúng ta vẫn luôn theo đuổi sự cầu kỳ và phức tạp, nhưng tôi nhận thấy ngành thời trang thế giới đang thay đổi, sự tinh giản trong thiết kế được chú trọng. Hơn nữa, việc thay đổi này cũng thể hiện sự đa dạng trong cách khai thác ý tưởng của chúng ta.

Nhân viên thiết kế 2:

Việc thay đổi này tốt thì tốt thật, nhưng làm sao để tạo sự khác biệt so với các thương hiệu thời trang khác?

Giám đốc Hứa:

Bộ sưu tập lần này chủ yếu sẽ sử dụng chất liệu cao cấp như vải chiffon, taffeta, lụa và double satin. Đặc biệt, chúng ta sẽ áp dụng kỹ thuật thêu đính và xếp vải origami 3D tạo điểm nhấn. Tôi muốn từ những bộ trang phục được thiết kế tinh giản nhưng vẫn tôn lên nét thanh lịch, sang trọng nhưng không kém phần táo bạo của người phụ nữ hiện đại.

Nhân viên thiết kế 2:

Vậy thì em nghĩ là với các kiểu dáng đầm dài và váy, mình có thể thiết kế khoét ngực, xẻ tà sâu để tôn lên nước da, đôi chân, khuôn cổ và vẻ đẹp gợi cảm của các quý cô một cách khéo léo. Một vài chi tiết cut-out tại phần eo và chân ngực có thể sẽ thể hiện được vẻ đẹp hiện đại và cá tính. Về màu sắc thì em muốn sử dụng bảng màu nóng để tôn lên sự rực rỡ và tươi mới.

許經理：
大家都到齊了，會議就開始吧！今天的會議將會討論新系列。今年的春夏系列，我想以簡約和優雅為設計主軸。

設計師1：
為什麼這次的風格與往年不同呢？

許經理：
多年來我們公司的時尚風格一直都是追求精緻和複雜，但我發現世界時尚行業正在發生變化，他們更加注重設計中的簡約。再說了，這樣的變化也能展現出我們在想法開發方式上的多樣性。

設計師2：
這樣的變化好是好的，但如何讓它與其他時尚品牌有所不同呢？

許經理：
本次系列將主要使用雪紡、平紋（塔夫綢）、絲綢和雙面緞紋等優質材料。特別是我們將採用刺繡和3D摺紙縫合技術來創造亮點。我想要的是簡約的服裝，但仍能展現出現代女性的優雅、奢華又不失去大膽。

設計師2：
這樣的話，我覺得對於連身長裙和其他裙類，我們可以設計胸口開洞、開深衩以巧妙地顯出女士們的膚色、腿部、頸部和性感美感。腰部和下胸的一些鏤空細節可以展現出現代和有個性的美感。在顏色方面，我想要用溫色調來顯出光彩和新鮮感。

Nhân viên thiết kế 1:

Hiện nay có một số gam màu đất đang là xu hướng thời trang như màu nâu và màu be cũng khá phù hợp ạ.

Giám đốc Hứa:

Được, vậy thì ngoài một số gam màu đất đó thì điểm nhấn của bộ sưu tập lần này sẽ là các thiết kế đỏ và hồng vừa nữ tính lại khá ấn tượng và thu hút thị giác.

Nhân viên thiết kế 1:

Vâng ạ / Dạ.

Giám đốc Hứa:

Sau cuộc họp này, trợ lý của tôi sẽ gửi bảng ý tưởng chi tiết cho mọi người, sau đó chúng ta sẽ bắt tay vào vẽ phác thảo bộ sưu tập theo định hướng đã đưa ra.

Các nhân viên thiết kế:

Vâng ạ / Dạ.

設計師1：
目前流行一些大地色系，比如棕色和米色，也挺適合。

許經理：
好，那除了大地色系外，此系列的亮點將是紅色和粉紅色的設計，它們既女性化又令人印象深刻且又吸睛。

設計師1：
好的。

許經理：
會議結束後，我的助理會給大家發一份詳細的情緒板，然後我們將按照給定的方向開始繪製。

設計師們：
好的。

單字

cuộc họp 會議	taffeta 平紋絲織品、塔夫綢	gợi cảm 性感
tinh giản 簡約	lụa 絲綢	khéo léo 巧妙
thanh lịch 優雅	double satin 雙面緞紋	cut-out 鏤空、挖空
theo đuổi 追求	thêu đính 刺繡	nước da 膚色
cầu kỳ 精緻	xếp vải origami 3D 3D摺紙縫合	chân ngực 下胸
phức tạp 複雜	tạo điểm nhấn 創造亮點	bảng màu nóng 溫色調
ngành thời trang 時裝業	tôn lên 突顯出	tươi mới 新鮮感
thiết kế 設計	sang trọng 奢華	màu đất 大地色系
chú trọng 注重	táo bạo 大膽	xu hướng 趨勢
khai thác 開發、開拓	khoét ngực 胸口開洞	bảng ý tưởng 情緒板
thương hiệu 品牌	kiểu dáng 款式	bắt tay vào 開始做、著手
chất liệu 材料	xẻ tà 開衩	bộ sưu tập 系列
vải chiffon 雪紡		phác thảo 繪製

本課相關單字 ①

【會議用語】

① họp giao ban （交接工作的）會議

② họp tuần 週會

③ họp tháng 月會

④ họp quý 季會

⑤ thông qua 通過

⑥ biên bản cuộc họp 會議記錄

⑦ tiến độ 進度

⑧ ý kiến 意見

⑨ kiến nghị 建議

⑩ tranh cãi 爭論

⑪ bỏ phiếu 投票

⑫ biểu quyết 表決

⑬ tham dự 參與

⑭ đề án 提案

⑮ triệu tập cuộc họp 召開會議

⑯ cuộc họp về dự án 專案會議

⑰ cuộc họp Hội đồng quản trị 董事會會議

⑱ chương trình họp 議程

⑲ đàm phán 談判

⑳ bản thảo 草案

㉑ phát biểu 發言

㉒ lập trường 立場

㉓ diễn thuyết 演講

㉔ chủ trương 主張

㉕ tán thành 贊成

㉖ phản đối 反對

㉗ đưa ra ý kiến khác 提出異議

㉘ sửa đổi 修正

㉙ tan họp 散會

【會議目的】

① làm rõ vấn đề 釐清問題

② giải quyết vấn đề 解決問題

③ kiểm điểm lỗi lầm 檢討過失

④ đánh giá kế hoạch 評估計畫

⑤ xây dựng tiếng nói chung 建立共識

⑥ tiết kiệm thời gian 節省時間

⑦ cung cấp ý tưởng 提供想法

⑧ giao nhiệm vụ 交付任務

⑨ hoàn thành mục tiêu 完成目標

會議文化

- có mặt trước khi cuộc họp bắt đầu 在會議開始前出席
- chú ý lắng nghe ý kiến người khác 認真聽取別人的意見
- không làm việc riêng 不做私事
- tôn trọng ý kiến người khác 尊重別人的意見
- không thể hiện thái độ tiêu cực 不要表現出消極的態度
- tránh ngắt lời người khác 不要打斷別人發言
- giơ tay trước khi phát biểu 發言前請先舉手
- để điện thoại ở chế độ rung 將手機設定成震動模式
- không nghe điện thoại 開會時不接電話
- trang phục sạch sẽ, chỉnh tề 穿著要乾淨整潔

會議結束時常用的用語

- Trước khi kết thúc cuộc họp hôm nay, tôi sẽ tóm tắt lại những điểm chính. 在結束今天的會議之前，我先總結一下要點。

- Nếu không ai có ý kiến gì nữa thì cuộc họp sẽ kết thúc tại đây. 如果沒有人有其他意見，那麼會議將到此結束。

- Chúng ta đã thảo luận xong mọi vấn đề trong chương trình họp hôm nay rồi, nên chúng ta sẽ kết thúc cuộc họp tại đây. 我們已經討論了今日議程的所有事項了，因此會議就到此結束吧！

- Thôi, cũng muộn rồi, hôm nay tạm thời dừng tại đây, ngày mai chúng ta tiếp tục thảo luận nhé. 時間也不早了，今天先到此為止，明天再繼續討論吧！

- Cảm ơn mọi người đã dành thời gian đến tham dự cuộc họp ngày hôm nay. 感謝大家抽空前來出席今天的會議。

文法 ②

(A) không thể ... khi mà (B) ... 當在…（的情況下），不可…

A: Cậu / Anh đã thông báo về việc tăng ca với công nhân chưa?
你有通知員工要加班嗎？

B: Chúng ta không thể yêu cầu công nhân tăng ca khi mà họ không muốn.
如果他們不想加班，我們也不能要求他們加。

在這個句型當中，兩個分句的主詞不同。「không thể」自然是「不能」之意；而「khi mà ...」可理解為「在…情況下／當…時候／若是…」等帶有轉折之意的表達。因此，「(A) không thể ... khi mà (B)」句型表示「在（B）情況下，（A）無法…」的意思。通常（B）的內容會是未滿足（A）的要求或者對（A）有影響的事情。

例
- Chúng tôi không thể giải quyết đơn khiếu nại của ông khi mà ông không cung cấp đầy đủ giấy tờ liên quan.
若是您不提供所有相關文件，我們將無法處理您的申訴。

- Công ty sẽ không thể bồi thường khi mà yêu cầu của khách hàng đưa ra vượt quá mức quy định.
當客戶的要求超過了規定的標準，本公司將不予賠償。

- Chúng tôi không thể xuất hàng khi mà bên anh chưa thanh toán tiền.
在您付款之前，我們無法出貨。

sao lại không + 形容詞／動詞 怎麼會不…呢

A: Nước cam anh pha mà em không uống à?
我榨給妳的柳橙汁，妳怎麼不喝呀？

B: Sao lại không uống, em đang chờ anh mà.
怎麼會不喝呢！我在等你一起喝呢！

這個句型當中，將疑問詞的詞組「sao lại không」置於形容詞或動詞之前面，表示對於後述內容的肯定強調，可以理解為「怎麼會不…呢」的意思。

例
- Sao lại không yên tâm cơ chứ, trước giờ tôi rất tin tưởng vào khả năng làm việc của cậu / anh.
怎麼會不放心呢！我一直相信你的工作能力。

- Sao lại không buồn? Tôi cũng là con người có cảm xúc mà.
怎麼會不難過呢？我也是一個有情緒的人嘛！

- Sao lại không mua? Đang có giảm giá thì phải mua nhiều chút chứ.
怎麼會不買呢？正在打折當然就是要買多一點啊！

自我測驗 ②

1 請完成下列「(A) không thể ... khi mà (B) ...」句型的句子

(1) Công ty không thể hoạt động khi mà _____.
（在還沒有拿到營業執照的情況下，公司不得營運。）

(2) Anh không thể tập trung suy nghĩ được khi mà _____.
（當妳一直坐在那喋喋不休的講個不停時，我沒辦法專心思考。）

(3) Tôi không thể đi về sớm khi mà _____.
（當大家都還在加班的情況下，我無法早點回去。）

(4) Tôi không thể thanh toán tiền khi mà _____.
（我還沒收到貨，無法先付款。）

2 請用「sao lại không ＋ 形容詞／動詞」的句型回答下列的問題

(1) Tuần sau bên anh có giao hàng đúng hẹn không?
→ _____.

(2) Gửi tiền vào ngân hàng này có an toàn không?
→ _____.

(3) Lô hàng mới này có đáp ứng được thị hiếu của khách hàng không?
→ _____.

(4) Mức giá yêu cầu này có hợp lý không?
→ _____.

單字

giấy phép kinh doanh 營業登記證　**lải nhải** 嘮叨　**thanh toán tiền** 買單、結帳　**giao hàng** 交貨
đúng hẹn 按約、如期　**gửi tiền** 存錢　**lô hàng** 一批貨　**đáp ứng** 回應、應合　**thị hiếu** 嗜好、喜好
mức giá yêu cầu 目標價　**hợp lý** 合理

對話 ②

Giám đốc Nguyễn:
Tôi đã xem qua bản báo cáo của Quang Hưng rồi, ý tưởng thiết kế app dành cho thiết bị di động khá táo bạo, hiện đại và thú vị, nhưng bất khả thi.

Quang Hưng:
Chúng ta còn chưa thử thì làm sao biết là bất khả thi ạ?

Giám đốc Nguyễn:
Vì nó chưa bám sát thực tế tình hình của công ty, hơn nữa chi phí cho việc thiết kế app không phải là một con số nhỏ, chúng ta không thể thử khi mà không chắc chắn sẽ không có rủi ro.

Quang Hưng:
Em hiểu ý của sếp. Vậy nên em đã tìm hiểu nghiên cứu kỹ và lập bản kế hoạch chi tiết để thiết kế app này sao cho phù hợp với công ty chúng ta với chi phí hợp lý nhất. Mọi người cùng xem và cho ý kiến ạ.

Nhân viên 1:
Em cho rằng phương án này rất hay, nhưng giao diện chính chọn màu thế này có phù hợp không?

Quang Hưng:
Sao lại không phù hợp chứ? Giao diện ứng dụng nên thiết kế sao cho người dùng lần đầu tiên nhìn vào cảm thấy dễ nhìn và có thiện cảm, như vậy sẽ dễ thu hút người dùng hơn là sử dụng màu sắc quá loè loẹt.

Giám đốc Nguyễn:
Tôi đồng ý với quan điểm của Quang Hưng.

Quang Hưng:
Đặc biệt, mọi người có thể thấy trên ứng dụng thiết kế tính năng trò chuyện trực tuyến cho khách mua hàng, hoặc kết hợp các hình thức hỗ trợ chăm sóc khách hàng qua điện thoại, facebook, email... Với tính năng này, khách hàng có thể dễ dàng liên hệ với nhân viên chăm

---

阮經理：
我已經看過光興的報告，設計一款手機APP的想法相當大膽、具有現代感又有趣，但這是不可行的。

光興：
我們都還沒嘗試過，怎麼知道是不可行的呢？

阮經理：
因為它不符合公司的經營實況，而且APP設計的成本也不小，所以若在我們無法確保是沒有風險的情況下，就不能冒險去嘗試。

光興：
我理解您的意思。所以我已經仔細研究並制定了詳細的計劃，以最合理的成本設計出適合我們公司的APP。請大家來看一下並提出意見。

職員1：
我覺得這個方案很好，但是主介面選擇這樣的顏色合適嗎？

光興：
怎麼會不合適呢？APP介面的設計要讓用戶第一次看到的時候就感覺好看並產生好感，這樣會比使用過度華麗的顏色更容易吸引用戶。

阮經理：
我同意光興的觀點。

光興：
大家可以在APP上看到我們為購物的用戶設計了一個線上聊天功能，或者與電話、臉書、電子郵件等多種客服形式相結合是它的一大特點。有了這個功能，當客戶需要

sóc khách hàng khi họ muốn tư vấn về sản phẩm, giao hàng, thanh toán và những vấn đề khác.

Nhân viên 2:
Xin lỗi, em ngắt lời một chút. Em có một ý này, cũng giống như facebook, chúng ta có thể phân tích những thói quen mua sắm và tìm kiếm của khách hàng để dễ dàng phân loại được những khách hàng mục tiêu, đưa ra những gợi ý về sản phẩm đúng gu với họ nhất.

Quang Hưng:
Đây cũng là một ý kiến hay, em sẽ bổ sung thêm ạ.

Giám đốc Nguyễn:
Về cơ bản thì bản kế hoạch này khá chi tiết và giải quyết được một số vấn đề mà chúng ta còn đang băn khoăn. Tôi sẽ nghiên cứu kỹ hơn trước khi chúng ta đưa ra quyết định triển khai.

有關產品、交貨、付款和其他問題的建議時，就可以輕鬆聯繫客服人員。

職員2：
不好意思，我打斷一下。我有一個想法，就像臉書一樣，我們可以分析客戶的購物和搜尋習慣，輕鬆對目標客戶進行分類，提出最合適的產品建議。

光興：
這也是個好主意，我會補充進去。

阮經理：
基本上，這個計劃相當地詳細，也解決了我們還在有些顧慮的問題。在我們做出實際的執行決定之前，我會仔細研究一下。

B037.MP3　北音
N037.MP3　南音

單字

thiết kế 設計	thực tế 實際	loè loẹt 華麗、花花綠綠
app 應用程式、APP	rủi ro 風險	tính năng 功能
thiết bị di động 行動設備	giao diện 介面	trực tuyến 在線、線上
táo bạo 大膽	ứng dụng 應用程式、APP	chăm sóc khách hàng 客服
hiện đại 現代	dễ nhìn 好看	phân tích 分析
bất khả thi 不可能的	thiện cảm 好感	băn khoăn 顧慮
bám sát 接近	thu hút 吸引	triển khai 實施

本課相關單字 ②

【會議記錄】

1. chủ đề 會議主題
2. mục đích cuộc họp 會議目的
3. nội dung cuộc họp 會議內容
4. tiêu điểm chính 主要焦點
5. thời gian diễn ra cuộc họp 會議時間
6. địa điểm diễn ra cuộc họp 會議地點
7. vấn đề thảo luận 議題
8. chương trình họp 議程
9. người chủ trì 主席
10. diễn giả 演講人
11. thư ký 秘書 
12. người tham gia 出席者
13. người vắng mặt 缺席者
14. người lập biên bản họp 會議記錄（者）
15. ghi chép 記錄
16. trọng tâm 重點
17. tốc ký 速記
18. trung thực 誠實、忠實 
19. thảo luận 討論
20. tổng kết 總結
21. kết luận 結論

【會議室設備】

1. bàn hội nghị 會議桌
2. máy chiếu 投影機
3. bút trình chiếu laser 雷射簡報筆
4. micro 麥克風
5. tai nghe 耳機
6. loa 喇叭
7. máy thu âm 錄音筆
8. màn hình chiếu 布幕
9. bảng trắng 白板

【會議問題】

1. thảo luận không đúng trọng tâm 討論失焦
2. không hiệu quả 沒效率
3. không giao tiếp với nhau 溝通沒交集
4. thiếu sự đồng thuận 缺乏共識
5. phát biểu dài dòng 發言冗長
6. cuộc họp quá giờ 會議超時
7. ngủ gật 打瞌睡

【其他行為】

1. tắt đèn 關燈
2. bật đèn 開燈
3. ghi chép 做筆記

贊成與反對的說法

- tôi đồng ý với quan điểm của bạn 我同意你的觀點
- tôi hiểu ... 我理解…
- tôi ủng hộ bạn 我支持你
- đó là một ý hay 那是個好主意
- tôi hoàn toàn đồng ý với điều mà bạn nói
  我完全認同你所說的
- nghe cũng có vẻ có lý... 聽起來好像也有道理…
- tôi lại nghĩ khác 我不這麼認為
- suy nghĩ của tôi và bạn không giống nhau 我的想法跟您不一致
- về điểm này thì bạn nói không sai, nhưng ... 這一點你說得沒錯，但是…
- tôi không chắc chắn lắm ... 我不太確定…
- xin lỗi, tôi e là không thể ... 抱歉，我恐怕沒辦法…
- tôi không cho rằng đó là một ý hay 我不認為那是個好主意
- tôi giữ thái độ trung lập 我保持中立

會議議程控制

- Nếu mọi người đều không có ý kiến gì nữa thì chúng ta sẽ chuyển sang vấn đề tiếp theo. 如果大家都沒有其他意見，那我們就繼續下一個議題。
- Do thời gian có hạn nên chúng ta chuyển sang vấn đề tiếp theo.
  由於時間緊迫，我們就進行下一個議題。
- Xin lỗi, vấn đề này không nằm trong phạm vi thảo luận của cuộc họp này. 抱歉，這個問題不在本次會議討論的範圍裡。
- Tôi nghĩ chúng ta hơi lạc đề. 我認為我們有點偏離主題了。
- Chúng ta quay lại vấn đề chính, được không? 我們言歸正傳，好嗎？

一起聊天吧！

1 根據實際情況回答問題

- **Mục đích của cuộc họp này là gì?**
  這次會議的目的是什麼？
- **Cuộc họp này sẽ có những bộ phận nào tham gia?**
  哪些部門將參加這次會議？
- **Cuộc họp sẽ bắt đầu vào lúc mấy giờ?**
  會議幾點開始？

2 主題談話

① Họp ra mắt sản phẩm mới: lên ý tưởng, thiết kế chương trình, chuẩn bị tư liệu
新品發佈會：提出想法、設計方案、準備資料

② Họp sản xuất và tiêu thụ: sản xuất và tiêu thụ của tháng trước, sản xuất và mục tiêu tiêu thụ tháng này
產銷會議：上個月的生產和銷售、這個月的生產和銷售目標

③ Họp tổng kết kết quả kinh doanh: kết quả kinh doanh quý trước, so sánh kết quả với cùng kỳ năm ngoái, đề ra mục tiêu kinh doanh quý tới
營業總結會議：上一季業績、與去年同期的結果相比、設定下一季的業務目標

3 練習對話

1 A giao nhiệm vụ cho B chuẩn bị cho cuộc họp
A 將準備會議的任務交給 B

Gợi ý: gửi thông báo họp, chuẩn bị tài liệu, bố trí phòng họp ra sao?
提示 寄開會通知、準備資料、如何安排會議室？

2 A và B bàn về chiến lược kinh doanh
A 跟 B 討論經營策略

Gợi ý: sản phẩm nào, cách thức triển khai ra sao?
提示 哪個產品、如何實施？

單字心智圖

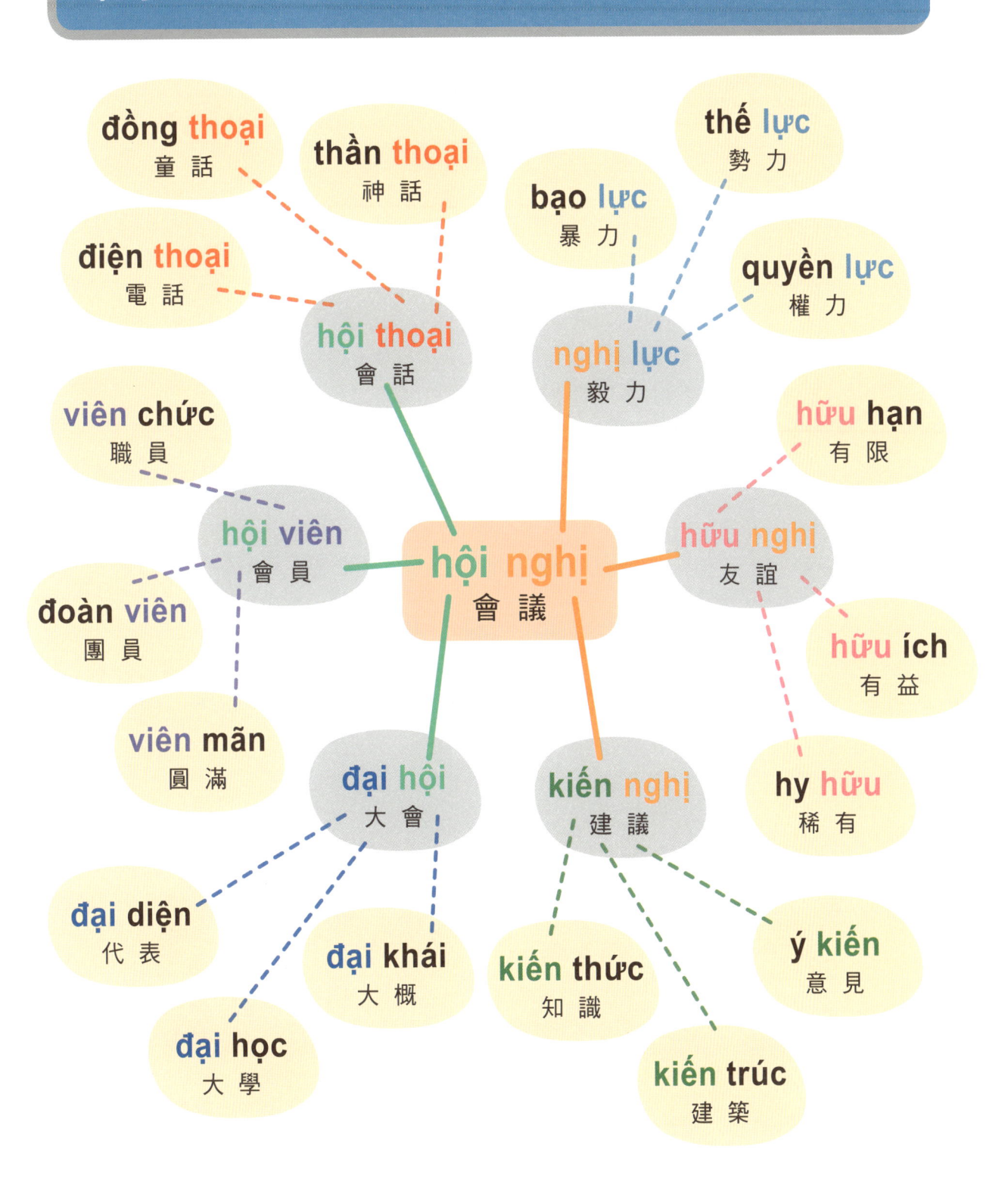

- **đồng thoại** 童話
- **thần thoại** 神話
- **điện thoại** 電話
- **hội thoại** 會話
- **bạo lực** 暴力
- **thế lực** 勢力
- **quyền lực** 權力
- **nghị lực** 毅力
- **viên chức** 職員
- **hội viên** 會員
- **đoàn viên** 團員
- **viên mãn** 圓滿
- **hội nghị** 會議
- **hữu hạn** 有限
- **hữu nghị** 友誼
- **hữu ích** 有益
- **hy hữu** 稀有
- **đại hội** 大會
- **đại diện** 代表
- **đại khái** 大概
- **đại học** 大學
- **kiến nghị** 建議
- **kiến thức** 知識
- **kiến trúc** 建築
- **ý kiến** 意見

第 03 課 會議　57

越南大小事

越南會議文化

　　一般開會要做什麼？就是達到共識、解決問題等這幾個終極目標！各大公司也常常開會，但是有許多的會議，其實還浪費了許多的時間、人力以及物力。你知道嗎？在越南，根據「Báo Tuổi Trẻ（越南青年報）」於2007年1月19日的報導，越南全國上下平均每天有舉辦3000場會議，總共耗費了15億的越南盾。可惜各大企業在如此頻繁密集的會議頻率之下，越南整體的產業經營中，會議的品質不見好轉，績效提升的效率也很有限，已成為企業普遍存在的問題之一。

　　具體的說，現在在越南，會議還是以後述類似的形式在進行的。以年度性的會議為例：首先，是會議的主席通常會在會議開始之後分發會議資料給每位出席的同事。問題是這份資料多半是以往年的資料稍做調整，內容通常鮮少新意，且雖然可能會提到累積下來待解決的問題，但是往往都沒有徹底解決的有效方針。

　　那為什麼解決不了呢？接著看，與會者的態度也極大地影響了會議的品質。還記得越南人有「giờ cao su（橡皮筋時間）」的遲到壞習慣嗎？每次開會時，與會者大約都會遲到個5-10分鐘，使得會議時間經常拉長，弄到每位與會者都七葷八素的。而在會議期間，主席常一個人講不停又欠缺重點，而聽的人也心不在焉，有人趁機交頭接耳、有人滑手機發私訊、有人做私事，甚至於有些人會不甩主席大聲交談，整場會議變得像菜市場一樣喧鬧雜亂。相反地，到了要與會者們發表意見的時候，所有人又瞬間噤若寒蟬，原因是因為一些人根本就沒仔細閱讀會議資料，也不知道要說什麼；另外大多數人的心態也是「不想得罪人」、「以和為貴」，所以多半都不願發表意見，寧願一味地迎合主席，也不願承擔個人責任。

當會議進行中　　　　　　　被要求發言時

　　綜觀上述所言，自然就沒辦法達到開會的初衷，即「達到共職、解決問題」的目標。不過現狀況雖然如此，但進步本就是循序漸進的，日後的改變並非一定悲觀。不然，不妨也以你豐富的經營、就職經驗，來試著改變越南的會議文化吧！

Bài 04 | 貿易 Thương mại

【商業應用篇】

目標

- 學習到貨時談論收貨的對話
- 學習與貿易用語、貿易常見文件的表達
- 學習查詢貿易貨物流向的對話
- 學習提單字語及分類的表達

文法

1. 動詞 + mãi + mới ... 一直…，才…
2. sau khi ... sẽ ... …之後，…將會／就會…
3. phần ... phần ... 一則是…、二則是…
4. hết ... đến ... 從…到…（都）、…後、又…

文法 ①

動詞 + mãi + mới ... 一直…，才…

A: Tình hình sao rồi?
情況如何了？

B: Em nói mãi chị ấy mới nhận lời đấy.
我講了半天她才答應唷！

「動詞 + mãi + mới ...」的句型常用於表示某個動作進行相當長的時間之後，才產生或得到另一個結果。依情況，有時「mãi」與「mới」之間能夠置放另一個主詞。可以理解為「一直（做某動作）…，才…」的意思。

例
- Em đang dùng máy photocopy thì bị kẹt giấy, rút mãi mới ra.
  我正在使用影印機時突然卡紙，花了很長時間才把卡住的紙拉出來。
- Có mỗi bản báo cáo mà viết mãi mới xong.
  就一份報告竟然花這麼長時間才能完成。
- Lâu lắm không gặp, anh nhìn mãi mới nhận ra em đấy.
  好久不見，我看了好久才認出妳來。

sau khi ... sẽ ... …之後，…將會／就會…

A: Sắp tới cậu / bạn dự định sẽ làm gì?
你接下來打算做什麼？

B: Tôi dự định sau khi tốt nghiệp sẽ trở về nước làm việc.
我打算畢業後會回國工作。

「sau khi ... sẽ ...」的句型為「經過某段時間之後，話者或話者所提到的對象將會做些什麼」的表達，意思相當於中文的「…之後，…將會／就會…」。而此句型通常可用在表達出「未來的計劃或打算」。

例
- Sau khi xử lý mọi việc ổn thoả, tôi sẽ rời khỏi đây.
  在所有事情都解決之後，我就會離開這裡。
- Sau khi sản xuất xong lô hàng này, chúng tôi sẽ chuyển vào kho.
  這批貨物生產完成後，我們會將其放入倉庫。
- Sau khi nguyên vật liệu nhập về kho, chúng ta sẽ tiến hành sản xuất ngay lập tức.
  在材料入庫後，我們將會立即開始生產。

自我測驗 ①

1 請依提示完成下列的句子

| hỏi | tìm | mở | giặt |

(1) Người ta đóng nắp chai này chặt quá, em _____ mãi mới được.
（有人把這個瓶蓋轉得好緊，我轉了好久才轉開。）

(2) Vết ố này rất khó tẩy, mẹ _____ mãi mới sạch đấy.
（這污漬很難洗淨，媽媽洗了好久才把它洗掉。）

(3) Không hiểu cậu ấy / anh ấy làm sao mà tôi _____ mãi mới trả lời.
（不知道他怎麼了，我問了好久，他才開口講話。）

(4) Anh giấu chìa khoá kỹ quá, em phải _____ mãi mới thấy.
（你把鑰匙藏得太嚴密了，我一直找好久才找到。）

2 請完成下列「sau khi ... sẽ ...」句型的句子

(1) Sau khi cuộc họp kết thúc, tôi sẽ _____.
（在這場會議結束後，我將會去機場。）

(2) Sau khi anh bấm nút mở, máy sẽ _____.
（當你按下啟動鍵，機器就會開始啟動。）

(3) Sau khi nhận được đơn đặt hàng của khách hàng, chúng tôi sẽ
_____.
（在接到客戶的訂單之後，我們就會迅速準備出貨事宜。）

(4) Sau khi làm xong bài tập, con sẽ _____.
（在做完作業之後，你就可以看 30 分鐘的電視。）

單字

nắp chai 瓶蓋　**vết ố** 污漬　**tẩy** 去除、擦拭、洗　**nút mở**（按鈕）啟動鍵　**chạy** 跑；（機器）啟動、發動
đơn đặt hàng 訂單　**nhanh chóng** 迅速

對話 ①

Công ty vận chuyển:
Xin lỗi, cho em hỏi có phải anh Hiếu ở công ty Thiên Hà không ạ?

Ngọc Hiếu:
Ừ, đúng rồi.

Công ty vận chuyển:
Dạ, em là nhân viên của công ty vận chuyển BHL, anh có một lô hàng nhập khẩu từ bên Đài Loan hiện đã đến Hà Nội, anh vui lòng cung cấp email để em gửi thông tin khai báo hải quan cho anh ạ.

Ngọc Hiếu:
May quá, lô hàng này anh chờ mãi mới về. Em gửi vào email "hieu_hc@gmail.com" cho anh nhé.

Công ty vận chuyển:
Dạ vâng / Dạ, em sẽ gửi cho anh những nội dung liên quan đến khai báo hải quan, anh vui lòng lựa chọn loại hình khai báo và cung cấp sớm các thông tin cần thiết về lô hàng để khai báo hải quan và tránh phát sinh phí lưu kho ạ.

Ngọc Hiếu:
Ok em, anh sẽ phản hồi sớm nhất có thể.

(Một thời gian sau ...)

Ngọc Hiếu:
Em vui lòng khai báo giúp bên anh lô hàng này nhập theo hình thức phi mậu dịch nhé. Thông tin chi tiết về lô hàng như tên hàng, chất liệu, quy cách đóng gói, model, mã số HS..., anh đã gửi qua email cho em rồi, em đối chiếu thông tin và khai báo giúp anh nhé.

Công ty vận chuyển:
Vâng / Dạ, em nhận được rồi anh ạ. À, anh vui lòng bổ sung thêm giúp em thông tin xuất hoá đơn bao gồm tên công ty, mã số thuế và địa chỉ công ty ạ.

貨運公司：
不好意思，請問這是天河公司的陳玉孝先生嗎？

玉孝：
是的。

貨運公司：
您好，我這裡是BHL貨運公司，您有批從台灣進口的貨物現在已經到河內了，麻煩您提供您的電子郵件，我會把報關的相關資料寄給您。

玉孝：
太好了，這批貨我等了好久才到。妳幫我寄到「hieu_hc@gmail.com」的電子信箱吧！

貨運公司：
好的，我會把報關的相關資料發給您，請你選擇報關類型，並盡快提供貨物報關所需要的資料，避免產生倉儲費。

玉孝：
好的，我會盡快回覆。

（一段時間後）

玉孝：
麻煩你幫我申報這批貨是以非商業形式進口的。貨物名稱、材質、包裝規格、型號、HS編碼等詳細資訊，我已經寄到你的信箱了，請你核對一下，然後幫我申報吧！

貨運公司：
好的，我收到了。啊，麻煩您幫我補一下公司名稱、統編和公司地址等開發票相關的資訊。

(Một thời gian sau ...)

Công ty vận chuyển:

Chào anh Hiếu, lô hàng nhập khẩu từ Đài Loan của anh đã được thông quan rồi ạ. Em xin gửi anh thông tin thanh toán thuế nhập khẩu cho lô hàng, sau khi thanh toán xong bên em sẽ giao hàng tới địa chỉ anh đã cung cấp ạ.

Ngọc Hiếu:

Lô hàng này bên gửi hàng thanh toán toàn bộ mọi thuế phí, em xác nhận lại giúp anh nhé.

Công ty vận chuyển:

Dạ vâng / Dạ, em sẽ xác nhận lại, nếu bên gửi hàng thanh toán thì em sẽ giao hàng luôn cho anh ạ.

（一段時間後）

貨運公司：
陳先生您好，您從台灣進口的貨物已經通關了。我向您寄送貨物的進口納稅資訊，付款完成後，我們會將貨物運送到您提供的地址。

玉孝：
這批貨物應是由寄件者支付所有稅金，請你再幫我確認一下吧！

貨運公司：
好的，我會再次確認，如果寄件者付款，我會馬上交貨。

B043.MP3　北音
N043.MP3　南音

單字

vận chuyển 運輸	lưu kho 倉儲	đối chiếu 核對
lô hàng 一批貨	phản hồi 回覆	xuất hoá đơn 開發票
nhập khẩu 進口	phi mậu dịch 非商業	mã số thuế 統一編號
cung cấp 提供	chất liệu 材質	thông quan 通關
khai báo 申報	quy cách đóng gói 包裝規格	thuế phí 稅費
hải quan 海關	model 型號	giao hàng 交貨
loại hình 類型	mã số HS HS編碼	bên gửi hàng 寄件者、寄件方
phát sinh 發生、產生		xác nhận 確認

第 04 課　貿易

本課相關單字 ①

B044.MP3 北音
N044.MP3 南音

【貿易相關詞彙】

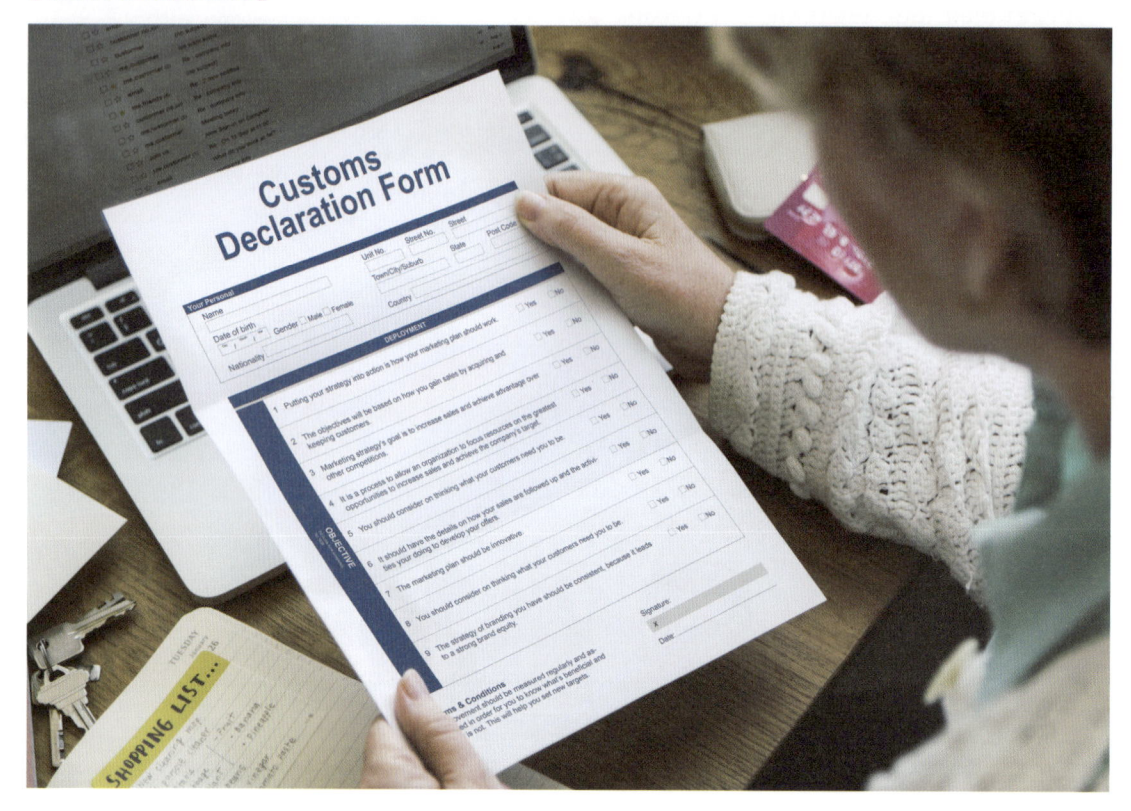

① nhập khẩu 進口

② người nhập khẩu 進口商

③ xuất khẩu 出口

④ người xuất khẩu 出口商

⑤ vận đơn 提單

⑥ đơn đặt hàng vận chuyển 裝貨單

⑦ nợ xấu 呆帳

⑧ ký hậu để trống 空白背書

⑨ ký hậu 背書

⑩ phí thủ tục 手續費

⑪ đại lý độc quyền 獨家代理

⑫ nhà cung cấp 供應商

⑬ thủ tục xuất nhập cảnh 出入境手續

⑭ khai báo hải quan 海關申報

⑮ cửa hàng miễn thuế 免稅商店

⑯ cửa khẩu 進口港、入境港

⑰ bãi container 貨櫃場

⑱ hàng hoá nguy hiểm 危險物品

⑲ đại lý hãng tàu biển 船舶代理

⑳ chứng từ thương mại 商業單據

㉑ rủi ro 風險

㉒ đền bù 補償

㉓ bồi thường 賠償

㉔ danh sách container 貨櫃清單

㉕ biên bản tình trạng hàng hoá 貨物狀況記錄

㉖ tạm ứng / đặt cọc 預付

㉗ kim ngạch xuất khẩu 出口額

㉘ kim ngạch nhập khẩu 進口額

【貿易術語】

❶ thuế quan 關稅

❷ cảng phí / thuế cảng 港口稅

❸ thuế nhập khẩu 進口差價稅

❹ tổng giá trị 總值

❺ phí vận chuyển 運費

❻ phí cầu bến 碼頭費

❼ phí dỡ hàng 卸貨費

❽ giá sỉ 批發價

❾ giá bán lẻ 零售價

❿ giá ròng 淨價

⓫ trị giá hải quan 關稅估價

進出口常見文件

- giấy phép nhập khẩu 輸入許可證
- giấy phép xuất khẩu 輸出許可證
- chứng nhận chất lượng 品質證明書
- chứng nhận trọng lượng hàng 容積重量證明書
- chứng nhận bảo hiểm 保險證明書
- báo cáo kiểm tra giao hàng 輸出檢驗合格證明書
- chứng nhận kiểm dịch thực vật 植物檢疫證明書
- thư cam kết bồi thường 賠償保證書
- đơn đặt hàng 訂單
- phiếu đóng gói 裝箱單
- hợp đồng mua bán 購銷合同

文法 ②

phần ... phần ... 一則是…、二則是…

A: Sao con khóc thế?
孩子（女兒）怎麼哭了？

B: Con bé bị ngã / bị té, phần vì đường trơn ướt, phần vì nó chạy nhanh quá.
她摔倒了，一則是因路面濕滑、二則因為她跑得太快了。

此句型用於作為解釋造成前分句所述內容結果的複數原因、理由或分析問題的並列，類似於中文的「一則是…、二則是…」、「一來是…、二來是…」等。

例
- Lô hàng này giao chậm, phần vì gặp phải một số vấn đề trong sản xuất, phần vì ảnh hưởng của thời tiết làm chậm tiến độ.
  這批貨延遲交貨，一則是因為生產的過況中遇到一些問題、二則是因為天候影響了進度變慢。
- Nó thi trượt đại học, phần là do đề thi hơi khó so với lực học của nó, phần là do lười học quá.
  他大學考不上，一則是因為考題對於他所學的來說有點難，二則是因為他學習太不認真了。
- Phần vì sếp đi công tác đột xuất, phần vì số người tham gia họp không đủ, nên phải dời lịch họp sang tuần sau.
  一則是因為經理要緊急出差，二則是因為參加會議的人數不足，所以得將會議改到下週。

hết ... đến ... 從…到…（都）、…後，又…

A: Sao mua nhiều đồ thế?
怎麼買這麼多東西啊？

B: Con bé đòi mua đủ thứ, hết búp bê lại đến xếp hình.
要娃娃又要積木，她什麼都想買。

此句型用於表示前分句和後分句所提到的某個事物、動作或狀態的接連不斷，一個又一個地發生。可以理解為「從…到…（都）」、「…後，又…」的意思。

例
- Khách hàng phàn nàn về sản phẩm thì hết bộ phận kinh doanh đến bộ phận sản xuất đùn đẩy trách nhiệm.
  客戶投訴關於產品的問題，從銷售部到生產部都推卸責任。
- Để kiếm tiền trang trải cuộc sống, nó làm đủ thứ việc, hết phục vụ bàn lại đến gia sư.
  為了維持生計，他從服務生到家教的各種工作都做。
- Chúng tôi đã hỏi hết chủ quán đến nhân viên, đều không rõ nguyên nhân xảy ra sự việc.
  從餐廳老闆到工作人員我們都詢問過後，他們都不清楚事情發生的原因。

自我測驗 ②

1 請完成下列「phần ... phần ...」句型的句子

(1) Anh ấy không muốn làm ở công ty đó, phần vì _____,
phần vì _____.
（他不想在那間公司工作，一則是因為離家太遠，二則是因為薪水太少之故。）

(2) Cấp trên không duyệt phương án này, phần vì _____,
phần vì _____.
（上級不批准這個方案，一部分的原因經費過高，一部分的原因是不可能完成。）

(3) Sản phẩm mới được nhiều người ưa thích, phần vì
_____, phần vì _____.
（新產品得到廣大群眾的喜愛，一來是因為款式漂亮、二來是因為價格合理。）

2 請依提示完成下列的句子

| ăn bánh | học đàn | uống sữa | phim này | học vẽ | phim khác |

(1) Cả buổi tối, hai đứa ngồi xem hết _____ đến
_____.
（這兩個孩子一整晚就只是坐著看電影一片一片的看。）

(2) Nó đói quá nên về tới nhà là hết _____ lại đến
_____.
（他餓極了，所以一回家就吃了麵包後，又喝了牛奶。）

(3) Ngày cuối tuần mà con gái tôi hết _____ lại đến
_____.
（週末的日子，我的女兒得去學琴，之後又得去學畫畫。）

單字

duyệt 批準　**phương án** 方案　**khả thi** 可行　**ưa thích** 喜好、喜愛　**mẫu mã** 款式　**đàn** 琴

對話 ②

Ngọc Hiếu:

Alo, chị ơi, em là Hiếu, bên công ty Thiên Hà, em có một lô hàng về qua bên mình, nhờ chị kiểm tra giúp em lịch tàu về và lô hàng này về cảng nào được không ạ?

Đại lý giao nhận:

Em đọc số vận đơn và số container của lô hàng để chị kiểm tra cho nhé.

Ngọc Hiếu:

Dạ vâng / Dạ, chị tra giúp em số vận đơn "PCSLQK28953206" và số container "BICY56207".

Đại lý giao nhận:

Lô hàng này của em rời cảng Zhuhai vào lúc 10 giờ sáng ngày 20 tháng 10, ngày dự kiến đến cảng đích là ngày 27 tháng 10.

Ngọc Hiếu:

Ôi sao ngày dự kiến đến cảng đích lại muộn hơn à chị?

Đại lý giao nhận:

Ừ em, phần vì thời tiết không thuận lợi, phần vì giờ đang là mùa cao điểm thường xuyên bị tắc nghẽn tại các cảng biển trong và ngoài nước, nên các cảng đều kiểm tra nghiêm ngặt, tốn nhiều thời gian, tàu phải neo đậu tại cảng trung chuyển Shenzhen hai ngày. Đây là tình trạng chung trong mùa cao điểm nên từ sáng đến giờ, hết công ty này đến công ty kia gọi điện đến kiểm tra lịch tàu về.

玉孝：

喂，您好，我是天河公司的玉孝，我這邊有由您那邊承運的一批貨正在回來的路上，麻煩您幫我查一下船期表以及這批貨要到哪個港口好嗎？

貨運代理：

請您給我貨品的提單號碼和貨櫃編號，我幫你查詢。

玉孝：

好的，提單號碼是「PCSLQK28953206」，貨櫃編號是「BICY56207」，請幫我查一下。

貨運代理：

您這批貨於10月20日上午10點從珠海港出港，預計在10月27日到達目的港。

玉孝：

哎呀，為什麼會比預計到達目的港的日期還晚一些呢？

貨運代理：

是的，一則是因為天氣不好，二則是因為現在正處於旺季，國內外海港經常出現船舶阻塞的緣故，所以港口的檢查很嚴格，需要多花很多時間，船要在深圳轉運港停泊兩天才行。這是當旺季的普遍情況，所以從早上到現在一間又一間的公司打電話來查詢船期表。

Ngọc Hiếu:

Dạ, em hiểu rồi ạ. Chị xác nhận giúp em cảng đích có phải cảng Hải Phòng không ạ?

Đại lý giao nhận:

Ừ, đúng rồi em ạ.

Ngọc Hiếu:

Vâng / Dạ, lô hàng này công ty em đang cần gấp nên khi nào tàu cập cảng thì phiền chị thông báo ngay cho em nhé. Em cảm ơn ạ.

Đại lý giao nhận:

Ừ, em cứ yên tâm.

玉孝：
好的，我明白了。您幫我確認一下目的港是海防港嗎？

貨運代理：
是的，沒錯。

玉孝：
好的，這批貨是我們公司趕著要，所以當船到達港口時，請馬上通知我。謝謝您。

貨運代理：
好的，您放心吧。

北音 B047.MP3　南音 N047.MP3

單字

lịch tàu 船期	dự kiến 預計	neo đậu 停泊
cảng 港口	thuận lợi 順利	cảng trung chuyển 轉運港
số vận đơn 提單號碼	mùa cao điểm 旺季	cập cảng 到達港口
số container 貨櫃編號	tắc nghẽn 擁擠、阻塞	
rời cảng 出港	cảng biển 海港	
cảng đích 目的港	nghiêm ngặt 嚴格、嚴密	

第 04 課 貿易

本課相關單字 ②

【貿易相關詞彙】

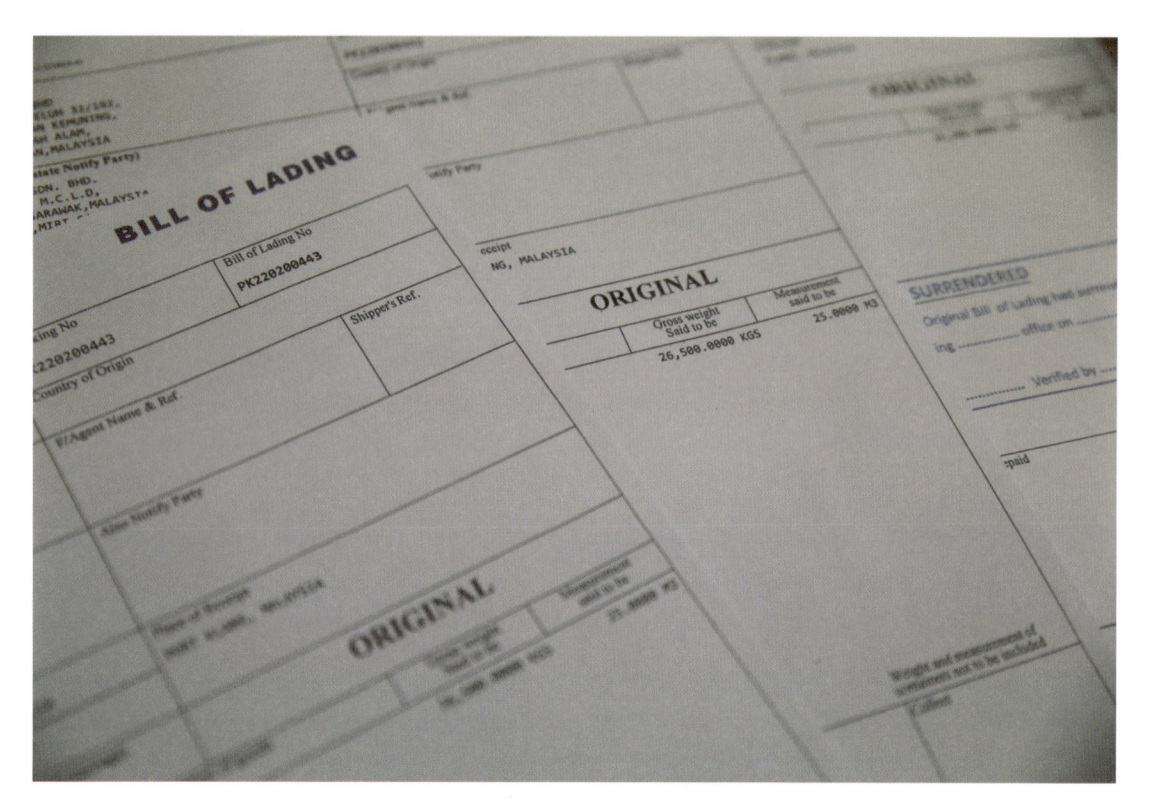

1. ngày xếp hàng lên tàu 裝船日
2. thời gian dự kiến khởi hành 預計開航時間
3. thời gian dự kiến tàu đến 預計抵達時間
4. tên tàu 船名
5. cảng xếp hàng 裝貨港
6. cảng dỡ hàng 卸貨港
7. cảng đích 目的港
8. người gửi hàng 托運人
9. người nhận hàng 收貨人
10. người vận tải 承運人
11. tàu container 貨櫃船
12. cảng container 貨櫃碼頭
13. vận đơn đường biển 海運提單
14. vận đơn hàng không 空運提單
15. giấy báo hàng đến 到貨通知書
16. số vận đơn 提單編號
17. vận đơn gốc 正本提單
18. người nhận thông báo hàng đến 通知方
19. địa điểm nhận hàng 接貨地
20. địa điểm giao hàng 交貨地
21. tên hàng 貨名
22. ký mã hiệu 運輸標誌、嘜頭

㉓ thời gian và địa điểm cấp vận đơn 提單的簽發日期和地點

㉔ số lượng kiện 件數

㉕ trọng lượng cả bì 毛重

❸ vận đơn đã bốc xếp hàng 已裝船提單

❹ vận đơn nhận hàng để xếp 備運提單

❺ vận đơn sạch / vận đơn hoàn hảo 清潔提單

❻ vận đơn không hoàn hảo 不清潔提單

❼ vận đơn đích danh 記名提單

❽ vận đơn vô danh 不記名提單

❾ vận đơn theo lệnh 指示提單

❿ vận đơn đi thẳng 直運提單

⓫ vận đơn chở suốt 轉運提單

⓬ vận đơn vận tải đa phương thức 複合運送單據

⓭ vận đơn bản sao 副本提單

【海運提單分類】

❶ vận đơn chủ 主提單

❷ vận đơn thứ 子提單

交貨方式

- giao hàng tại xưởng (EXW) 工廠交貨條件
- giao dọc mạn tàu (FAS) 船邊交貨價條件
- giao tại nơi đến (DAP) 目的地交貨條件、卸貨地交貨條件
- giao hàng tại bến (DAT) 終點站交貨條件
- giao tại cầu cảng (DEQ) 目的港碼頭交貨條件
- giao hàng tại cảng dỡ hàng (CIF) 含運、保費在內交貨條件
- giao hàng trên tàu (FOB) 起運港船上交貨條件

一起聊天吧！

1 根據實際情況回答問題

- **Thời gian giao hàng của lô hàng này là khi nào?**
  這批貨的交貨時間是什麼時候？
- **Bên anh / chị muốn chọn phương thức giao hàng nào?**
  您想要選哪種交貨方式？
- **Anh / chị muốn sử dụng phương thức thanh toán nào?**
  您想要使用哪種付款方式？

2 主題談話

1. Giao hàng: địa điểm giao hàng, phí vận chuyển hàng hoá, thời gian giao hàng
   交貨：交貨地點、運貨費、交貨時間
2. Hải quan: khai báo hải quan, kiểm tra hải quan, kho lưu hải quan
   海關：海關申報、海關檢查、保稅倉庫
3. Vận đơn: người nhận hàng, hàng hoá nguy hiểm, hãng máy bay
   提單：收貨人、危險物品、航空公司

3 練習對話

1 A đặt hàng sản phẩm với B　A 跟 B 訂貨

Gợi ý: sản phẩm, số lượng, phương thức thanh toán ra sao?

> 提示　準備資料產品、數量、付款方式如何？

2 A gọi điện cho B tra cứu lịch tàu
A 給 B 打電話查詢船期

Gợi ý: thời gian tàu chạy và tàu đến, tình hình hàng hoá ra sao?

> 提示　準備資料船舶出發和到達時間、貨物情況如何？

72

單字心智圖

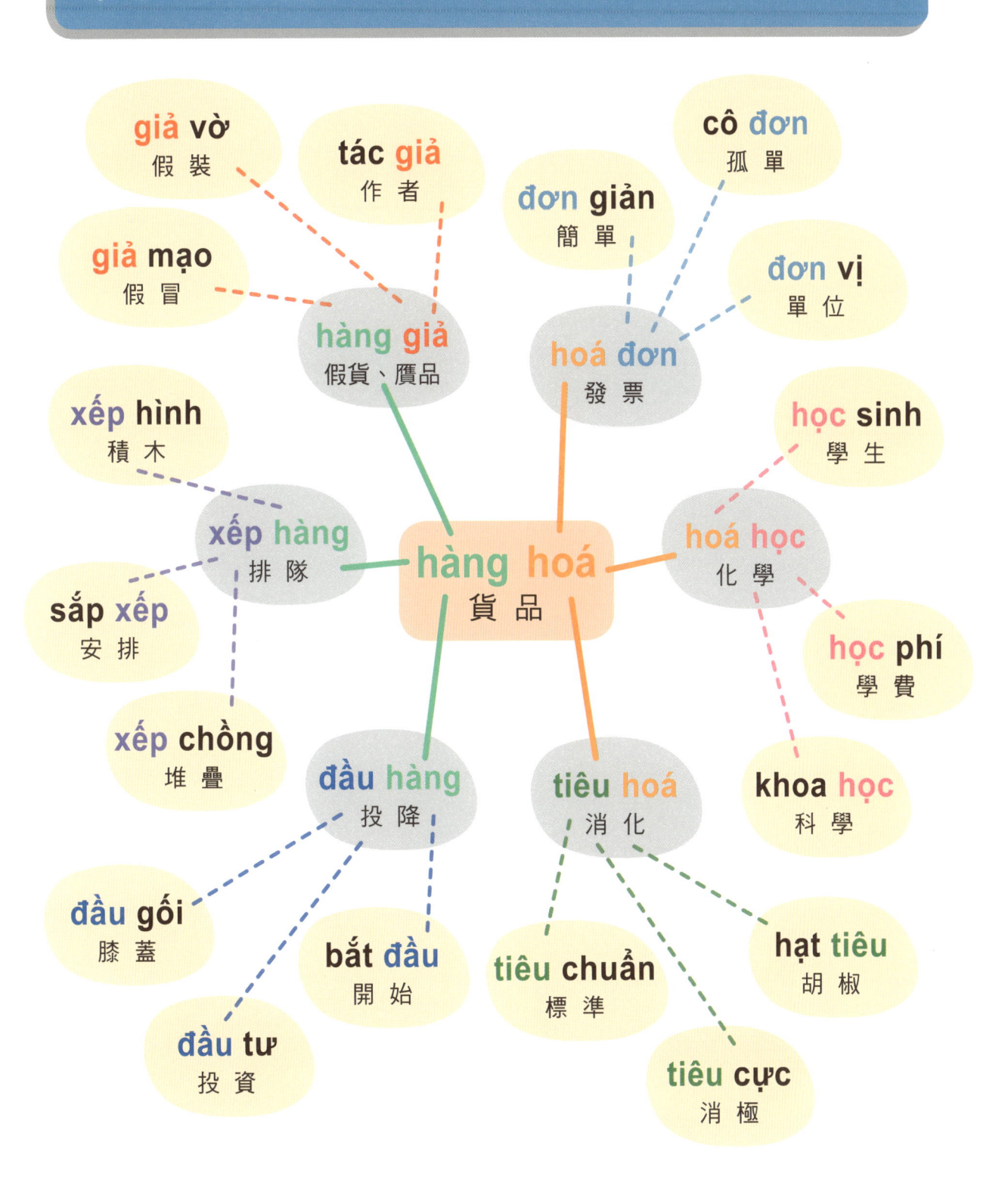

- **giả vờ** 假裝
- **giả mạo** 假冒
- **tác giả** 作者
- **hàng giả** 假貨、贗品

- **đơn giản** 簡單
- **cô đơn** 孤單
- **đơn vị** 單位
- **hoá đơn** 發票

- **học sinh** 學生
- **học phí** 學費
- **khoa học** 科學
- **hoá học** 化學

- **xếp hình** 積木
- **sắp xếp** 安排
- **xếp chồng** 堆疊
- **xếp hàng** 排隊

- **hàng hoá** 貨品

- **đầu gối** 膝蓋
- **đầu tư** 投資
- **bắt đầu** 開始
- **đầu hàng** 投降

- **tiêu chuẩn** 標準
- **tiêu cực** 消極
- **hạt tiêu** 胡椒
- **tiêu hoá** 消化

第 04 課 貿易　73

越南大小事

越南流行的進出口方式

　　目前在越南，大致分成兩種進出口模式，分別是：官方進出口貿易和非官方進出口貿易模式。非官方進出口貿易是指兩國人民之間有共同邊界的國際貿易模式，例如越南與寮國、柬埔寨及中國因為國土相連，通常主要透過卡車相互運送貨品，這種方式的多半侷限於小額的貿易品，例如價值不高的農產品、服裝和布料等等。

　　相形之下，官方進出口貿易是一種適用於個人或企業的國際化貿易模式，只要是國家認可的交易商品為前提，那麼訂單的數量及價值就沒有設限。若透過此模式進行貿易，越南企業及相關團體便需與外國貿易對象簽訂嚴格規範的交易契約，如此一來貿易在雙方的權益上都能得到安全的保障。

　　雖然都得到越南政府的認可，但由於其特殊性，官方和非官方貿易類型各有利弊。非官方進出口模式（小額貿易）的優點在於貿易手續簡捷、低成本，且不需要開立發票、付款單據或國際合，特別是當貨物的總價值符合免稅標準時便不需納稅，即使要繳稅的場合，稅率也會比進出口模式低很多。不過這種貿易模式往往不穩定，因為沒有簽約，所以違約的事發生的風險較大。此外往往也被人利用轉作走私的管道。

　　相對的，透過官方進出口貿易模式是貨物的運輸則是主要以貨櫃裝箱運送。好處是交易貨物都有明確的來源，且會經過嚴格的品質檢驗。此外，因為有簽訂白紙黑字的契約，因此對買賣雙方的權益都有保障。只是，由於商家必要支付大量的關稅才能通關，因此成本就不如像非官方進出口貿易模式那樣便宜了。

　　看完此篇，相信睿智的你，就知道如何依自己的經營需求，來選擇適合的貿易模式了。

陸路貿易　　　　　　　　　　　海路貿易

Bài 05 | 工廠的工作
Công việc nhà máy

【商業應用篇】

目標

- 學習到工廠裡作業指導的對話
- 學習各種廠房及機器名的表達
- 學習到工廠安全宣導的對話
- 學習各類工廠衛生及安全的表達

文法

1. ...trước khi ... thì phải ... …之前，就要先／（就）必須先…
2. 動詞 + đi + 同一動詞 + lại …來…去
3. 動詞 + (...) + một cách + 形容詞 …地（進行某事）
4. một khi ... thì ... 一旦…就…

文法 ①

trước khi ... thì phải ... …之前，就要先／（就）必須先…

A: Trước khi qua đường **thì phải** quan sát kỹ xe cộ qua lại nhé.
過馬路之前，就要仔細觀察過往的車流。

B: Vâng / Dạ, con nhớ rồi ạ.
是，我記住了。

「trước khi ... thì phải ...」的句型表示在要做某件事時，就應當先行完成另一件事，相當於中文「…之前，就要先／（就）必須先…」的意思。「trước khi」之後為「要做的事」，而必須要先行完成的事則置於「thì phải」之後。

例
- **Trước khi** đến phỏng vấn **thì phải** chuẩn bị thật tốt.
  來面試之前，就要提前做好準備。
- **Trước khi** khởi động máy **thì phải** kiểm tra thiết bị an toàn.
  啟動機器之前，就必須先進行設備的安全檢查。
- **Trước khi** thay đổi thông tin trong hợp đồng **thì phải** thông báo cho bên đối tác.
  在更改契約中的資訊之前，就必須先通知對方。

動詞 + đi + 同一動詞 + lại …來…去

A: Anh tìm thấy kéo chưa?
你找到剪刀了嗎？

B: Anh tìm đi tìm lại mà vẫn không thấy.
我找來找去，還是找不到。

在越南語中，「動詞＋đi＋同一動詞＋lại」的句型常用於表示多次重複同一個動作或行為。即等同中文的「…來…去」的意思。

例
- Lần nào gặp, mọi người cũng hỏi **đi** hỏi **lại** chuyện bao giờ lấy chồng.
  「妳什麼時候出嫁呀？」每次見面，這個問題大家都會問來問去的。
- Đoạn này chúng tôi đã tua **đi** tua **lại** rất nhiều lần rồi mà cũng không phát hiện điều gì bất thường.
  這個片段我們已經重複播放很多次了，但也沒發現任何不尋常的地方。
- Mẹ đã nhắc **đi** nhắc **lại** bao nhiêu lần là phải hết sức cẩn thận mà tại sao con không chịu nghe chứ?
  媽媽已經提醒你多少次了就是要非常小心，但你怎麼就不聽呢？

自我測驗 ①

1 請用「trước khi ... thì phải ...」的結構完成下面的句子

(1) Trước khi ra khỏi phòng _____.
（在離開房間之前，必須先把燈都關掉。）

(2) Trước khi ăn cơm _____.
（在吃飯之前，必須先把手洗乾淨。）

(3) Trước khi gửi hàng đi _____.
（在貨物寄出之前，必須先再檢查一次。）

(4) Trước khi đưa ra bất kỳ một quyết định gì _____.
（不論在做出任何決定前，就應該要先仔細思量過才行。）

2 請依提示完成下面的句子

| đếm, đếm | giặt, giặt | xem, xem | tập, tập |

(1) Bộ phim này tôi _____ đi _____ lại cả chục lần cũng không thấy chán.
（這部電影我看來看去看了幾十遍都不會感覺膩。）

(2) Em _____ đi _____ lại mà vẫn thấy thiếu 100 nghìn / ngàn.
（我點來點去，還是覺得少了 10 萬越盾。）

(3) Thầy giáo cứ bắt chúng tôi _____ đi _____ lại động tác đó.
（（男）老師逼我們去一直練那個動作。）

(4) Vết ố bẩn trên áo này _____ đi _____ lại mãi không sạch được.
（這衣服上的髒污我洗來洗去都洗不乾淨。）

單字

kỹ 仔細　**đếm**（清）點、計算　**vết ố** 污漬

對話 ①

Tổ trưởng:
Sau đây tôi sẽ hướng dẫn cậu / em thao tác kiểm tra ống và rút xỉ hàn. Đây là giàn đỡ ống, khi mà thấy ống được xếp đầy khoảng một nửa rồi là có thể tiến hành móc xỉ hàn, chứ không được để đầy giá mới bắt đầu thao tác nhé. Qua đây tôi hướng dẫn cách làm.

Công nhân:
Vâng ạ / Dạ.

Tổ trưởng:
Đầu tiên là dùng chiếc móc câu này nhẹ nhàng luồn vào bên trong ống sau đó kéo xỉ hàn ra.

Công nhân:
Nếu như móc mãi không ra thì sao ạ?

Tổ trưởng:
Trong trường hợp móc mãi không thấy xỉ hàn thì cúi người xuống kiểm tra xem bên trong ống có xỉ hàn hay không …… Được rồi, sau khi xỉ hàn đã được móc ra thì lấy tay túm và nhẹ nhàng lôi hẳn xỉ hàn ra khỏi ống, đặt vào thùng đựng. Đặc biệt lưu ý, bước này bắt buộc phải đeo bao tay và bó chân bảo hộ phù hợp nhé, vì khi dùng tay lôi xỉ hàn ra rất nguy hiểm, thao tác phải hết sức cẩn thận, cứ từ từ kéo ra như thế này, tuyệt đối không được giật mạnh, sẽ rất dễ khiến bao tay bảo hộ bị rách và xỉ hàn cứa vào tay. Đồng thời, nhớ phải đánh dấu để còn phân biệt ống nào rút xỉ hàn rồi và ống nào chưa rút nhé.

Công nhân:
Dạ, thế đánh dấu bằng gì ạ?

Tổ trưởng:
Cậu / Em có thể dùng xỉ hàn hoặc móc câu để đánh dấu như thế này cho dễ phân biệt.

組長：
接下來我會教你檢查管子和抽焊絲的操作方法。這是卸料架，注意不要等到架子都滿是管子時才開始作業，大概半滿時就可以開始鉤焊絲了。過來我教你怎麼做。

作業員：
好的。

組長：
首先，用這個鐵鉤輕輕地把它穿進管子裡，然後把焊絲拉出來。

作業員：
請問如果一直鉤不出來的話怎麼辦？

組長：
如果一直鉤不出焊絲來的話，你就彎下腰看看管子裡有沒有焊絲…好了，焊絲鉤出來之後，就用手抓住並輕輕地把焊絲完全拉出來，放在焊絲桶中。特別注意，這個步驟操作時必須戴上適合的防護手套和腳套，因為用手把焊絲拉出來時很危險，操作一定要非常小心，就像這樣慢慢拉出來，絕對不可以用力地拉，因為這樣容易撕破防護手套，手就容易被焊絲割傷。同時，要記得對已拉出和未拉出焊絲的管子加上標記，以便區分。

作業員：
好的，那要用什麼作標記呢？

組長：
你可以用焊絲或鐵鉤這樣標記以便識別。

Công nhân:

Vâng / Dạ, em hiểu rồi ạ.

Tổ trưởng:

Bước tiếp theo, trước khi thả ống xuống giá đóng gói lục giác kia thì phải kiểm tra kỹ lại bằng mắt một lần nữa, xem trong ống có còn sót xỉ hàn hay không, sau đó dùng dây thừng đóng gói lại.

Công nhân:

Vâng / Dạ, em sẽ chú ý ạ.

Tổ trưởng:

Sau khi đóng gói thì cẩu bó hàng qua giá nghiêng kia để xịt hơi, lưu ý là phải xịt kỹ từng cây, từng lớp và xịt đi xịt lại nhiều lần, phải đảm bảo ống không còn nước, mạt sắt và bụi bẩn bay hết nhé, đồng thời nếu như phát hiện còn sót xỉ hàn thì phải xử lý ngay lập tức.

Công nhân:

Dạ vâng / Dạ, em nhớ rồi ạ.

作業員：
好的，我瞭解了。

組長：
下一步我們再將管子放在那個六角包裝的架子上之前，就要再仔細檢查管子內是否還有焊絲，然後用繩子包裝起來。

作業員：
好的，我會注意。

組長：
包裝好之後，就將貨品移到那邊傾斜架上面進行吹氣，注意要一支、一層地並反覆地吹，以確保管子裡的水、鐵屑和灰塵都徹底地清除掉，同時如果發現還有殘餘的焊絲就要馬上處理。

作業員：
好的，我記住了。

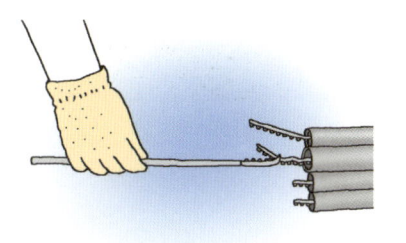

B053.MP3　N053.MP3

單字

thao tác 操作	lôi 拉	đánh dấu 作標記
ống 管子	nhẹ nhàng 輕輕	thả 放
rút 抽	hẳn 全部、整個	đóng gói 包裝
xỉ hàn 焊絲	thùng 桶	lục giác 六角
giàn đỡ ống 卸料架	bao tay 手套	giá nghiêng 傾斜架
móc 鉤子	bó chân 腿套	xịt hơi 吹氣
móc câu 鐵鉤	bảo hộ 防護	mạt sắt 鐵屑
luồn 穿	nguy hiểm 危險	bụi bẩn 灰塵
kéo 拉	giật mạnh 用力地拉	còn sót 殘餘
túm 抓	cứa 割	

第 05 課 工廠的工作

本課相關單字 ①

【工廠種類】

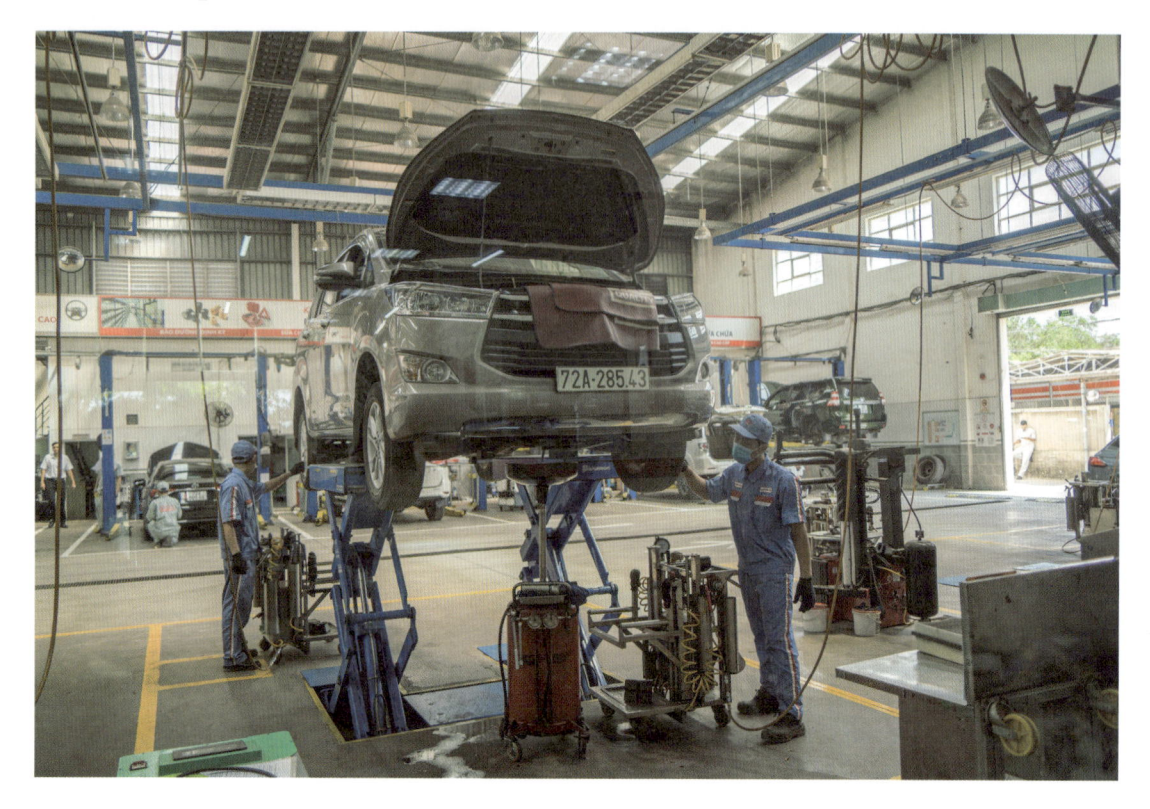

1. xưởng cơ khí 機械廠
2. xưởng hoá chất 化工廠
3. xưởng nhuộm 染料廠
4. xưởng giấy 造紙廠
5. xưởng giày 鞋廠
6. xưởng in 印刷廠
7. xưởng gang thép 鋼鐵廠
8. xưởng nhựa 塑膠廠
9. xưởng gỗ 木工廠
10. xưởng điện tử 電子廠
11. xưởng may mặc 成衣廠
12. xưởng kính 玻璃廠
13. xưởng kim loại 金屬工廠
14. xưởng sản xuất màng film 膠膜廠
15. xưởng vải 布料廠
16. xưởng thực phẩm 食品廠
17. xưởng thiết bị gia dụng 家電廠
18. xưởng sản xuất xe 車廠
19. xưởng rượu 酒廠
20. xưởng thuốc lá 菸廠
21. xưởng thiết bị y tế / xưởng dụng cụ y tế 醫療器材廠
22. xưởng công nghệ sinh học 生技工廠
23. xưởng thực vật 植物工廠
24. xưởng gia công điện thoại di động 手機代工廠

㉕ **xưởng điện hạt nhân** 核能發電廠

㉖ **xưởng điện** 發電廠

【工廠大型機具】

❶ **máy gỡ liệu** 退捲機

❷ **cần cẩu** 起重機

❸ **xe nâng** 堆高機

❹ **động cơ** 馬達

❺ **máy trữ liệu** 原料儲存籠

❻ **máy hàn** 氫焊機

❼ **máy kiểm soát nhiệt độ** 溫度控制器

❽ **máy nén khí** 空壓機

❾ **máy biến áp** 大型變壓器

❿ **máy cắt** 切割機

⓫ **máy tiện** 車床

⓬ **máy đóng gói** 包裝機

⓭ **máy kéo ống** 抽管機

⓮ **máy kiểm tra khiếm khuyết** 渦流探傷

⓯ **máy mài** 砂輪機

⓰ **máy xẻ băng** 切帶機

⓱ **máy cưa** 電鋸

⓲ **máy trộn** （水泥）攪拌機

⓳ **máy ép** 壓縮機

工廠操作時的常用句型

- **đặt lại vị trí cũ** 放回原處
- **sự cố tai nạn lao động** 工傷事故
- **cảnh cáo kỷ luật** 警告處分
- **vệ sinh máy móc** 清潔機器
- **nhập số liệu vào máy tính** 將數據輸入電腦
- **tắt nguồn điện** 關電源
- **tháo khuôn ra** 將模具拆出來
- **đậy nắp bình hoá chất lại** 將化學瓶罐的蓋子蓋上
- **bảo quản linh kiện** 配件儲存

第 05 課 工廠的工作 81

文法 ②

B055.MP3　N055.MP3

動詞 ＋（…）＋ một cách ＋ 形容詞　…地（進行某事）

A: Em muốn nói chuyện với anh một cách nghiêm túc.
我想跟你嚴肅地談一談。

B: Chuyện gì mà có vẻ nghiêm trọng vậy?
有什麼事這麼嚴重嗎？

　　「một cách」可理解為中文的結構助詞「…地」的意思。中文裡常用的結構為「形容詞＋地＋動詞」的表述，但是在越南語的文法中剛好反了過來，變成了「動詞＋một cách＋形容詞」，表示出「某種性質＋地＋做某件事」一般，呈現出動作的狀態或性質。（當然，「動詞」及「một cách」之間亦可接上其他的修飾語藉以表達出更清楚的資訊）

例
- **Em nên tham gia khoá học để được học một cách bài bản.**
  為了能按部就班地學習，你應該要去參加課程。
- **Chị hãy miêu tả một cách chi tiết về chiếc túi bị mất cắp.**
  請妳詳細地描述失竊的包包的特徵。
- **Buổi hội thảo ngày mai có những khách mời vô cùng quan trọng, mọi người cần phải chuẩn bị một cách chu đáo.**
  明天的研討會有幾位非常重要的嘉賓，大家要好好地準備。

một khi … thì …　一旦…就…

A: Em có tự tin giành chiến thắng không?
你有信心贏嗎？

B: Một khi đã đăng ký tham gia thì em sẽ cố gắng hết sức.
一旦報名參加，我就會竭盡全力。

　　「một khi」意為中文的「一旦」，意思與「nếu（如果）」相似，用於不確定的時空、背景下發生某情事的假設。常會與「thì」結合，表示該事情只要發生了，就會產生「thì」後述的某種結果。

例
- **Một khi anh đã hứa thì phải giữ lời chứ.**
  你一旦做出承諾，就必須遵守諾言。
- **Một khi anh ấy đã thay đổi kế hoạch thì chắc là có lý do của mình.**
  一旦他改變了計劃，就一定是有自己的原因。
- **Một khi trở nên thân thiết rồi thì cô ấy sẽ nói rất nhiều.**
  一旦熟了（變得親近），她就會變得話很多。

自我測驗 ②

1 請用「動詞＋（...）＋một cách＋形容詞」的句型完成下面的句子

(1) Công việc này yêu cầu cần phải _____.
（這份工作的要求是必須要做得仔細。）（直譯：… 仔細地做。）

(2) Đây là hàng dễ vỡ nên anh phải _____.
（這是易碎品，所以你裝箱時要格外小心。）（直譯：… 小心地裝箱。）

(3) Bất kể ai gặp khó khăn, anh ấy cũng _____.
（不論是誰遇到困難，他總是會熱情地給予協助。）

(4) Vấn đề này tương đối nghiêm trọng nên cần phải _____.
（這個問題相對嚴重，所以必須要快點處理。）（直譯：…迅速地處理。）

2 請用「một khi ... thì ...」的句型，完成下面的句子

(1) Một khi anh ấy đã quyết thì _____.
（一旦他做出了決定，就沒有人阻止得了。）

(2) Một khi đã chốt phương án thì _____.
（一旦企畫敲定了，就不能再更改。）

(3) Mặt hàng này một khi đã mua thì _____.
（一旦購買了這件商品之後，就不能再退換了。）

(4) Một khi công ty phát hiện gian dối thì sẽ _____.
（一旦公司發現有謊報的情況，就會馬上開除。）

單字

tỉ mỉ 仔細　**đóng gói** 裝箱、裝袋、包包裹　**tương đối** 相對　**quyết** 決定　**ngăn cản** 阻止、阻擋
chốt 敲定（計劃等）　**phương án** 方案、企劃　**mặt hàng** 商品　**đổi trả** 退換　**gian dối** 作弊
lập tức 立即　**sa thải** 解僱

對話 ②

Cán bộ an toàn lao động:
Chào mừng các bạn công nhân mới đến làm việc ở công ty, sau đây tôi sẽ phổ biến một số quy định về an toàn lao động trong nhà máy.

Công nhân:
Vâng ạ / Dạ.

Cán bộ an toàn lao động:
Vì công ty chúng ta làm việc trong lĩnh vực cơ khí, nên vấn đề an toàn lao động rất được chú trọng. Khi vào xưởng, các bạn lưu ý tuyệt đối phải đội mũ bảo hộ / nón bảo hộ, đi giày và sử dụng nút tai để giảm ảnh hưởng của tiếng ồn. Đặc biệt là, tuyệt đối không được hút thuốc trong nhà xưởng, một khi bị phát hiện thì sẽ xử phạt rất nặng, chúng tôi có bố trí khu vực hút thuốc riêng, mọi người lưu ý nhé.

Công nhân:
Xin hỏi, chúng tôi có thể lấy đồ bảo hộ ở đâu ạ?

Cán bộ an toàn lao động:
Một lát nữa chúng tôi sẽ phát dụng cụ bảo hộ cho từng cá nhân, đồng thời hướng dẫn các bạn sử dụng một cách cụ thể. Trong quá trình thao tác, để đảm bảo an toàn thì công ty yêu cầu phải đeo găng tay chuyên dụng. Tuy nhiên, một số máy móc và công đoạn có quy định đặc biệt không được sử dụng găng tay trong khi thao tác, các bạn cần phải chú ý nhé.

Công nhân:
Dạ, loại máy móc nào thì không được dùng găng tay ạ?

Cán bộ an toàn lao động:
Khi huấn luyện đào tạo về cách thao tác loại máy móc đó, cán bộ đào tạo sẽ đặc biệt lưu ý cho các bạn.

工安人員：
歡迎各位新員工來到我們公司，接下來我將會說明一些與職業安全相關的規定。

作業員：
是。

工安人員：
由於我們公司從事機械行業，因此對職業安全問題非常重視。當大家進入廠房時，一定要戴好安全帽、穿鞋並戴好耳塞以減少受到噪音的影響。特別要請大家注意的是，在廠房內絕對禁止抽菸，一旦發現在廠房內抽菸，將受到嚴厲處罰，我們有已規劃的抽菸區，請大家注意。

作業員：
請問一下，我們可以在哪裡領防護衣呢？

工安人員：
等一下我會把我們會把護具分發給每位同仁，並具體地說明使用方法。在操作過程中，為確保安全，公司會要求大家戴上專用手套。不過呢！在操作某些機器時及在某些工段上特殊規定不能夠戴手套，這點請大家需要多注意一下。

作業員：
是！那請問操作什麼樣的機器時不能戴手套呢？

工安人員：
在訓練如何操作該類機械時，訓練人員會特別提醒大家。

Công nhân:
Vâng ạ / Dạ.

Cán bộ an toàn lao động:
Ngoài ra, một số bộ phận thường xuyên thao tác với hoá chất như bộ phận tẩy dầu thì sẽ được cung cấp khẩu trang than hoạt tính chuyên dụng. Đây là tài liệu cụ thể về an toàn lao động chung của nhà máy và từng công đoạn, các bạn vui lòng đọc kỹ, nếu có thắc mắc thì có thể hỏi tôi.

Công nhân:
Nếu trong quá trình làm việc xảy ra tai nạn lao động thì phải làm thế nào ạ?

Cán bộ an toàn lao động:
Trong trường hợp có xảy ra tại nạn lao động thì các bạn lưu ý phải thật bình tĩnh, cầm máu vết thương, đồng thời báo cáo cán bộ ca liên lạc nhân viên y tế đến chữa trị.

Công nhân:
Vâng / Dạ, tôi hiểu rồi.

作業員：
好的。

工安人員：
另外，有一些組，像是脫脂組因為經常要使用到化學品的關係，會分配備專用的活性炭口罩給同仁們使用。那這是關於工廠和每個工段的一般職業安全的具體資料，請大家仔細閱讀，如果有任何問題，就可以問我。

作業員：
如果在工作過程中發生職災的話，應該怎麼辦呢？

工安人員：
一旦發生職業事故，就一定保持冷靜，先止血，並通知值班人員聯繫醫務人員進行救治。

作業員：
好，我瞭解了。

單字

phổ biến 說明	hút thuốc 抽菸	đào tạo 培訓
lĩnh vực 領域	phát hiện 發現	hoá chất 化學品
chú trọng 注重	xử phạt 處罰	tẩy dầu 脫脂
xưởng 廠房	phát 分發	khẩu trang 口罩
北 mũ bảo hộ / 南 nón bảo hộ 安全帽	dụng cụ 工具、用具	than hoạt tính 活性炭
	hướng dẫn 指導	chữa trị 救治
nút tai 耳塞	chuyên dụng 專用	
tiếng ồn 噪音	công đoạn（指一關一關不同的工作階段）工段	

本課相關單字 ②

B058.MP3 北音
N058.MP3 南音

【工廠相關用語】

1. đúng giờ 準時
2. tăng ca 加班 
3. đơn xin nghỉ phép 請假申請
4. quần áo tươm tất 衣服整潔
5. nghiêm túc 嚴肅
6. không tụ tập 不聚集、不群聚
7. không đùa giỡn 不開玩笑 
8. không cãi nhau 不爭吵
9. không nói xấu 不說壞話
10. không gian lận 不謊報；不作弊
11. lễ phép 禮貌
12. vệ sinh sạch sẽ 打掃乾淨
13. bảo quản tài sản 財物保全
14. chấm công 計時
15. không uống rượu bia 不喝酒
16. mặc đồng phục 穿制服 
17. hút thuốc đúng nơi quy định 在規定場所抽菸
18. không dùng điện thoại 不使用電話
19. phòng ngừa 防止
20. kiểm soát 控制
21. huấn luyện 訓練

【職業安全及衛生用語】

1. dụng cụ bảo hộ 護具 
2. che chắn 遮擋
3. thiết bị điện 電子設備
4. hộp sơ cứu 急救箱
5. trầy xước 割傷
6. thương tích 傷痕
7. băng vết thương 包扎傷口
8. tiệt trùng 消毒 
9. 北 băng dính / 南 băng keo 膠帶
10. bông gòn 棉布
11. không chạm tay 不碰手
12. nguy cơ 風險、危機、危險

⑬ tuân thủ 遵守

⑭ điều kiện an toàn
安全條件

⑮ bảo dưỡng 維護

⑯ biển báo nguy hiểm
警告標誌

⑰ quét dọn vệ sinh
打掃環境衛生

⑱ bình cứu hoả / bình chữa cháy 滅火器

【一般常見工具】

❶ hộp công cụ 工具箱

❷ máy khoan điện 電鑽

❸ tua vít 螺絲起子

❹ tua vít 2 cạnh
一字起子

❺ tua vít 4 cạnh
梅花起子

❻ ốc vít 螺絲

❼ đai ốc 螺帽

❽ cái búa 槌子

❾ cái đinh 釘子

❿ xà beng 鐵撬

⑪ kìm cắt mỏ nghiêng
斜口鉗

⑫ cái kìm 老虎鉗

⑬ mỏ lết điều chỉnh
活動扳手

⑭ cờ lê 扳手

⑮ giấy nhám 砂紙

⑯ đèn pin 手電筒

⑰ thước dây 捲尺

⑱ cái cưa 鋸子

⑲ cái thang 梯子

工廠安全基本原則

- đảm bảo an toàn phòng cháy chữa cháy 確保消防安全
- trang bị đồ bảo hộ an toàn cho công nhân 為工人提供安全護具
- bảo quản nguyên vật liệu và thành phẩm đúng nơi quy định
  將原料和成品存放在正確的地方
- xử lý các phế thải sau sản xuất 處理生產製作後的廢棄物
- phổ cập kiến thức an toàn lao động cho công nhân
  向作業員宣導職業安全知識

一起聊天吧！

1 根據實際情況回答問題

- **Bạn đã từng dùng máy cưa chưa?**
  你用過電鋸了嗎？
- **Sau khi mất điện có cần tắt công tắc nguồn không?**
  停電後是否有需要關閉電源開關？
- **Công ty bạn có bao nhiêu công nhân?**
  貴公司有多少員工？

2 主題談話

1. Sản phẩm lỗi: phân loại, tìm hiểu nguyên nhân, sửa hàng lỗi
   不良品：分類、找出原因、修復不良品
2. Làm việc trong xưởng: không hút thuốc, mặc đồ bảo hộ, tuân thủ quy định
   廠房工作：禁止抽菸、穿防護衣、遵守規定
3. Thao tác máy móc: kiểm tra an toàn, kiểm tra sự cố, bảo dưỡng
   機器操作：安全檢查、故障檢測、保養

3 練習對話

1 **A bị bỏng tay / phỏng tay khi làm việc**   A 工作時燙到手

Gợi ý: nguyên nhân, tình trạng vết thương, xử lý ra sao?

> 提示 原因、傷口情況、如何處理？

2 **A và B xử lý máy móc bị hỏng**
A 跟 B 一起處理機器故障問題

Gợi ý: nguyên nhân, tình trạng, xử lý ra sao?

> 提示 原因、情況、如何處理？

88

單字心智圖

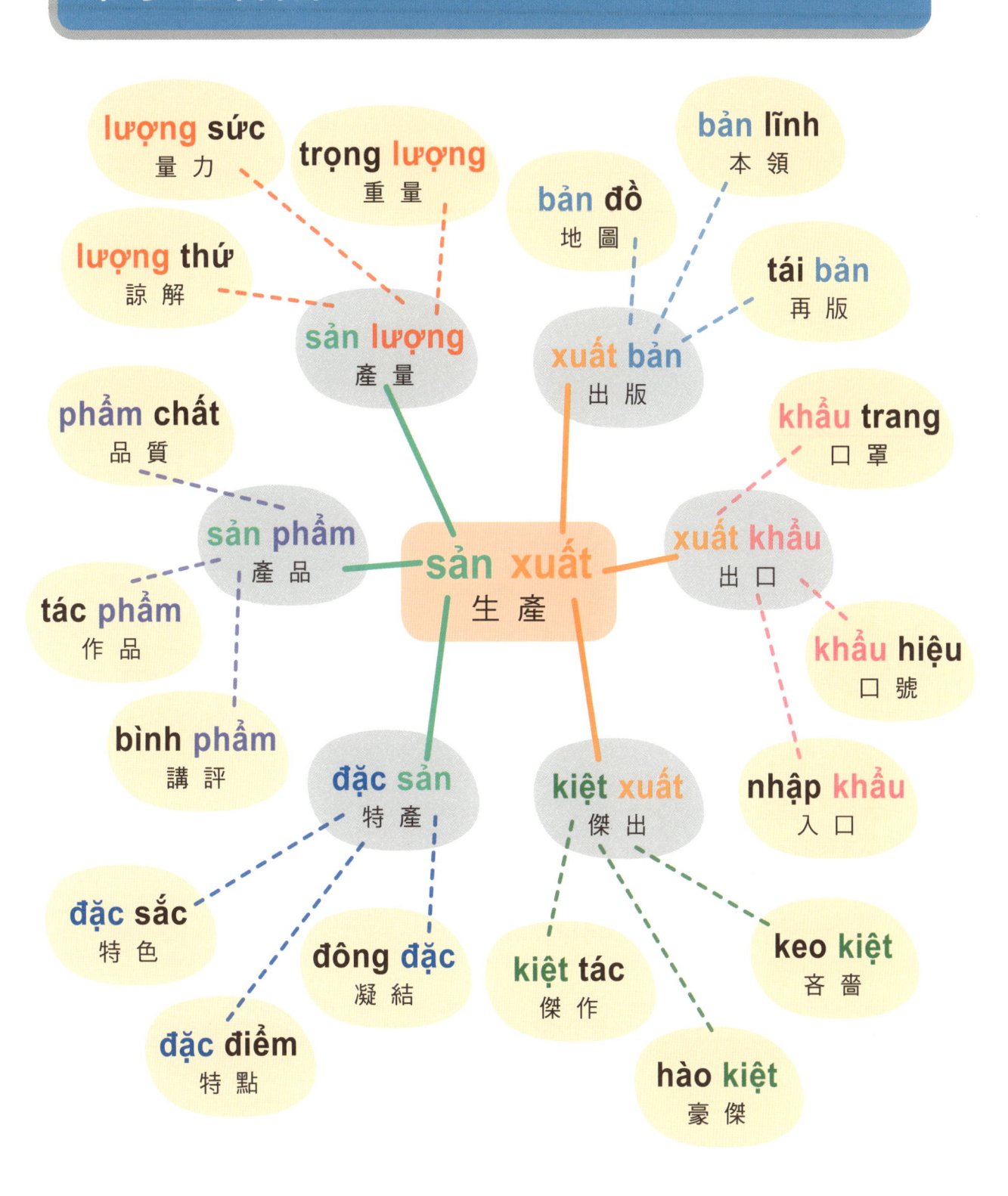

- **lượng sức** 量力
- **lượng thứ** 諒解
- **trọng lượng** 重量
- **sản lượng** 產量
- **bản đồ** 地圖
- **bản lĩnh** 本領
- **tái bản** 再版
- **xuất bản** 出版
- **phẩm chất** 品質
- **sản phẩm** 產品
- **tác phẩm** 作品
- **bình phẩm** 講評
- **sản xuất** 生產
- **khẩu trang** 口罩
- **xuất khẩu** 出口
- **khẩu hiệu** 口號
- **nhập khẩu** 入口
- **đặc sắc** 特色
- **đặc sản** 特產
- **đông đặc** 凝結
- **đặc điểm** 特點
- **kiệt xuất** 傑出
- **kiệt tác** 傑作
- **hào kiệt** 豪傑
- **keo kiệt** 吝嗇

第 05 課 工廠的工作　89

越南大小事

越南工作和加班時間規定

　　不光是越南人，目前外國企業也對越南的勞動法相當關注，因為這是關係到他們在這個極具潛力的投資市場將會如何發展的要因之一。那麼，我們就來了解一下目前在越南的勞動法中，工作時間和加班薪資該如何計算。

　　根據《勞動法》第105條的規定，在平常工作日的情況下，勞工的工作時間一天不得超過8個小時，而一週不得超過48小時；如果是每週工作，則一天不得超過10個小時，而一週不得超過48個小時。基本上法制是如此，不過越南政府是主動鼓勵雇主實施每週40小時工作制。

　　如果勞工因為公司的需要而加班，那麼依據西元2022年新頒布的第【17/2022/UBTVQH15】號決議，除了政府規定的一些特殊情況外，也保障勞動者每個月加班不得超過60小時，每年則不得超過300小時。

　　至於加班費也有非常詳細的規定，以確保勞動者的福利，特別是：

- 平日的加班，每加一個小時至少要以150%的比率計酬
- 每週星期日的加班，每加一個小時至少要以200%的比率計酬
- 國定假日的加班，每加一個小時至少要以300%的比率計酬

　　例如：A先生在X公司上班，辦公時間為周一至週六上午8點至下午5點，按月支付的形式下，他的每小時換算工資為每小時50,000越南盾（VND）。假設A先生從下午5點到晚上8點加班（共計3小時），那麼他收到的加班費則計算如下：

- 若是平日的加班：50,000 * 150% * 3 = 225,000 VND
- 若是每週星期日的加班：50,000 * 200% * 3 = 300,000 VND
- 若是國定假日（例如：9月2日國慶節工作）：50,000 * 300% * 3 = 450,000 VND

　　越南政府對工作時間和加班費都有嚴格的規定，因此在招聘勞工時，僱主需要注意遵守法律並確保勞動者的福利，以免觸法。

Bài 06 問題排解 / Giải quyết vấn đề

【商業應用篇】

目標

- 學習公司內出貨出狀況時的對話
- 學習與各種矛盾及產線相關的表達
- 學習公司內排解狀況時的對話
- 學習出貨及調解的表達

文法

1. ai + chẳng + 動詞／形容詞
   誰不…呀！
2. đáng lẽ (ra) 就應該…、按理說…
3. dẫn đến 導致
4. trước là ... , sau là ... 首先（是）…，其次（是）…

文法 ①

ai + chẳng + 動詞／形容詞　誰不…呀！

A: **Sao anh không về sớm một chút?**
你怎麼不早點回來？

B: **Ai chẳng muốn về sớm, nhưng việc còn nhiều phải làm cho xong.**
誰不想早點回來啊，但是還有那麼多工作要完成。

「chẳng」與「không」同義，表示否定，但與「không」相比，語氣更為強調，到了聽起來倔強固執的程度了。「ai」是指「某個人、任何人」的疑問代名詞。結合之下，「ai + chẳng + 動詞／形容詞」的句型並沒有否定的意思，而是加強語氣地用反向疑問的方式表達肯定的觀點，可想成中文的「誰不…呢？」、「誰都／任何人都…」的概念。

例
- **Thất tình thì ai chẳng buồn.**
失戀了誰不會傷心呢？

- **Nói mãi mà nó không chịu nghe thì ai chẳng bực chứ.**
說了那麼多他都不肯聽，誰不生氣啊。

- **Cuối tuần ai chẳng thích ở nhà ngủ nướng.**
誰不喜歡週末時待在家裡頭睡懶覺？

đáng lẽ (ra) 就應該…、按理說…

A: **Sao giờ này mà cô ấy vẫn chưa đến?**
她怎麼現在還沒來啊？

B: **Tôi cũng không rõ lắm, đáng lẽ ra phải đến từ lâu rồi chứ nhỉ.**
我也不知道，按理說她早就應該到了啊！

「đáng lẽ (ra)」的句型常用於描述某個人、某件事順理成章地應該朝向後文中某個合理的情況發展及變化（但實際面的情況卻與之相左）。意思相當於中文的「就應該…、按理說…」。

例
- **Khi bố / ba đang tức giận thì đáng lẽ ra em nên im lặng chứ không nên cãi lại như thế.**
當爸爸在生氣的時候，你就應該乖乖閉嘴，不要那樣跟他頂嘴才行。

- **Đáng lẽ anh ta phải đến tận nhà xin lỗi để thể hiện thành ý chứ.**
按理說他就應該來家裡來道歉以展現他的誠意呀！

- **Đáng lẽ ra công ty không nên sa thải những người làm việc chăm chỉ như bác ấy.**
按理說公司就不應該開除像他這樣努力工作的人。

自我測驗 ①

1 請依中文，以「ai + chẳng + 動詞」的句型完成下列的句子

(1) Bánh ngon thế này thì ai chẳng _____.
（這麼可口的麵包，誰會不喜歡吃。）

(2) Công việc lương cao thì ai chẳng _____.
（如果薪水多的話，誰會不想做呀！）

(3) Một cô gái xinh đẹp, giỏi giang thế này thì ai chẳng _____.
（這麼美麗又出色的女孩誰會不喜歡呢？）

(4) Làm việc suốt mấy ngày không nghỉ thì ai chẳng _____.
（連續工作幾天不休息的話，誰不會病倒呢？）

2 請依下列的情況，用「đáng lẽ (ra)」的句型加以評論

(1) Bạn trai bất ngờ đến nhà bạn mà không báo trước.
→ _____.
（你應該要在來之前先打電話講一下呀！）

(2) Đồng nghiệp nam mới xuất viện đã đi làm ngay.
→ _____.
（按理說你該要在家裡好好靜養才是！）

(3) Người lái xe (nam) chở bạn gây tai nạn nhưng vẫn lái xe đi tiếp.
→ _____.
（你應該要把車停下來並下車查看被撞的人怎麼樣了才是呀！）

(4) Chị của bạn hát rất hay và yêu ca hát.
→ _____.
（按理說她應該要去當一名歌星才對！）

單字

giỏi giang 能幹、出色　　**suốt mấy ngày** 接連幾天　　**đổ bệnh** 病倒　　**tĩnh dưỡng** 靜養

對話 ①

Chuyên viên kinh doanh:

Anh ơi, cái lô hàng cho khách hàng Seico, em thấy anh bảo 13/8 nhập kho mà sao hôm nay em vẫn chưa thấy thế?

Quản lý sản xuất:

À, anh cũng đang định gọi báo em đây. Lô hàng này gặp phải một vài vấn đề, bị lỗi nhiều, hàng không đạt yêu cầu chất lượng để xuất cho khách.

Chuyên viên kinh doanh:

Ôi chết, tại sao lại xảy ra vấn đề lớn như vậy ạ? Có cách nào khắc phục không?

Quản lý sản xuất:

Trước mắt cần phải xem hàng có thể sửa được không, sửa hàng thì có thể mất khoảng 2-3 ngày. Nếu không sửa được thì phải chờ nguyên liệu mới về để sản xuất lại, dự kiến làm lại cũng phải 30/8 mới có hàng.

Chuyên viên kinh doanh:

Không được, lịch trình giao hàng đã được ấn định trong hợp đồng rồi, đúng ngày 15/8 phải giao hàng cho khách, bây giờ anh lại bảo nửa tháng nữa mới có hàng, ai người ta chịu chứ.

Quản lý sản xuất:

Biết là thế, ai chẳng muốn làm xong sớm, nhưng với tình hình bây giờ, muốn tăng ca sản xuất đẩy nhanh tiến độ thì cũng phải chờ nguyên liệu về, chứ không lấy đâu ra nguyên liệu mà làm.

業務專員:

大哥抱歉請問一下,那批要到 Seico 公司的貨,我看你通知是8月13日要入庫,為什麼我今天還沒看到呢?

生產管理員:

啊,我也正打算給你打電話呢!這批貨遇到了一些問題,裡面有很多是瑕疵品,貨物的品質沒有達到可以出貨給客戶的標準。

業務專員:

哎呀,怎麼會出這麼大的問題?有什麼方法可以解決嗎?

生產管理員:

目前要看貨品能不能維修,維修可能需要耗掉2到3天左右的時間。如果無法修復的話,就要等新的原料送到才能再行生產,預計重新生產也要8月30號才做的出來。

業務專員:

不行啦,交貨時間已經白紙黑字地寫進契約裡了,8月15日必須完成交貨給客戶。現在你卻說半個月後才有貨,客戶怎麼可能會同意呢!

生產管理員:

我當然知道,誰不想早點完成呢?但以目前的情況來說,現在就是要加班加快進度,也得等原料到了才行呀,不然我要拿什麼東西來做?!

Chuyên viên kinh doanh:

Anh nói vậy khác gì làm khó em, nếu giao hàng chậm trễ gây tổn thất cho khách hàng, họ mà yêu cầu bồi thường hợp đồng thì ai sẽ chịu trách nhiệm đây?

Quản lý sản xuất:

Anh không phủ nhận trách nhiệm, nhưng cả một dây chuyền sản xuất lớn như vậy, có xảy ra lỗi cũng là điều khó tránh khỏi mà.

Chuyên viên kinh doanh:

Nếu anh giám sát kỹ quá trình sản xuất thì đáng lẽ ra đã có thể phát hiện ra lỗi từ sớm rồi.

Quản lý sản xuất:

Bây giờ không phải là lúc truy cứu trách nhiệm của ai, mà việc quan trọng bây giờ là phải tìm cách giải quyết vấn đề.

業務專員：
你這麼說，不就在為難我嗎？如果延遲交貨造成客戶的損失，致使他們要求依約賠償的話，那誰要來負責呀？

生產管理員：
我不推卸責任，但是這麼大一條生產線，難免會發生錯誤嘛！

業務專員：
如果你有嚴謹地管控生產過程，按理說早就應該發現問題了。

生產管理員：
現在不是追究誰的責任的時候，最重要的是要找到解決問題的辦法。

單字

lô hàng （一）批貨	lịch trình 時間表	phủ nhận 否認
nhập kho 進倉	giao hàng 交貨	dây chuyền sản xuất 生產線
đạt 合格、達（標準）	ấn định 規定	giám sát 監測
chất lượng 品質	tiến độ 進度	đáng lẽ ra 應當
khắc phục 克服	đẩy nhanh 加快	khó tránh (khỏi) 難免
trước mắt 目前	nguyên liệu 材料	quá trình 過程
sửa 修	chậm trễ 延遲	truy cứu 追究
sản xuất lại 重新生產	tổn thất 損失	trách nhiệm 責任
dự kiến 預計	bồi thường 賠償	

本課相關單字 ①

【矛盾與排解】

1. tranh cãi 爭辯
2. bất mãn 不滿
3. bất hoà 不和諧
4. mâu thuẫn 矛盾；衝突
5. khó chịu 不爽
6. căng thẳng 緊張
7. gay gắt 激烈、尖銳 
8. thù địch 敵對
9. oán giận 怨恨
10. cô lập 孤立
11. văn hoá doanh nghiệp 企業文化
12. hiểu lầm 誤會
13. không đạt chỉ tiêu 沒有達到目標
14. phân công không rõ ràng 任務不明確
15. mất đoàn kết 不團結
16. quyền lợi 權利
17. quyền hạn 職權
18. ý kiến trái chiều 意見相反 
19. biểu quyết 表決
20. tìm hiểu nguyên nhân 了解原因
21. bình tĩnh lắng nghe 冷靜傾聽
22. biết thấu hiểu 懂得理解
23. chia sẻ thẳng thắn và trực tiếp 坦誠以待
24. thuyết phục 說服
25. phân tích và diễn giải 分析及講解 
26. hạ cái tôi cá nhân xuống 放低個人姿態 
27. góp ý chân thành 真誠地提出意見
28. hoà giải 和解

【生產線問題】

1. mất nước 停水
2. rò rỉ nước 漏水、滲水 
3. mất điện 停電
4. rò điện / hở điện 漏電
5. máy trục trặc 機器故障
6. bão 颱風
7. ngập lụt 淹水
8. thiếu nguyên liệu 原物料短缺
9. 北 nguyên liệu bị hỏng / 南 nguyên liệu bị hư 原料腐壞

96

⑩ **thiếu nhân lực**
人手不足

⑪ **nhìn nhầm đơn hàng** 看錯訂單

⑫ **xảy ra vụ nổ** 發生爆炸

⑬ **giao nhầm hàng**
交錯貨

⑭ **giao sai hàng** 交錯貨

⑮ **công ty đối tác nhầm** 合作廠商弄錯

交貨常見的問題對話

- Đến giữa tháng sau có kịp xong lô hàng này không?
  你能在下個月中旬前把貨趕出來嗎？

- Trước thứ Tư có kịp xong trước một nửa số hàng không?
  你能在星期三之前先趕一半的貨出來嗎？

- Lô hàng này ít nhất cũng phải một tuần nữa mới làm xong.
  這批貨至少還要再一個星期才做得出來。

- Được, tôi cố gắng xem sao! Nhưng tôi không dám đảm bảo nhất định ba ngày sau có thể làm xong đâu.
  好，我幫你趕趕看！但我不敢保證一定能在三天後做得出來。

- Anh có thể nhờ giám đốc tuyển thêm một vài bạn sinh viên làm thêm tạm thời để hỗ trợ chạy tiến độ không?
  你可以請經理徵一些臨時的工讀生來幫忙趕工嗎？

- Anh phải nhờ bộ phận thu mua nhập thêm nguyên liệu khẩn cấp, nếu không làm sao tôi có thể giúp anh chạy tiến độ?
  你去請採購部緊急購買原料進來，不然我要怎麼幫你趕貨？

- Cơn bão hôm qua khiến cho máy móc ở bên ngoài bị nước tràn vào rồi, phải gọi người đến sửa mới được.
  昨天的颱風造成外面的機器都進水了，要叫人來修才行了。

- Máy móc phát ra tiếng động lạ, chúng ta có nên tiếp tục không?
  機器發出了怪異的聲響，我們還要繼續做嗎？

- Cái này tất cả đều làm sai rồi, hãy dừng lại ngay!
  這個全部都做錯了，趕快停下來！

- Trước tiên hãy tìm ra tất cả hàng lỗi, sau đó tập trung để ở góc kia. 先把瑕疵品都找出來，然後集中在那個角落。

文法 ②

dẫn đến 導致

A: Tại sao họ lại ly hôn?
他們為什麼要離婚？

B: Bất đồng quan điểm về cuộc sống **dẫn đến** hôn nhân đổ vỡ.
生活價值觀的分歧導致了婚姻破裂。

「dẫn đến」是因果關係的表現之一。「dẫn đến」前述的內容為肇因，因為該人、事、物之存在，引發了「dẫn đến」後述的相關結果，即「導致」的意思。

例
- Hành động ăn nói tuỳ tiện, thiếu suy nghĩ có thể sẽ **dẫn đến** tai hoạ.
  不謹言慎行很可能會惹禍上身（會導致禍患纏身）。
- Thường xuyên nhịn đói **dẫn đến** tổn thương nghiêm trọng về sức khoẻ.
  經常挨餓會導致健康嚴重地受損。
- Thường xuyên thức khuya là nguyên nhân **dẫn đến** tình trạng rối loạn giấc ngủ.
  經常熬夜是導致睡眠障礙的要因。

trước là ... , sau là ... 首先（是）… , 其次（是）…

A: Tại sao anh phải đi làm thêm?
你為什麼要做兼職呢？

B: Anh đi làm thêm, **trước là** để có thêm thu nhập, **sau là** để tích luỹ kinh nghiệm làm việc.
我去做兼職，首先是為了增加收入，其次是為了積累工作經驗。

「trước là ... , sau là ...」是表示承接關係的句型，用於列舉理由或目的，但其重要性的先後順序有加以強調，「trước là」後述的是首要的，「sau là」後述的則是次要的。意思相當於中文的「首先（是）… , 其次（是）…」。

例
- Hôm nay cháu đến đây, **trước là** để thăm cô chú, **sau là** cháu có chút việc nhờ cô giúp ạ.
  我今天來這裡，首先是要拜訪姑姑和姑丈，其次我有件事想請您幫忙。
- Lần này tới Nhật Bản, **trước là** để xử lý công việc, **sau là** đi thăm một vài người bạn cũ.
  這次去日本，首先是為了要處理工作，其次是要去拜訪一些老朋友。
- Tôi tổ chức cuộc họp này, **trước là** để mọi người gặp gỡ làm quen với nhau, **sau là** để trao đổi về cách thức làm việc.
  我開這次會議，首先為了讓大家見面並互相了解，其次是為了討論工作的方式。

自我測驗 ②

1 請用「dẫn đến」的句型來完成下列的句子

(1) Sự sơ suất của cô ấy _____.
（她的粗心大意導致了極為嚴重的後果。）

(2) Ăn nhiều đồ ăn chiên rán và lười vận động dễ _____.
（吃太多油炸食品又懶得運動就容易罹患胖肥症。）

(3) Việc lái xe quá tốc độ có thể sẽ _____.
（開車超速可能會造成車禍的發生。）

(4) Sử dụng điện thoại quá nhiều _____.
（過度使用手機就會導致視力衰退。）

2 請完成「trước là ..., sau là ...」句型的句子

(1) Cô ấy thường xuyên đi du lịch, trước là _____,
sau là _____.
（她常去旅行，首先是為了增添對國外的知識，其次是為了放鬆一下。）

(2) Hôm nay đến tham dự đám cưới của anh chị, trước là
_____, sau là _____.
（今天我來參加你們的婚禮，首先是為了要祝福你們，其次是來沾沾新娘的喜氣，討個如意郎君。）

(3) Em đến Đài Loan du học, trước là _____,
sau là _____.
（我之所以到台灣留學，首先是為了要增廣見聞並提升語言能力，其次是為了體驗不同文化背景下的生活環境。）

單字

sơ suất 粗心、馬虎　**bệnh béo phì** 肥胖症　**suy giảm** 衰退　**thư giãn** 舒緩
xin vía cô dâu 沾新娘的喜氣　**nền văn hoá** 文化背景

對話 ②

Giám đốc Trần:
Có vấn đề gì mà hai người tranh cãi với nhau trong giờ làm việc thế?

Chuyên viên kinh doanh:
Sự việc là thế này ạ. Lô hàng của công ty Seico đã được ấn định ngày 15/8 giao như trong hợp đồng, nhưng hôm nay bên sản xuất mới báo lô hàng bị lỗi, không thể giao cho khách, thế này thì em biết ăn nói thế nào với khách hàng?

Giám đốc Trần (nói với quản lý sản xuất):
Chuyện này là thế nào? Sao lại để xảy ra vấn đề lớn như vậy?

Quản lý sản xuất:
Tôi xin lỗi, sự việc lần này là do tôi đã sơ suất trong khâu giám sát quy trình sản xuất, tôi sẽ chịu trách nhiệm về sự cố lần này.

Giám đốc Trần:
Được rồi, vậy anh định xử lý thế nào với số hàng lỗi này?

Quản lý sản xuất:
Trước mắt cần phải tìm ra nguyên nhân để tìm cách sửa chữa hàng lỗi, cũng phải mất 2 đến 3 ngày, nếu không thì phải chờ nguyên liệu mới về làm lại thì đến 30/8 mới xong.

Giám đốc Trần (nói với chuyên viên kinh doanh):
Phía khách hàng em thương lượng thế nào rồi?

陳經理：
你們兩個在工作時間裡究竟是在吵什麼？

業務專員：
事情是這樣的。Seico 公司的貨是按約是8月15日要交貨，但是今天生產部才跟我說這批貨有瑕疵，無法發貨給客戶，這樣我怎麼跟客戶交代！？

陳經理（對生產管理說）：
這是怎麼回事？為什麼會出這麼大的紕漏？

生產管理員：
對不起，這件事是因為我對生產過程的管控有些疏忽而造成的，所以我會負責。

陳經理：
好，那你打算怎麼處理這些瑕疵品？

生產管理員：
目前需要找到原因，並想辦法修復瑕疵品，這也需等要2到3天，再不然就是得新的原料到了才能重新生產製造，這樣的話就要8月30號才能完成了。

陳經理（對業務專員說）：
客戶那邊你跟他商量過了嗎？

Chuyên viên kinh doanh:

Họ không chấp nhận chờ đến 30/8 mà chỉ có thể cho mình thêm thời gian muộn nhất là 20/8 phải giao, nếu không sẽ coi như mình vi phạm hợp đồng.

Giám đốc Trần (nói với quản lý sản xuất):

Được rồi, bây giờ anh cần phải tìm ra nguyên nhân dẫn đến hàng bị lỗi, trước là để tìm cách tiến hành sửa chữa hàng lỗi, sau là để tránh lặp lại sai lầm này nữa. Tiếp đến, chờ nguyên liệu về nhanh chóng đưa vào sản xuất, sắp xếp công nhân tăng ca để đẩy nhanh tiến độ nhưng vẫn phải đảm bảo chất lượng đạt tiêu chuẩn. Đồng thời, tạm thời lấy hàng tồn kho có sẵn của khách hàng khác ưu tiên giao trước rồi bù lại sau.

Giám đốc Trần (nói với chuyên viên kinh doanh):

Em thương lượng lại với khách hàng, ngày 20/8 chúng ta sẽ giao trước một phần, sau đó ngày 25/8 sẽ giao nốt phần còn lại, công ty sẽ chiết khấu 10% cho đơn hàng lần này, mong khách hàng thông cảm.

業務專員：
他們不能接受延到8月30號，只能再給我們一點時間，最晚8月20號要交貨，否則將會視為違約。

陳經理（對生產管理說）：
好，現在你需要查明產生不良品的原因，你要先想辦法把不良品修好，然後要小心避免重蹈覆轍。接下來，等原料一到就快速進行生產，安排員工加班以加快進度，但仍要確保品質達標才行。同時，先調用其他客戶的可用庫存發貨，後面再把它補回來。

陳經理（對業務專員說）：
你再跟客戶商量一下，8月20日我們先出一部分的貨，到8月25日時我再出剩下的部分，這次的訂單公司會給10%的折扣，請他們多多體諒。

B067.MP3 北音
N067.MP3 南音

單字

sơ suất 疏忽	vi phạm 違反	tạm thời 暫時
khâu 環節	hợp đồng 契約	có sẵn 現有
xử lý 處理	dẫn đến 導致	ưu tiên 優先
hàng lỗi 瑕疵品	tiến hành 進行	bù lại 補回來
nguyên nhân 原因	lặp lại 重複	chiết khấu 折扣
thương lượng 商量	sắp xếp 安排	
chấp nhận 接受	hàng tồn kho 庫存	

本課相關單字 ②

【商品及交貨相關詞彙】

❶ ngày sản xuất 製造日期

❷ hạn sử dụng 有效期限

❸ kích cỡ 大小

❹ trọng lượng 重量

❺ màu sắc 顏色

❻ tạo hình 造型

❼ mẫu / loại 款式

❽ hình vẽ 圖案

❾ bằng sáng chế 專利

❿ chất bảo quản 防腐劑

⓫ kệ kê hàng / Pallet 棧板

⓬ màng PE / màng quấn Pallet 棧板膜

⓭ xuất hàng 出貨

⓮ xe hàng 貨車

⓯ phí vận chuyển 運費

⓰ bị hư hại 損毀

⓱ ngày nhập kho 入庫日

【商業糾紛相關的詞彙】

❶ tranh chấp 糾紛

❷ bất đồng 分歧

❸ xung đột 衝突

❹ quyền 權（利）

❺ nghĩa vụ 義務

❻ cạnh tranh 競爭

❼ mục đích sinh lợi 盈利目的

❽ lợi ích kinh tế 經濟利益

❾ vi phạm hợp đồng 違反合約、違約

❿ vi phạm pháp luật 犯法

⓫ khiếu nại 投訴

⓬ kiện tụng 訴訟

⓭ xâm hại lợi ích 侵權、利益侵害

⓮ vụ kiện 案件

⓯ tranh luận 爭論

⓰ minh bạch 清楚

⓱ hoạt động thương mại 商業活動

⓲ thương lượng giữa các bên 雙方協商

⓳ tháo gỡ bất đồng 解決分歧

⓴ loại bỏ tranh chấp 消除爭議

㉑ trung gian hoà giải 調解員

㉒ giải quyết tranh chấp 解決爭議

㉓ **trọng tài thương mại** 商業仲裁
㉔ **phán quyết trọng tài** 仲裁裁決
㉕ **giải quyết tại Toà án** 上法院解決

> **常見的交貨問題對話**
>
> - Xin lỗi, nếu như đổi sang chiều thứ ba nhận hàng có được không?
>   不好意思，如果改星期二的下午到貨的話可以嗎？
>
> - Do đơn hàng nhiều, sản xuất không kịp, nên thời gian giao hàng có thể bị chậm một tuần. 因為工廠大量塞車，所以可能要晚一個星期才能交貨。
>
> - Nếu tôi giao hàng cho công ty anh lúc 8 giờ tối thì có ai nhận được hàng không? 晚上八點交貨到貴公司的話，會有人收貨嗎？
>
> - Đừng lo, chúng tôi có nhân viên trực ca đêm sẽ nhận hàng.
>   不用擔心，我們有夜班的人員會收貨。
>
> - Vì sản phẩm này bán rất chạy nên cửa hàng đã yêu cầu chúng tôi giao hàng trước thời hạn. Anh có thể giao hàng sớm không?
>   因為這一款商品賣得很好，所以商店提前跟我們要貨，您可以早點送貨來嗎？
>
> - Rất tiếc, tài xế đã gặp tai nạn trên đường giao hàng, có thể ngày mai hàng mới tới nơi. 對不起，司機在送貨過去的路上出車禍了，可能要明天才能到貨了。
>
> - Xin lỗi, tòa nhà này có thang máy chở hàng / thang hàng không?
>   不好意思，這棟樓有貨運電梯嗎？
>
> - Phải lùi lại ngày giao hàng tận ba tháng ư? Anh có nhầm không vậy?
>   要延遲三個月交貨嗎？！你有沒有搞錯？？
>
> - Vì công ty của anh yêu cầu thay đổi thiết kế nên việc giao sản phẩm có thể bị trì hoãn một tháng.
>   因為貴公司有要求更改設計，所以商品可能要延後一個月才能到貨。
>
> - Lô sách này có thể phải in lại vì xưởng in in sai màu.
>   這批貨因為印刷廠印錯了顏色，所以可能要整批重印。
>
> - Chúng tôi không biết lô hàng này hiện nay đang bị kẹt ở đâu tại hải quan, công ty chúng tôi đang nỗ lực tìm kiếm.
>   這批貨現在不知道卡在海關的哪裡，我們公司正努力的在找。
>
> - Chúng tôi đã nhận được hàng nhưng sản phẩm bị sai, hình như các anh đã giao nhầm hàng cho chúng tôi.
>   我們收到貨了，但是這個商品不對，你們好像給錯了。

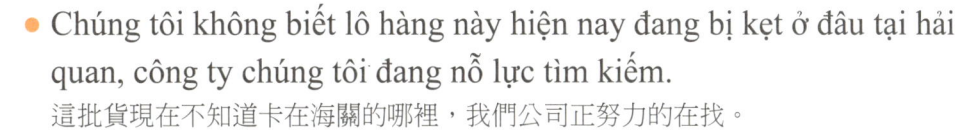

一起聊天吧！

1 根據實際情況回答問題

- Bạn đã từng xảy ra mâu thuẫn với đồng nghiệp chưa?
  你曾經和同事發生過衝突嗎？
- Bạn và đồng nghiệp đã giải quyết mâu thuẫn như thế nào?
  你和你的同事如何解決衝突？
- Bạn cho rằng nên làm gì để tránh gây mâu thuẫn với đồng nghiệp?
  你認為應該如何避免與同事發生衝突？

2 主題談話

1. Mâu thuẫn giữa sếp và nhân viên: phân công công việc không hợp lý, làm việc không hiệu quả, yếu kém trong quản lý
   老闆與員工之間的衝突：工作分配不合理、工作效率低、管理不善
2. Mâu thuẫn giữa các nhân viên: bất đồng quan điểm, cách thức làm việc khác nhau
   員工之間的衝突：觀點分歧、工作方式不同
3. Mâu thuẫn giữa công ty với đối tác hoặc khách hàng: sản phẩm lỗi, giao hàng trễ hẹn, đòi bồi thường
   公司與合作夥伴或客戶間的衝突：不良品、延遲交貨、要求賠償

3 練習對話

1 A giao sai hàng cho B　A 出錯貨給 B

Gợi ý: nguyên nhân, phản ứng, cách giải quyết ra sao?
提示 原因、反應、解決方法如何？

2 A yêu cầu B bồi thường tổn thất
A 要求 B 賠償損失

Gợi ý: lý do bồi thường, đưa ra yêu cầu bồi thường, phản ứng ra sao?
提示 賠償理由、提出賠償要求、反應如何？

單字心智圖

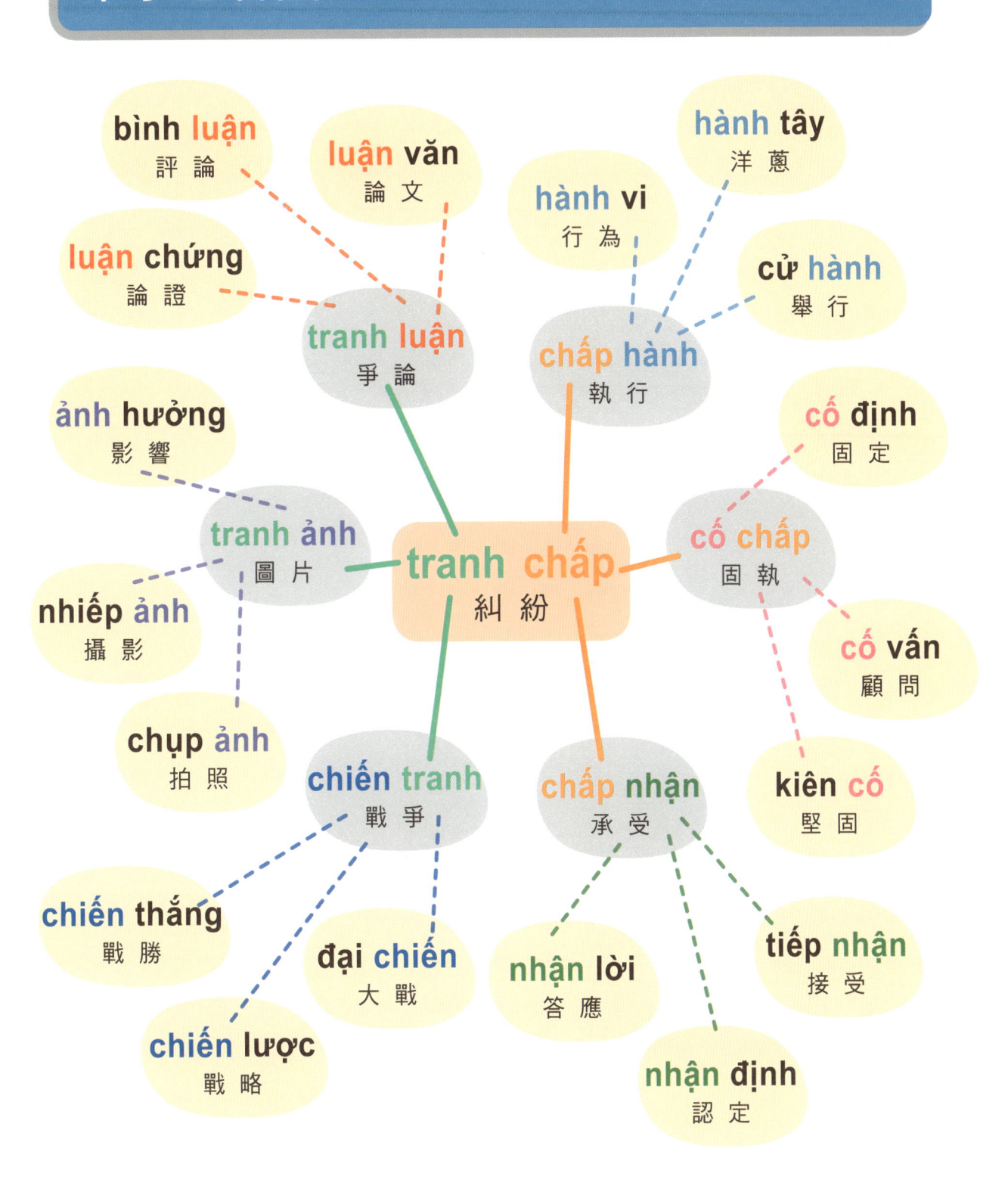

- **bình luận** 評論
- **luận văn** 論文
- **luận chứng** 論證
- **tranh luận** 爭論
- **hành vi** 行為
- **hành tây** 洋蔥
- **cử hành** 舉行
- **chấp hành** 執行
- **ảnh hưởng** 影響
- **tranh ảnh** 圖片
- **nhiếp ảnh** 攝影
- **chụp ảnh** 拍照
- **tranh chấp** 糾紛
- **cố định** 固定
- **cố chấp** 固執
- **cố vấn** 顧問
- **kiên cố** 堅固
- **chiến tranh** 戰爭
- **chiến thắng** 戰勝
- **đại chiến** 大戰
- **chiến lược** 戰略
- **chấp nhận** 承受
- **nhận lời** 答應
- **nhận định** 認定
- **tiếp nhận** 接受

第 06 課 問題排解　　105

> 越南大小事

越南人的糾紛排解方式

在越南，一旦發生商業糾紛時，人們通常會依循❶談判、❷調解、❸商業仲裁和❹法院仲裁這四種主要方式進行問題的排解。按司法部的統計，其中談判跟上法院是越南人最常見的選項，使用調解跟商業仲裁的企業相對少了很多。這是為什麼呢？以下我們娓娓道來。

❶ 談判：就是有糾紛的兩造自己討論解決的方式，這種方式因為過程取決於兩造的自由意志，又沒有法律依據，可能今天講好，明天又會產生爭執的情況恐會不斷的反覆上演，令人對此結果不具信心，因此這種解決方式不太受青睞。

❷ 調解：則是與「談判」相似，但再加上第三方的調解人參與排解糾紛。依越南司法部的公佈，目前越南有10個商業調解中心，調解時當事人可以向VMC（越南調解中心）申請調解。不過，因為在越南調解的結果跟「談判」一樣沒有法律的執行力，所以結果依舊讓人缺乏信心。

❸ 商事仲裁：是按2010年《商事仲裁法》規定，透過仲裁員的活動解決爭議的方式。這種方式具有程序簡單、透明、公平，不受法律機制限制的突出優點；最重要的是且當事人有義務依最終判決執行理賠或某些讓步，因此能讓仲裁的雙方較有信心。此外「商事仲裁」優點是其為非公開性質的，因此保密性高。

❹ 法院仲裁：就不必多說了，因為在企業的眼中，經過法院判出來結果是具有公權力的，一旦裁定後，該賠的人就要賠、該讓步的就得讓，所以當遇到兩造僵持不下的糾紛時，越南人自然還是會直接對簿公堂。當然，走法院還是免不了會浪費時間又浪費金錢，此外審判結果原則上是公開的，所以企業也會有商業機密曝光及商譽受損的風險。

預先了解好這四種越南人常見的糾紛排解方式，若你要在越南經商或投資，萬一出了狀況，也可預先想好你想要的解決方式喔！

Bài 07 | 商業電話
Điện thoại trong công việc

【商業應用篇】

目標

- 學習協助客戶使用商品時的對話
- 學習常用的電話用語及表達
- 學習應對客訴時的對話
- 學習商用電話用語、技能等表達

文法

1. ... ngay 語氣強調
2. chỉ + 動詞 + 數詞／量詞
   只…（，就…了）
3. khiến cho 讓…、使得…
4. tỏ ra 表示…、表現…、展露…

文法 ①

... ngay 語氣強調

A: Xe đạp của ai lại để ngay giữa đường thế này?
是誰的腳踏車就這樣子停在馬路中間的呀？

B: À xin lỗi, xe của tôi, để tôi dắt vào lề đường.
啊！對不起，是我的車，我把它牽到路邊去。

相信大家都已經認識副詞「ngay」，即「馬上」、「立刻」，它亦可以與同義詞「lập tức」、「tức khắc」結合使用。除此之外，「ngay」還可以放在確定的時間、地點、範圍、對象或數量的詞語前後用以表示強調。

例
- Chị chờ một chút, em sẽ xử lý hồ sơ cho chị ngay bây giờ.
  您請稍等一下，我現在馬上就處理您的申請。
- Bây giờ đừng nói năm trăm nghìn / ngàn, ngay cả năm nghìn / ngàn gửi xe, tôi cũng không có.
  現在別說是五十萬，就是五千的停車費，我也沒有。
- Ngay chiều nay em sẽ gửi hàng cho chị, chị nhớ để ý điện thoại người giao hàng gọi chị nhé.
  我今天下午就會出貨給妳，妳要記得留意快遞員打來的電話哦！

chỉ + 動詞 + 數詞／量詞 只…（，就…了）

A: Sao em ăn ít cơm thế?
你怎麼飯吃那麼少？

B: Em đang giảm cân nên chỉ ăn một bát / chén thôi.
我在減肥所以就吃一碗。

「chỉ」是表示對描述內容的限定，是「只」的意思。本課的「chỉ＋動詞＋數詞／量詞」的句型，則是表示強調進行一個程度很輕微的動作（或一個動作只觸及到低程度數量的事物），且在那之後該動作便不再繼續發生。

例
- Tháng này công ty họ chỉ đặt mua 16 tấn hàng.
  本月他們公司只訂購了16噸貨物。
- Vỏ hạt óc chó này, tôi chỉ đập một phát là vỡ ngay.
  這個核桃殼，我只打一下，它就破了。
- Anh nghĩ gây ra chuyện rồi bây giờ chỉ nói một câu xin lỗi là xong hả?
  你認為闖了禍之後，現在只說一句道歉就完了？

自我測驗 ①

1 請依提示完成下列的句子

| trước | trong | tại | cạnh |

(1) Quán cà phê của anh ấy nằm ngay ＿＿＿＿＿＿ đường tàu.
（他的咖啡館就開在火車的鐵路旁。）

(2) Em không thể làm việc riêng ngay ＿＿＿＿＿＿ giờ làm việc.
（在工作的時間裡你不能做私事。）

(3) Anh ấy đứng ngay ＿＿＿＿＿＿ mặt tôi mà tôi không nhận ra.
（他就站在我的面前，但我沒有認出來。）

(4) Cậu / Bạn khoan một lỗ ngay ＿＿＿＿＿＿ vị trí này nhé.
（你就在這個位置把它鑽出一個洞來吧！）

2 請用「chỉ＋動詞＋數量詞」結構及下面的提示來完成句子

(1) Những tài liệu này ＿＿＿＿＿＿＿＿＿＿＿＿＿＿＿＿＿＿.
（這些資料只印一面就好了！）

(2) Mọi người hãy nghe cho kỹ, tôi ＿＿＿＿＿＿＿＿＿＿＿＿＿＿.
（請大家聽清楚了，我只說一次而已。）

(3) Nó thông minh lắm, ＿＿＿＿＿＿＿＿＿＿＿＿＿＿＿＿＿＿.
（他很聰明，只看一次就知道怎麼做了。）

(4) Em ngồi đây chờ anh nhé, anh ＿＿＿＿＿＿＿＿＿＿＿＿＿＿.
（妳坐在這裡等我吧！我只開 20 分鐘的會就結束了。）

單字

đường tàu 火車鐵路　　**khoan lỗ** 鑽孔、鑽洞

對話 ①

Trọng Hiếu:

Em chào chị Hương ạ, em là Hiếu, gọi đến từ công ty EkoViet. Em được biết chị đang quan tâm, tìm hiểu và đăng ký dùng thử miễn phí phần mềm quản lý bán hàng EkoViet của bên em, nên em gọi điện xin phép được hỗ trợ chị ạ.

Khách hàng:

Đúng rồi em, chị đang tìm một phần mềm quản lý bán hàng nên muốn đăng ký dùng thử xem thế nào.

Trọng Hiếu:

Vâng / Dạ, cho em hỏi là hiện tại chị đang kinh doanh mặt hàng gì ạ?

Khách hàng:

Chị đang kinh doanh thời trang cho mẹ và bé.

Trọng Hiếu:

Dạ vâng / Dạ, bên em cũng có rất nhiều khách hàng kinh doanh mặt hàng này đang sử dụng phần mềm quản lý bán hàng rất hiệu quả chị ạ. Xin hỏi, chị đang kinh doanh theo hình thức online hay mở cửa hàng ạ?

Khách hàng:

Hiện tại chị chủ yếu bán hàng online trên Facebook và Shopee thôi.

Trọng Hiếu:

Dạ, phần mềm bên em có tích hợp quản lý bán hàng trên Facebook, Zalo và các sàn thương mại điện tử như Shopee, Tiki..., đồng thời liên kết với các đơn vị vận chuyển uy tín, mang đến cho khách hàng một dịch vụ hoàn hảo và tiết kiệm chi phí ạ.

重孝：
阿香姊您好，我這裡是 EkoViet 公司，我叫重孝。我們得知您對敝公司的銷售管理軟體有興趣，想要進一步了解並免費註冊試用，所以我打電話來確認並協助您完成註冊。

客戶：
沒錯，我正在找一個夠做銷售管理的軟體，所以想註冊試用看看。

重孝：
好的，請問您現在賣的是什麼產品呢？

客戶：
我在賣的是媽媽和寶寶的服飾。

重孝：
好的，我們這裡也有很多在販售這種產品的客戶，他們使用銷售管理軟體後的販售成效極佳。請問，您是做線上銷售的還是有開實體店面呢？

客戶：
目前我主要是在臉書和蝦皮上賣而已。

重孝：
好的，那我們的軟體有整合了臉書、Zalo 以及蝦皮、Tiki 等電商平台的銷售管理，而且都跟大間（信譽佳）的貨運公司都有配合往來，能夠提供給客戶便宜又完美的服務。

Khách hàng:

Vậy thì hay quá. Thế cách sử dụng có khó lắm không em?

Trọng Hiếu:

Dạ, bên em thiết kế phần mềm chuyên biệt cho từng ngành hàng với giao diện đơn giản, thân thiện và thông minh, chỉ mất tầm 15 phút làm quen là biết cách sử dụng, đặc biệt là được miễn phí cài đặt, nâng cấp và có nhân viên hỗ trợ ngay trong quá trình sử dụng dịch vụ ạ.

Khách hàng:

Ok, vậy giờ chị muốn dùng thử thì phải làm thế nào?

Trọng Hiếu:

Dạ, em xin phép kết bạn Zalo với chị để hướng dẫn chi tiết cách sử dụng phần mềm cho chị nhé.

Khách hàng:

Ok, chị dùng Zalo theo số điện thoại này nhé. Cảm ơn em.

客戶：
那太好了。那軟體的使用方法會很難嗎？

重孝：
是的，我們為了各個不同的行業設計了簡潔的智能友善介面，您只需要花費15分鐘就能學會如何使用，特別是這個軟體能免費安全、免費升級且在使用過程中都會有專人能為您服務。

客戶：
好，那請問我現在想要試用的話應該怎麼辦呢？

重孝：
請讓我加您的 Zalo，然後再跟您詳細說明如何使用這個軟體好嗎？

客戶：
好的，我的 Zalo 帳號是用這組電話號碼登記的，謝謝你。

北音 B073.MP3　南音 N073.MP3

單字

được biết 得知	mở cửa hàng 開實體店面	tiết kiệm 划算
tìm hiểu 了解	tích hợp 整合	chuyên biệt 專門
dùng thử 試用	sàn thương mại điện tử 電商平台	giao diện 介面
miễn phí 免費	liên kết 連結	thân thiện 友善
phần mềm 軟體	uy tín 有信譽	thông minh 智能
hỗ trợ 協助	đơn vị vận chuyển 運輸公司	cài đặt 安裝
ngành hàng 行業	dịch vụ 服務	nâng cấp 升級
hiệu quả 效果	hoàn hảo 完善	

本課相關單字 ①

【常見電話用語】

1. gọi điện 打電話
2. cuộc gọi đến 來電
3. cuộc gọi nhỡ 未接來電
4. bắt máy / trả lời / nghe máy 接聽
5. gọi điện thoại 通話
6. số máy lẻ 分機
7. chuyển tiếp 轉接
8. kết nối 接通
9. giữ máy 稍等
10. đường dây bận / máy bận 佔線
11. chuyển lời 轉達
12. để lại lời nhắn 留言
13. gọi nhầm số 打錯電話
14. gọi lại 回撥
15. tín hiệu 訊號
16. cuộc trò chuyện kết thúc 通話結束
17. không gọi được 打不通
18. cúp máy 掛電話
19. ngắt kết nối 斷訊

【手機常用APP功能】

1. tìm kiếm tài liệu 查資料
2. sử dụng máy tính 用計算機
3. sử dụng đèn pin 用手電筒
4. tìm đường 找路
5. ghi âm 錄音
6. sử dụng các trang mạng xã hội 使用社群網站
7. chơi Game 玩手遊
8. định vị GPS GPS 定位
9. nghe nhạc 聽音樂
10. xem video 看影片

通話時的常用句型

- Alo, XXX xin nghe. 喂，我是XXX。
- Tôi là XXX, gọi điện từ công ty XXX. 我是XXX公司的XXX。
- Tôi có thể nói chuyện với XXX được không? 我可以和XXX通話嗎？
- Anh có muốn để lại lời nhắn gì không? 你想要留言嗎？
- Tôi sẽ gọi lại sau. 我晚點再回撥。
- Tín hiệu rất kém nên tôi nghe không rõ. 訊號很差，所以我聽不太清楚。
- Anh có thể nói lớn hơn một chút được không? 你能大聲一點嗎？
- Anh vui lòng chờ một chút. 請稍候。
- Anh giữ máy để tôi kiểm tra nhé. 別掛斷，讓我來檢查一下。
- Tôi cúp máy nhé. 我掛了。
- Xin lỗi, tôi gọi nhầm số. 對不起，我打錯電話了。

常見的婉拒句型

- Tôi không có nhu cầu. / Tôi không quan tâm. 我不需要。／我沒興趣。
- Tôi đang bận. / Tôi không có thời gian. 我正在忙。／我沒有時間。
- Tôi đang họp / lái xe, không tiện nghe máy. 我在開會／開車，不方便接電話。
- Tôi mua rồi nhé. 我已經買了。
- Khi nào có nhu cầu sẽ gọi sau. 以後有需要的時候我會再打電話給你。
- Anh rất thích nhưng vợ anh lại không thích lắm. 我很喜歡，但我太太不喜歡。
- Để anh về trao đổi với người nhà rồi sẽ báo em sau.
  我回去後跟我的家人討論一下，稍後會告訴你。
- Anh / Chị sẽ tìm hiểu thêm, có gì liên hệ sau em nhé.
  我再了解一下，之後再聯繫你／妳。

文法 ②

khiến cho 讓⋯、使得⋯

A: Anh mở nhạc quá to **khiến cho** em không thể tập trung học bài được.
你把音樂開得太大聲，弄得我沒辦法專心念書了。

B: Xin lỗi, anh sẽ giảm âm lượng.
對不起，那我調小聲點。

「khiến cho」的句型是表述因果關係的使役表現，指由於某個人、事、物的行為或動作致使另一個人、事、物（使役對象）引發了某種結果，意思相當於中文的「讓⋯、使得⋯」。

例
- Anh làm thế nào mà **khiến cho** mấy đứa trẻ trở nên ngoan ngoãn vậy?
  你如何讓孩子們變得如此聽話的呢？
- Sự ngây ngô của con bé **khiến cho** tôi không nhịn được cười.
  她的天真讓我忍不住大笑。
- Hành động của con **khiến cho** bố mẹ / ba mẹ không còn mặt mũi nào nhìn hàng xóm láng giềng nữa.
  孩子的行為讓爸媽在鄰居的面前抬不起頭來。

tỏ ra 表示⋯、表現⋯、展露⋯

A: Đừng **tỏ ra** yếu kém trước mặt đối thủ.
不要在對手的面前示弱。

B: Nhưng em sợ là mình không làm được.
可是我怕自己做不到。

「tỏ ra」形容某人透過言語、神態、表情、行為舉止、外表等各種方式來證明某事或讓別人看到自己想要表達的一切。近似於中文「表示⋯、表現⋯、展露⋯」等意思。

例
- Xảy ra chuyện như vậy, ít ra em cũng phải **tỏ ra** lo lắng một chút chứ.
  發生這樣的事，你至少也應該表現出有點擔心的樣子吧！
- Khi nhắc đến chị, anh ấy đã **tỏ ra** ăn năn vì những rắc rối đã gây ra cho chị.
  當他提到妳時，他為了自己對妳造成麻煩的事而感到懊悔。
- Khi nghe câu chuyện của em, ai cũng **tỏ ra** bất bình thay cho em.
  當聽到你的故事時，大家都替你感到不滿。

自我測驗 ②

1 請用「khiến cho」的句型完成下列的句子

(1) Nếu việc này không xử lý một cách công bằng thì sẽ

_____.

（如果這件事沒有公平地的處理好的話，會讓他人無法心服口服。）

(2) Tình hình dịch bệnh căng thẳng

_____.

（傳染病的疫情嚴重，使得貨運的過程遭遇諸多困難。）

(3) Trời mưa _____.

（下雨使得各種交通工具都愈來愈難移動。）

(4) Sự việc lần này _____.

（這次的事情使得公司的股價嚴重下跌。）

2 請用「tỏ ra」的句型，完成下面的句子

(1) Mặc dù trong lòng rất buồn nhưng cô ấy vẫn _____.

（即使心中感到難過，但她仍然表露開心的樣子。）

(2) Anh trai tôi lúc nào cũng _____.

（我哥哥無論何時都展露出精明的一面。）

(3) Trước mặt mọi người, chị ấy luôn _____.

（在眾人面前，她總是展露出堅強的一面。）

(4) Chị không cần phải _____.

（妳不用表現出那麼吃驚的樣子啦！）

單字

công bằng 公平　**không phục** 不服　**căng thẳng**（情況）吃緊　**vận chuyển** 運送
phương tiện giao thông 交通工具　**di chuyển** 移動、移轉　**giá cổ phiếu** 股價　**giỏi giang** 精明、幹練
mạnh mẽ 堅強、猛烈

對話 ②

Trọng Hiếu:
Xin chào, bộ phận chăm sóc khách hàng công ty EkoViet xin nghe, chúng tôi có thể giúp gì ạ?

Khách hàng:
Anh đang sử dụng phần mềm quản lý bán hàng của bên em mà hay bị lỗi quá, em kiểm tra xử lý giúp anh đi.

Trọng Hiếu:
Dạ, xin hỏi anh tên gì để em tiện xưng hô ạ?

Khách hàng:
Anh tên là Tống Ngọc Thanh.

Trọng Hiếu:
Dạ, em chào anh Thanh ạ. Anh có thể chia sẻ một chút về vấn đề anh gặp phải khi sử dụng phần mềm của bên em không ạ?

Khách hàng:
Anh sử dụng phần mềm của bên em được ba tháng rồi, dạo gần đây tốc độ xử lý của phần mềm rất chậm, khiến cho quá trình thanh toán bán hàng tốn rất nhiều thời gian, khách hàng phải chờ lâu nên tỏ ra không hài lòng, điều này làm ảnh hưởng rất lớn tới việc kinh doanh của cửa hàng anh. Còn một vấn đề nữa, đó là thỉnh thoảng anh lại phát hiện bị mất thông tin sản phẩm mà không rõ nguyên do.

Trọng Hiếu:
Dạ, trước tiên cho em được gửi lời xin lỗi về những vấn đề này, cảm ơn anh đã phản ánh lại.

重孝：
EkoViet 客服中心您好，請問有什麼可以幫忙到您的嗎？

客戶：
我正在使用你們的銷售管理軟體，但是軟體經常出問題，請你幫我檢查一下好嗎？

重孝：
好的，請問我應該怎麼稱呼您呢？

客戶：
我叫做宋玉青。

重孝：
好的，宋先生您好。您方便告訴我您在使用軟體的時候遇到的是什麼樣的問題呢？

客戶：
我用你們的軟體三個月了，最近這個軟體的處理速度變得很慢，造成支付的過程耗費了很多時間，客人們久候因此就表達不滿。這樣子對我們店鋪的生意造成很大的影響。還有另一個問題是，有時候我會發現產品的資訊無緣無故的就消失了。

重孝：
好的，首先先讓我為了這些問題向您說聲不好意思，也感謝您告訴了我們您遇到的

Bên em đã ghi nhận đầy đủ những vấn đề mà anh gặp phải và sẽ liên lạc với bên kỹ thuật để xử lý ngay ạ.

Khách hàng:

Hôm trước anh gọi phản ánh cũng có bạn hứa suông như em rồi có xử lý giúp anh đâu.

Trọng Hiếu:

Dạ, một lần nữa cho em được gửi lời xin lỗi chân thành vì đã khiến anh có những trải nghiệm không tốt khi sử dụng dịch vụ của bên em. Em tên là Lê Trọng Hiếu, em sẽ trao đổi với đội ngũ kỹ thuật để họ xử lý ngay cho anh ạ.

Khách hàng:

Ok, vậy cố gắng xử lý nhanh cho anh nhé.

Trọng Hiếu:

Dạ vâng / Dạ, em xin chân thành cảm ơn anh và hy vọng bên em sẽ vẫn nhận được sự ủng hộ của anh trong thời gian tới.

Khách hàng:

Ok, cảm ơn em đã hỗ trợ.

這些問題。我們已經完整地記下了您所遭遇到的問題，並會第一時間聯繫技術團隊進行處理。

客戶：
我前幾天已經打電話來反應了，也有一位客服人員跟你講一樣的話，但後來也沒看到有人幫我處理呀！

重孝：
這樣嗎！那請讓我再次為您在使用我們的服務時給您帶來不好的體驗深表歉意。我的名字是黎重孝，我會與技術團隊討論您的狀況，讓他們馬上幫您處理。

客戶：
好吧，那請你盡快幫我處理吧！

重孝：
是的，非常感謝您，希望我們以後還是能夠得到您的支持與愛護。

客戶：
好的，謝謝你的協助。

單字

chăm sóc khách hàng 客服	phát hiện 發現	hứa suông 空頭承諾、開空頭支票
xưng hô 稱呼	nguyên do 原由	trải nghiệm 體驗
tốc độ 速度	phản ánh 反映	ủng hộ 支持
quá trình 過程	ghi nhận 記錄	chân thành 真誠
hài lòng 滿意	gặp phải 遇到	liên lạc 聯繫
cửa hàng 店鋪	kỹ thuật 技術	

本課相關單字 ②

【商用電話用語】

1. đặt phòng 訂房
2. đặt hàng 訂貨
3. giới thiệu sản phẩm / dịch vụ 介紹產品／服務
4. chăm sóc khách hàng cũ 常客服務
5. khai thác khách hàng tiềm năng 潛在客戶開發
6. tư vấn 諮詢
7. khảo sát chất lượng dịch vụ / sản phẩm 服務／產品滿意度調查
8. yêu cầu giúp đỡ 請求幫助
9. phỏng vấn 面試
10. bán hàng 銷售
11. đặt lịch hẹn 預約
12. đặt vé 訂票
13. xử lý khiếu nại 處理客訴
14. hỗ trợ kỹ thuật 技術支援
15. thông báo thay đổi thông tin 資訊變更通知

【電話客服人員必備技能】

1. lịch sự 有禮貌
2. cởi mở 開朗
3. tôn trọng 尊重
4. ghi chép 記錄
5. giọng nói 嗓音
6. nhẹ nhàng 輕柔
7. tích cực 積極
8. thân thiện 友善
9. truyền cảm 有渲染力
10. tương tác 互動
11. nhiệt tình 熱情
12. lắng nghe 傾聽
13. cảm thông 同情
14. thấu hiểu 理解
15. có kiến thức 見多識廣
16. nhanh chóng 快速、迅速
17. khéo léo 委婉
18. chuyên nghiệp 專業
19. niềm nở 殷勤、熱烈

客戶諮詢應對常用句型

- Chào anh, chúng tôi đã kiểm tra và thấy rằng chúng tôi đã gửi hàng đi cho anh khoảng bảy ngày trước rồi.
  先生您好，我們已經查過了，大概在七天前我們就已經將商品寄出給您了。

- Xin hỏi, có vấn đề gì khác khi sử dụng sản phẩm không?
  請問商品在使用上還有其他的問題嗎？

- Rất tiếc, sản phẩm này đã ngừng sản xuất và không còn được bán nữa. 不好意思，這項商品已經停產，無法再銷售了。

- Sản phẩm này vẫn đang được sản xuất và sẽ có hàng vào giữa tháng sau. 這項商品還在生產，大概下個月中旬會進貨。

- Chúng tôi có sản phẩm mới tương tự mặt hàng này, tôi xin phép giới thiệu với anh một chút. 我們有與此項商品相似的新品，請容我向您介紹一下。

- Các mặt hàng sẽ được giao tới vào ngày hôm sau. 商品隔日就會送達。

- Xin hỏi, anh có cần chúng tôi giúp gì nữa không ạ?
  請問還有什麼是能夠為您服務的嗎？

客戶投訴處理常用句型

- Em rất tiếc vì sự cố anh / chị gặp phải khi sử dụng sản phẩm / dịch vụ của bên em. 對於您在使用我們的產品／服務時遇到的問題，我們深表歉意。

- Em xin lỗi vì sự bất tiện này. 對於造成您的不便，我們深感抱歉。

- Em rất hiểu tâm trạng hiện tại của anh / chị. 我非常理解您現在的心情。

- Anh / Chị yên tâm, bên em sẽ nhanh chóng giúp anh / chị giải quyết vấn đề. 您放心，我們一定會盡快幫您解決問題。

- Cảm ơn anh / chị đã góp ý cho bên em. 感謝您惠賜您的卓見給我們。

- Cảm ơn anh / chị đã phản ánh cho bên em. 感謝您給予我們反饋。

- Bên em sẽ cố gắng cải thiện để không lặp lại tình huống đáng tiếc này nữa. 我們將會努力改進，以免遺憾的情況再次發生。

- Anh / Chị có đồng ý với cách giải quyết như vậy không?
  您同意這樣的解決方案嗎？

- Cảm ơn anh / chị đã hiểu và ủng hộ, chúng tôi sẽ không ngừng cải thiện chất lượng dịch vụ. 感謝您的理解和支持，我們將會不斷改進服務。

一起聊天吧！

1 根據實際情況回答問題

- **Bạn đã từng gọi điện khai thác khách hàng mới chưa?**
  你曾經有打電話開發新客戶嗎？
- **Bạn đã từng nhận được cuộc gọi phàn nàn của khách hàng chưa?**
  你曾經有接到客戶的投訴電話嗎？
- **Bạn sẽ xử lý thế nào khi nhận được cuộc gọi phàn nàn của khách hàng?**
  當你接到客戶的投訴電話時，你將會如何處理？

2 主題談話

1. Gọi điện tìm kiếm khách hàng mới: mời tham gia hội thảo, tìm hiểu thông tin khách hàng, giới thiệu sản phẩm / dịch vụ
   打電話尋找新客戶：邀請參加研討會、了解客戶資訊、介紹產品／服務
2. Gọi điện chăm sóc khách hàng cũ: lắng nghe chia sẻ của khách hàng, tìm ra vấn đề, đưa ra giải pháp
   打電話售後服務：傾聽客戶分享、找出問題、提供解決方案
3. Gọi điện xác nhận đơn hàng: thông tin khách hàng, sản phẩm, thời gian giao hàng
   電話確認訂單：客戶資訊、產品、交貨時間

3 練習對話

1 A gọi điện yêu cầu hỗ trợ xử lý vấn đề　A 打電話要求協助處理問題

Gợi ý: vấn đề gặp phải, xử lý ra sao?
提示 ▸ 遇到的問題、如何處理？

2 A từ chối cuộc hẹn với B　A 婉拒與 B 約見

Gợi ý: cuộc hẹn gặp mặt trao đổi, lý do từ chối?
提示 ▸ 面談的約見、婉拒理由？

單字心智圖

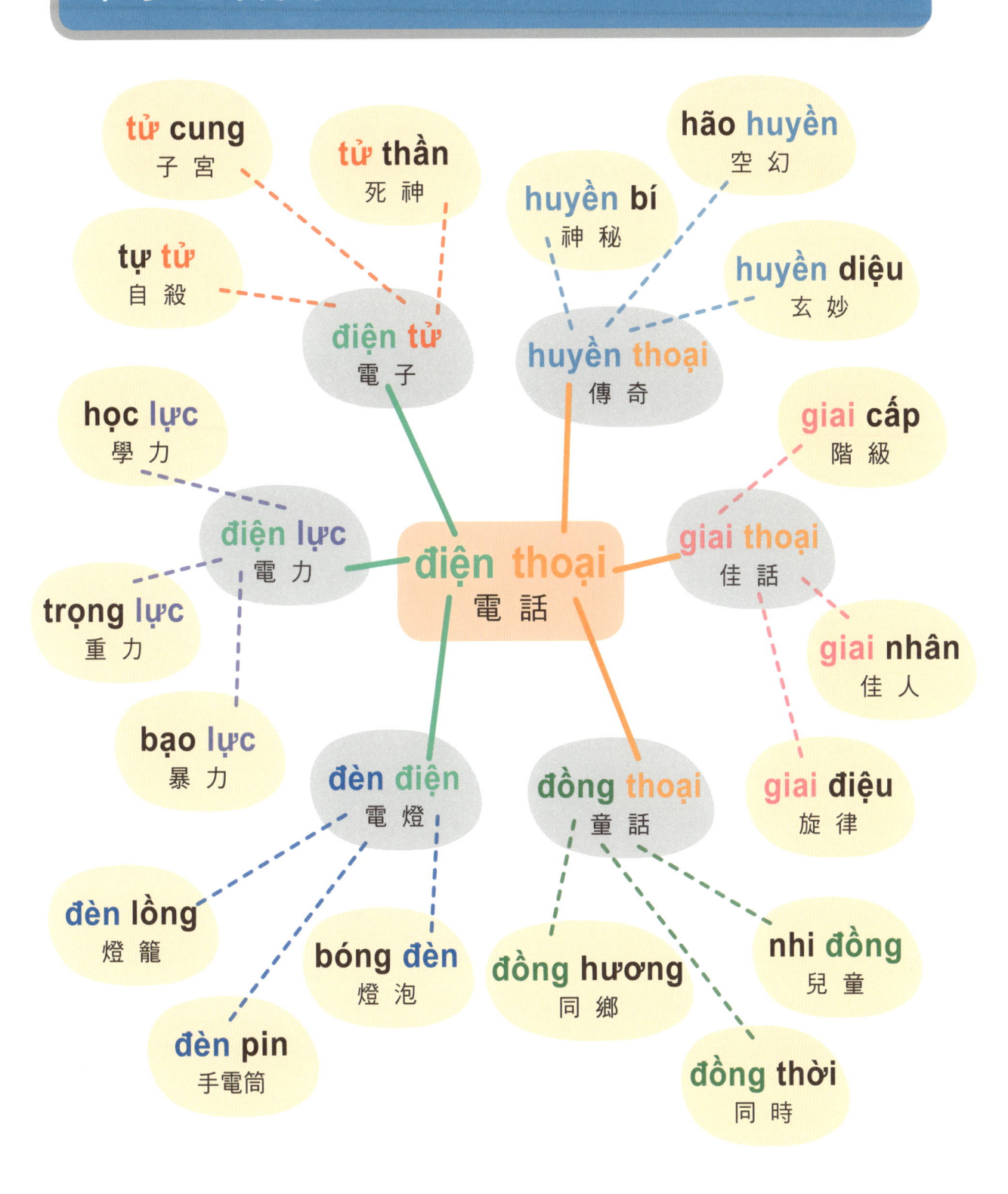

điện thoại 電話

- **điện tử** 電子
  - tử cung 子宮
  - tử thần 死神
  - tự tử 自殺
- **điện lực** 電力
  - học lực 學力
  - trọng lực 重力
  - bạo lực 暴力
- **đèn điện** 電燈
  - đèn lồng 燈籠
  - bóng đèn 燈泡
  - đèn pin 手電筒
- **huyền thoại** 傳奇
  - hão huyền 空幻
  - huyền bí 神秘
  - huyền diệu 玄妙
- **giai thoại** 佳話
  - giai cấp 階級
  - giai nhân 佳人
  - giai điệu 旋律
- **đồng thoại** 童話
  - đồng hương 同鄉
  - đồng thời 同時
  - nhi đồng 兒童

越南大小事

越南常見的電話詐騙手法

在越南的電話詐騙也是層出不窮，請務必小心留意。本文將說明幾種常見電話詐騙手法。

❶ **冒充執法人員**：這類的詐騙會使用假的電話號碼，打電話給民眾以對方有各種大大小小違反法令的事實加以威脅施壓，並聲稱具有執法能力，藉此使民眾心生恐懼，以便詐取民眾的錢財、銀行帳戶資訊及個人資料等等。這種詐騙甚至於還設立了模擬的公安部網站讓受害民眾能上去查，信以為真。

（Tôi là công an … 我是公安…）

關於這類的詐騙，越南警方也有宣導，若民眾真的有違反法律的相關案件，最後都是實際到公安局裡去處理，不會在線上操作或打電話通知罰款。

❷ **假冒各種電商平台、彩券公司、商場員工**：這類的詐騙會謊稱民眾幸運中獎，為了實際領取獎項，便要求民眾先向舉辦單位支付一部分的稅金，或是另外購買其他遠高於市價的產品。此外，也有用這種方法，要求受害者提供個人資訊、銀行帳戶內容並透過手機確認一次性密碼（OTP碼），藉以竊取帳戶內的金額。

❸ **冒充郵局**：詐騙者自稱是郵務人員聯絡民眾，表示有寄件人及內容物皆不詳的快捷運送（EMS）或是到貨付款（COD）的包裹或郵件。若收件者不在，就會要求收件者或其家屬轉運費給他們，通常被害人打開郵件後都是陌名其妙的東西，才會發現被騙。由於這類的詐騙代收貨款的金額通常不大，受害人也往往自認倒霉不會向有關部門舉報，所以這種手法在偏遠的農村和山區相當盛行。

❹ **冒充銀行員工**：詐騙者會自稱是銀行員工，透過打電話及發電子郵件向民眾提供銀行優惠貸款服務，甚至可以無抵押貸款。一旦有民眾上鉤，他們就會引導他完成貸款程序，一步步地到最後誘騙對方支付一筆費用。此外也有通知客戶其帳戶出現被鎖定或轉錯帳號等問題。為了解決這個問題，他們會使用假的連結，誘騙受害者輸入帳戶資訊、密碼和OTP碼，最後便將受害者的帳洗劫一空。

其實這些詐騙手法與台灣能見到的大同小異，大體上只要少份貪念，多份警覺，在越南一樣不用擔心受到詐騙的襲擾。

Bài 08 | 商業電子郵件
E-mail trong công việc

【商業應用篇】

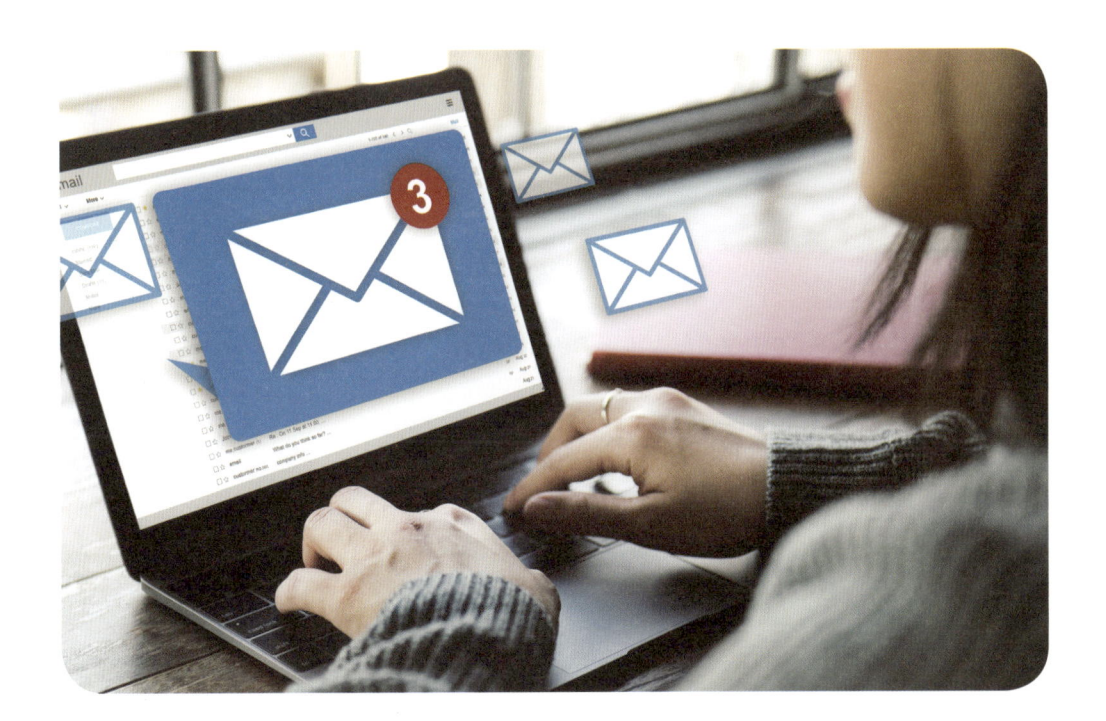

目標

- 學習到詢問電子郵件格式的對話
- 學習與電子郵件、商務郵件的相關表達
- 學習提供電子商務郵件書寫建議的對話
- 學習電子郵件名及書寫注意事項的表達

文法

1. ngay cả ... cũng ...（就）連…也…
2. tội gì mà ... 何必（要）…、幹嘛要
3. đã ... lại ... 既…又…
4. chẳng / không ... cả / hết 完全沒有…

文法 ①

ngay cả ... cũng ... （就）連…也…

A: Nhà anh ấy có vẻ ít đồ đạc nhỉ?
他的房子看起來好像家具很少？

B: Anh ấy sống một mình nên ngay cả dép đi trong nhà cũng chỉ có một đôi.
他一個人住，所以連他的室內拖鞋也只有一雙。

此句型常用於表示強調，「ngay cả」之後提出一個比較特殊的或與眾不同的強調。而這個句型主要在強調說在某個情況下，方才所提到的該特殊對象都怎樣怎樣了，那之後其他的人、事、物更不用談了的狀況。相當於中文的「（就）連…也…」的意思。

例
- **Ngay cả bác sĩ cũng có lúc bị ốm / bị bệnh mà.**
  就連醫生也會有生病的時候嘛！
- **Bài toán này ngay cả học sinh giỏi lớp tôi, cũng chưa chắc giải được.**
  這題連我們班最聰明的同學（學生），也不一定能解得開。
- **Công việc này vô vùng vất vả, ngay cả chủ nhật cũng không được nghỉ.**
  這份工作非常辛苦，連星期天也不能休息。

tội gì mà ... 何必（要）…、幹嘛要

A: Có vấn đề gì thì nói ra cùng nhau giải quyết chứ tội gì mà im lặng một mình gánh chịu như thế.
有什麼問題說出來一起解決，幹嘛要默默地一個人扛著？

B: Em tự giải quyết được.
我自己可以解決。

「tội gì mà ...」與「việc gì mà ...」、「không việc gì mà ...」的意思相同，雖然裡面有疑問詞，但是要表示「何必（要）…、幹嘛要…」的意思。後面再加上「không」成「tội gì mà không ...」時，則可等同為「為何不…」的意思

例
- **Cuộc đời sống được bao lâu đâu, tội gì mà không ăn uống cho thoải mái.**
  人生能有多長，為何不舒舒服服地吃吃喝喝呢！
- **Vào trong này ngồi cho mát chứ tội gì mà ngồi ngoài nóng nực.**
  進來這裡坐比較涼快，幹嘛要坐在外面熱死人了！
- **Hôm nay lĩnh lương tội gì mà không nhậu một bữa nhỉ?**
  今天領薪水了，為何不去乾一杯呢？

自我測驗 ①

1 請完成下列「**ngay cả ... cũng ...**」句型的句子

(1) Ngay cả khi khách hàng phàn nàn, cũng phải _____
_____.（就連客戶抱怨時，也得殷勤及委婉的處理。）

(2) Ngay cả sản phẩm lỗi cũng phải _____.
（就連瑕疵品也要留存在倉庫中等候處理。）

(3) Ngay cả khi gặp tình huống nguy hiểm, cũng cần phải
_____.（就連遇到危險的情況，也必須要保持鎮定。）

(4) Ngay cả khi khách hàng chỉ mua một sản phẩm, cũng phải
_____.（就連客人只買一項產品時，也得熱情招待。）

2 請用「**tội gì mà ...**」的句型來完成下列的句子

(1) Cấp trên đã cho cậu / bạn cơ hội tốt như vậy thì _____.
（既然上級已經給了你這麼好的機會，你為什麼不好好把握！）

(2) Chờ tạnh mưa thì đi chứ _____.
（等雨停後再去就好啦！你幹嘛要冒著雨去變成落湯雞？）

(3) Nếu không thấy hợp nhau thì vui vẻ chia tay, _____.
（如果合不來，大家就好聚好散（的分手），幹嘛要弄得那麼痛苦不堪。）

(4) Lúc nào dùng hết thì lại mua, chứ _____.
（什麼時候用完了再買就好，買那麼多擺在那裡幹什麼。）

單字

phàn nàn 抱怨、客訴　　**niềm nở** 殷勤　　**khéo léo** 委婉、婉轉　　**hết sức** 極度、格外　　**nắm lấy** 把握；佔有
đội mưa 冒雨

125

對話 ①

Đồng nghiệp:

Chị Tú Anh ơi, em vừa mới soạn xong một email cần gửi cho khách hàng, chị xem giúp em nội dung có cần chỉnh sửa gì không ạ?

Tú Anh:

Ừ, để chị xem.... Cái tiêu đề này, em viết dài quá, chỉ cần ngắn gọn, tóm lược nội dung chính cần truyền đạt thôi.

Đồng nghiệp:

Vâng / Dạ , em sẽ sửa lại ạ.

Tú Anh:

Thông thường, để gửi lời chào một cách lịch sự thì có thể viết như sau: "Kính gửi Quý Công ty / Quý Khách hàng" hoặc "Kính gửi ông / bà / anh / chị ..." và nên đặt dấu phẩy ở phía cuối, chứ không dùng dấu hai chấm như thế này em nhé.

Đồng nghiệp:

Ôi thế mà em cứ tưởng là dùng dấu hai chấm giống như cách viết email bằng tiếng Trung.

Tú Anh:

Khác nhau em nhé... Nội dung chính thì nên trình bày rõ ràng, ngắn gọn và súc tích, nhưng vẫn phải cung cấp đầy đủ thông tin. Nội dung nào quan trọng thì có thể tô đậm hoặc đổi màu chữ. Phần này em viết lan man, dài dòng quá, ngay cả chị nhìn thấy dài thế này cũng chả muốn đọc tiếp. Đoạn này em có thể gạch đầu

---

同事：

秀英姊，我剛撰寫了一封電子郵件要寄給客戶，妳能幫我看看內容是否需要修改嗎？

秀英：

好，我看看…，這個標題，你寫得太長了，只要簡短地大略提到整封郵件要傳達的主要內容就好。

同事：

好的，那我把它改掉。

秀英：

在一般情況下，禮貌的問候詞要寫：「Kính gửi Quý Công ty / Quý Khách hàng（敬致貴公司／貴客戶）」或「Kính gửi ông / bà / anh / chị ...（敬致先生／女士）」並在結尾加上逗號，而不是加這樣的冒號喔！

同事：

哦，是這樣呀，我一直以為是跟中文郵件寫法一樣用冒號。

秀英：

不一樣哦…！本文內容應該清晰、簡潔且精要，但相關訊息也必須完整書寫。重要的內容可以加粗或更改字體顏色。這部分你寫得落落長又抓不到重點，寫得這麼冗長，就連我看到也不想繼續看下去了。這一段你可以用

dòng các ý để cho người đọc dễ nhìn, dễ nắm bắt được nội dung.

Đồng nghiệp:

Vâng / Dạ, em sẽ lược bỏ một số nội dung không cần thiết.

Tú Anh:

Phần cuối thư, sau lời cảm ơn hoặc lời chúc thì em nên xuống dòng thêm chữ "Trân trọng" và tên người gửi ở phía dưới.

Đồng nghiệp:

Dạ vâng ạ / Dạ. À, em tạo phần chữ ký phía cuối như thế này có được không chị?

Tú Anh:

Quá ổn ý chứ. Một email có phần chữ ký này sẽ trở nên chuyên nghiệp hơn, lại có thể giới thiệu thông tin về bản thân một cách lịch sự và tế nhị thì tội gì mà không thêm vào chứ.

Đồng nghiệp:

Vâng / Dạ, em cũng nghĩ thế ạ. Em cảm ơn những góp ý của chị, em sẽ chỉnh sửa lại ạ.

破折號把分項表列，讓收信者能夠一目了然。

同事：
好的，那我會刪去一些不必要的內容。

秀英：
郵件的結尾，在感謝語或祝福語之後，要換行寫上「Trân trọng（敬上）」，並再換行於下方寫上寄件者的姓名。

同事：
好的。對了，我在最下面製作這樣的簽名檔，妳覺得可以嗎？

秀英：
這個很好啊！有這樣的簽名檔，可以讓妳的郵件看起來更加地專業，又可以禮貌且委婉地介紹自己，何樂而不為呢！

同事：
好的，我也是這麼認為。我會把郵件再改一改，謝謝妳的意見。

單字

soạn 撰寫	dấu phẩy 逗號	dài dòng 堆砌
nội dung 內容	dấu hai chấm 冒號	gạch đầu dòng 用破折號分項
chỉnh sửa 修改	trình bày 呈現	nắm bắt 掌握
tiêu đề 標題	rõ ràng 清晰	lời chúc 祝福的話
ngắn gọn 簡短	súc tích 精鍊	lược bỏ 省略
tóm lược 概括	tô đậm 加粗	tế nhị 委婉
truyền đạt 傳達	lan man 漫無邊際	

本課相關單字 ①

【電子郵件相關詞彙】

1. hộp thư đến 收件匣
2. hộp thư đi 寄件匣
3. soạn thư 撰寫
4. thư đã gửi 寄件備份
5. thư nháp 草稿
6. tất cả thư 所有郵件
7. thư rác 垃圾郵件
8. thùng rác 垃圾桶
9. tìm kiếm 搜尋
10. cài đặt 設定
11. đánh dấu 標記
12. cũ hơn 較舊
13. mới hơn 較新
14. giao diện 背景主題
15. mặc định 預設
16. tuỳ chỉnh 自訂
17. thư chưa đọc 未讀郵件
18. thư quan trọng 重要郵件
19. thư trả lời tự động 自動回覆郵件

【郵件常見用語】

1. người nhận 收件者
2. chủ đề 主旨
3. thêm người nhận Cc 副本
4. thêm người nhận Bcc 密件副本
5. gửi 傳送
6. gửi theo lịch biểu 排定傳送時間
7. định dạng 格式
8. đính kèm tệp 附加檔案
9. chèn liên kết 插入連結
10. biểu tượng cảm xúc 表情符號
11. chèn ảnh 插入相片
12. chế độ bảo mật 機密模式
13. chèn chữ ký 插入簽名
14. kiểm tra chính tả 檢查拼字
15. phần mở đầu 開頭
16. nội dung chính 正文
17. phần kết 結尾

消費者角度常用電子郵件句型

- Xin hỏi tôi có thể kiểm tra số vé máy bay của mình ở đâu trên trang web của quý công ty? 請問我可以在貴公司網站上的哪裡查我的機票號碼？
- Tôi đã đặt phòng rồi. Bạn có thể cho tôi phòng có bồn tắm được không? 我已經訂了房，請問能否給我有浴缸的房間？
- Khách sạn của bạn có cung cấp dịch vụ giặt ủi không? 請問貴飯店有洗衣的服務嗎？
- Tôi mua một chiếc nồi của công ty bạn nhưng chỉ sau vài ngày sử dụng đã bị gãy tay cầm. 我買了貴公司的鍋子，用沒幾天把手就斷了。
- Xin đừng gửi cho tôi bất kỳ thư quảng cáo nào nữa. 麻煩請不要再寄廣告信件給我了。
- Tôi rất bực mình vì những email quảng cáo liên tục gửi đến từ công ty của bạn. 貴公司不斷寄來的廣告郵件讓我感到很憤怒。
- Tôi đã gửi fax đơn đăng ký bảo hiểm cho công ty của bạn. Vui lòng xử lý đơn đăng ký giúp tôi. 我已經傳真了保險申請書給貴公司了，麻煩請進行辦理。
- Chi phí thuê taxi của công ty bạn trong một ngày là bao nhiêu? 請問包貴公司的計程車一天的話，需要多少錢？
- Vui lòng gửi báo giá cho tôi. 麻煩請您報價給我。
- Xin hỏi xung quanh bảo tàng có gọi được taxi không? 請問貴博物館的周邊招得到計程車嗎？
- Xin hỏi dịch vụ thuê trang phục hoá trang của bảo tàng có cần đặt lịch hẹn trước không? 請問貴博物館的變裝服務，必須要跟貴館預約嗎？
- Xin hỏi chi phí gửi một quyển sách / cuốn sách khoảng một kg đến thành phố Cần Thơ Việt Nam là bao nhiêu? 請問一公斤左右的書籍一本，寄到越南的芹苴市需要多少運費？
- Xin hỏi có bao nhiêu buổi biểu diễn mỗi ngày? Buổi biểu diễn sẽ được biểu diễn vào thời gian nào? 請問表演每天有幾場？又分別在幾點時演出呢？
- Xin hỏi các sản phẩm bạn trưng bày trên mạng có màu khác không? 請問您在網上展示的商品，有沒有別種顏色的呢？
- Tôi quên mã số hội viên của mình, tôi có thể tra cứu ở đâu? 我忘記我的會員編號了，請問可以在哪裡查？
- Tôi không có vấn đề gì nữa, cảm ơn sự giúp đỡ của bạn! 我沒有問題了，感謝你們的幫忙！

文法 ②

đã ... lại ... 既…又…

A: Sao anh ấy lại bị sa thải vậy?
他為什麼被開除了？

B: Vì anh ấy năng lực **đã** kém **lại** không nỗ lực, nên dễ bị đào thải thôi.
因為他既能力差又不努力，很容易就被淘汰了。

「đã＋動詞／形容詞＋lại＋動詞／形容詞」的句型常用於「đã」及「lại」後述的動作或狀態同時存在，有「既…又…」、「不但…而且…」、「已經…了，還…」的意思。

例
- Trong những lúc khó khăn thế này, anh **đã** không giúp được gì **lại** còn nói những lời khó nghe như thế.
  在這麼困難的時候，你幫不上忙就算了，還說出這麼難聽的話。
- Một người **đã** vô tâm **lại** không chung tình như anh ta thì không nên níu kéo làm gì?
  像他這樣既沒心沒肝又不鐘情的人就不要再糾纏下去了。
- Cô ấy là một ca sĩ tài năng, **đã** hát hay **lại** còn nhảy giỏi.
  她是一位才華橫溢的歌手，不但歌唱得好，而且舞姿極佳。

chẳng / không ... cả / hết 完全沒有…

A: Chị gửi email cho em, em đã nhận được chưa?
我給你寄了電子郵件，你收到了嗎？

B: Em **chẳng** nhận được email nào **cả**.
我沒有收到任何郵件。

此句型為「chẳng ... cả」、「không ... cả」、「chẳng ... hết」、「không ... hết」這四種組合皆可，常用於強調完全否定的語氣，相似於中文的「根本就沒有…、根本就不…」的概念。

例
- Chuyện anh ấy xảy ra tai nạn trong lúc làm việc, tôi **không** biết gì **hết**.
  我根本就不知道他在工作期間發生事故了。
- Suốt ngày anh chỉ có công việc, **chẳng** quan tâm gì đến em **cả**.
  你整天就只知道工作，根本就不關心我。
- Mọi người cứ khen quán này ngon mà em ăn **chẳng** thấy ngon gì **cả**.
  大家都說這家餐廳不錯，但我吃了卻覺得一點都不好吃。

自我測驗 ②

1 請完成下列「đã ... lại ...」句型的句子

(1) Bạn ngồi cùng bàn với tôi đã đẹp trai lại
_____.
（我同桌的男生已經很帥了，而且成績又好，所以很多女生都喜歡他。）

(2) Không ngờ công việc này lương đã thấp, lại _____.
（沒想到這份工作薪資不高，而且還這麼辛苦。）

(3) Hoa quả / Trái cây nhà cô ấy đã tươi ngon, giá lại
_____.
（她家的水果既新鮮價格又便宜，所以賣得相當地好。）

(4) Cái ngõ / hẻm này đã hẹp lại đông xe qua lại _____.
（這條巷子已經很窄了，而且又有許多車開進來，所以常常會塞車。）

2 請依句型提示完成下列的句子

(1) Cuối tuần mưa bão nên chúng tôi _____.
（週末有暴風雨來，所以我們哪都不去。）（請使用 chẳng ... cả）

(2) Kế hoạch thay đổi mà _____.
（計劃改變的事根本都沒跟我講。）（請使用 chẳng ... cả）

(3) Hôm nay, em mệt nên _____.
（今天我很累，所以我什麼都不想吃。）（請使用 chẳng ... hết）

(4) Tự dưng hôm nay cô ấy nói những lời kỳ lạ, khiến anh
_____.
（不知道為什麼今天她說了一些奇怪的話，弄得我完全搞不懂是什麼狀況。）（請使用 chẳng ... cả）

單字

tươi ngon 鮮嫩　đắt hàng 暢銷　đông khách 暢銷、客人多　mưa bão 暴風雨　tự dưng 不知為何

對話 ②

Tú Anh:
Chị có xem qua email trả lời thư khách hàng của em, có một số điểm chị nghĩ em nên lưu ý.

Đồng nghiệp:
Vâng ạ / Dạ, có gì chị cứ góp ý ạ.

Tú Anh:
Đối với email hồi đáp, nội dung email nên đi thẳng vào vấn đề đang trao đổi trong email lần trước hoặc vấn đề cần giải quyết, chứ không nên dài dòng văn tự, nếu có điều gì muốn cho khách hàng xem thêm thì có thể tạo tệp đính kèm, đừng viết trực tiếp vào phần nội dung chính của email.

Đồng nghiệp:
Dạ, lần sau em sẽ thử cách này ạ. Nhưng nếu khách hàng có nhiều câu hỏi cần giải thích chi tiết thì sao ạ chị?

Tú Anh:
Trong trường hợp khách hàng có nhiều câu hỏi, thì em có thể phân thành nhiều đoạn riêng biệt, mỗi đoạn đề cập đến một câu hỏi. Như vậy, khách hàng sẽ dễ dàng theo dõi và hiểu được câu trả lời của em.

Đồng nghiệp:
Vâng / Dạ, em hiểu rồi ạ.

秀英：
我有看過妳回覆給客戶的郵件，有幾點我覺得妳應該要注意。

同事：
是的，請妳給我建議吧！

秀英：
對於郵件的回覆，郵件內容應該要直接續上一封郵件中討論的事項或需要解決的問題，而不是在那冗長的贅述，如果有什麼事要跟客戶提的話，就製作附加檔案並陳述在裡面給對方，不要直接寫在正文裡面。

同事：
好的，下次我會試試這種方法。但是，如果客戶有很多問題需要詳細解釋的話該怎麼辦呢？

秀英：
在這種情況下，那你可以（把回信）分成幾個段落，每個段落只針對一個問題來解答。這樣的話，客戶會很容易閱讀並瞭解妳的答覆。

同事：
好的，我明白了。

Tú Anh:

Đoạn này em đã dùng nhiều loại phông chữ lại thêm nhiều màu chữ thế này, chẳng hài hoà gì cả, trông lộn xộn và rắc rối lắm. Em chỉ nên sử dụng thống nhất một phông chữ, một đến hai màu chữ trong trường hợp muốn nhấn mạnh cụm từ hoặc câu quan trọng thôi.

Đồng nghiệp:

Ôi, em cứ tưởng dùng nhiều màu sẽ giúp người đọc dễ phân biệt các nội dung hơn.

Tú Anh:

Không nên dùng nhiều em ạ. Đặc biệt là, em không nên tuỳ tiện viết tắt như thế này nhé, chỉ nên viết tắt những từ chuyên ngành thôi.

Đồng nghiệp:

Dạ vâng / Dạ, em nhớ rồi ạ. Em cảm ơn chị rất nhiều.

秀英：
這一段，你既用了很多種字體，又用了那麼多顏色，一點都不協調，看起來很亂。你應該只使用一種字體就好，顏色則是一到兩種，用來標示你要強調的重要短句或句子即可。

同事：
哦！我以為用多種顏色能讓收件者更容易區分（閱讀）內容。

秀英：
不要用太多種顏色呀！特別是你不應該這樣隨意縮寫，只有一些專業的詞彙才能再縮寫。

同事：
好的，我記住了。謝謝妳。

B087.MP3　N087.MP3

單字

lưu ý 注意、留意	thử 試試	lộn xộn 雜亂
góp ý 提出建議	riêng biệt 個別	rắc rối 混雜不清；迷茫
hồi đáp 回覆	chi tiết 詳細	thống nhất 一致
đi thẳng vào 直接進入；直奔	đề cập 提到	tuỳ tiện 隨意、隨便
dài dòng văn tự 冗詞贅句	theo dõi 看、追蹤	viết tắt 縮寫
tệp đính kèm 附件	phông chữ 字型	cụm từ 短句
trực tiếp 直接	hài hoà 協調	

第 08 課 商業電子郵件

本課相關單字 ②

【常見的商務郵件】

1. thư mời 邀請函
2. thư giới thiệu 推薦信
3. thư xin việc 求職信
4. thư xin lỗi 致歉函
5. thư hỏi giá 詢價函
6. thư đặt hàng 訂購函
7. thư thanh toán 付款函
8. thư chúc mừng 祝賀函
9. thư từ chối 拒絕信
10. thư thông báo 通知函
11. thư đề nghị 建議信
12. thư xác nhận 確認信
13. thư yêu cầu 請求信
14. thư hồi đáp 答覆函
15. thư khiếu nại 投訴信
16. thư cảm ơn 感謝信

【商務郵件撰寫注意事項】

1. rõ ràng, ngắn gọn 清晰、簡潔
2. tránh lan man 避免冗長
3. lời lẽ lịch sự, thân thiện 言辭有禮、友好
4. không nên khiếm nhã 不粗魯、文雅
5. nội dung chính xác 內容正確
6. lời văn trôi chảy 行文通順
7. chân thành, thuyết phục 真誠、有說服力

商務郵件常用句型

- Chúng tôi rất vinh dự khi có thể ... 我們非常榮幸能夠…
- Vui lòng xem tệp (file) đính kèm. 請查閱附件。
- Vui lòng liên hệ với tôi nếu có bất kỳ thắc mắc nào hoặc nếu bạn cần bất kỳ sự hỗ trợ nào từ phía chúng tôi.
  如果有任何不清楚的地方或您需要我們提供任何幫助，請與我聯繫。
- Chúng tôi xin bày tỏ lời cảm ơn chân thành đối với ... 對…表示由衷的感謝。
- Tôi mong nhận được tin tốt lành từ bạn. 靜候佳音。
- Mong có thể duy trì hợp tác chặt chẽ với Quý Công ty.
  願能與貴公司保持密切合作。
- Trong thư đính kèm..., gửi bạn tham khảo. 隨函附上…，僅供參考。

常用商務郵件回覆法

- Chúng tôi rất vui và bày tỏ lòng cảm ơn sâu sắc khi nhận được lời mời của Quý Công ty.
  承蒙邀請，我們深表感謝。
- Thật sự xin lỗi vì điều đó. 為此深表歉意。
- Xin thông cảm và lượng thứ. 敬請見諒。
- Cảm ơn bạn đã đặt hàng của chúng tôi. 感謝您向我們訂購。
- Tôi rất tiếc khi… 對…深感遺憾
- Cảm ơn Quý Khách hàng đã tin tưởng và sử dụng sản phẩm của công ty chúng tôi.
  感謝您信任和使用我們公司的產品。

一起聊天吧！

1 根據實際情況回答問題

- **Bạn đã từng viết email cho khách hàng bằng tiếng Việt chưa?**
  你曾經用越南語寫電子郵件給客戶過嗎？
- **Khi viết email bằng tiếng Việt bạn có gặp phải khó khăn gì không?**
  你在用越南語寫電子郵件時，有遇過什麼困難嗎？
- **Bạn cho rằng khi viết email bằng tiếng Việt thì cần lưu ý điều gì?**
  你認為用越南語寫電子郵件時應該注意什麼？

2 主題談話

1. **Email thông báo điều chỉnh giá: khan hiếm nguồn hàng, nhu cầu sử dụng tăng cao, giá nguyên liệu tăng mạnh**
   調價通知郵件：商品稀少、需求旺盛、原材料價格大幅上漲
2. **Email từ chối đơn đặt hàng: sản phẩm không đủ số lượng, khách hàng đưa ra giá không hợp lý, khách hàng không đáng tin cậy**
   訂單拒絕郵件：產品數量不足、客戶報價不合理、客戶不可靠
3. **Email phàn nàn về sản phẩm không đúng chất lượng: chất lượng không giống quảng cáo, yêu cầu đổi trả, yêu cầu bồi thường**
   劣質產品投訴郵件：品質與宣傳的不同、要求退換貨、要求賠償

3 練習對話

1 A hướng dẫn B viết email thuyết phục bên mua chấp nhận bản báo giá A 引導 B 寫說服買家接受報價的郵件

Gợi ý: đưa ra lý do, lời mời hấp dẫn, lời lẽ khéo léo?
提示 提出理由、有吸引力的邀請、委婉言辭？

2 A góp ý email báo giá của B
A 向 B 寫的電子郵件提出建議

Gợi ý: cách trình bày, thông tin đầy đủ, tạo ấn tượng?
提示 呈現方式、資訊完整、留下印象？

單字心智圖

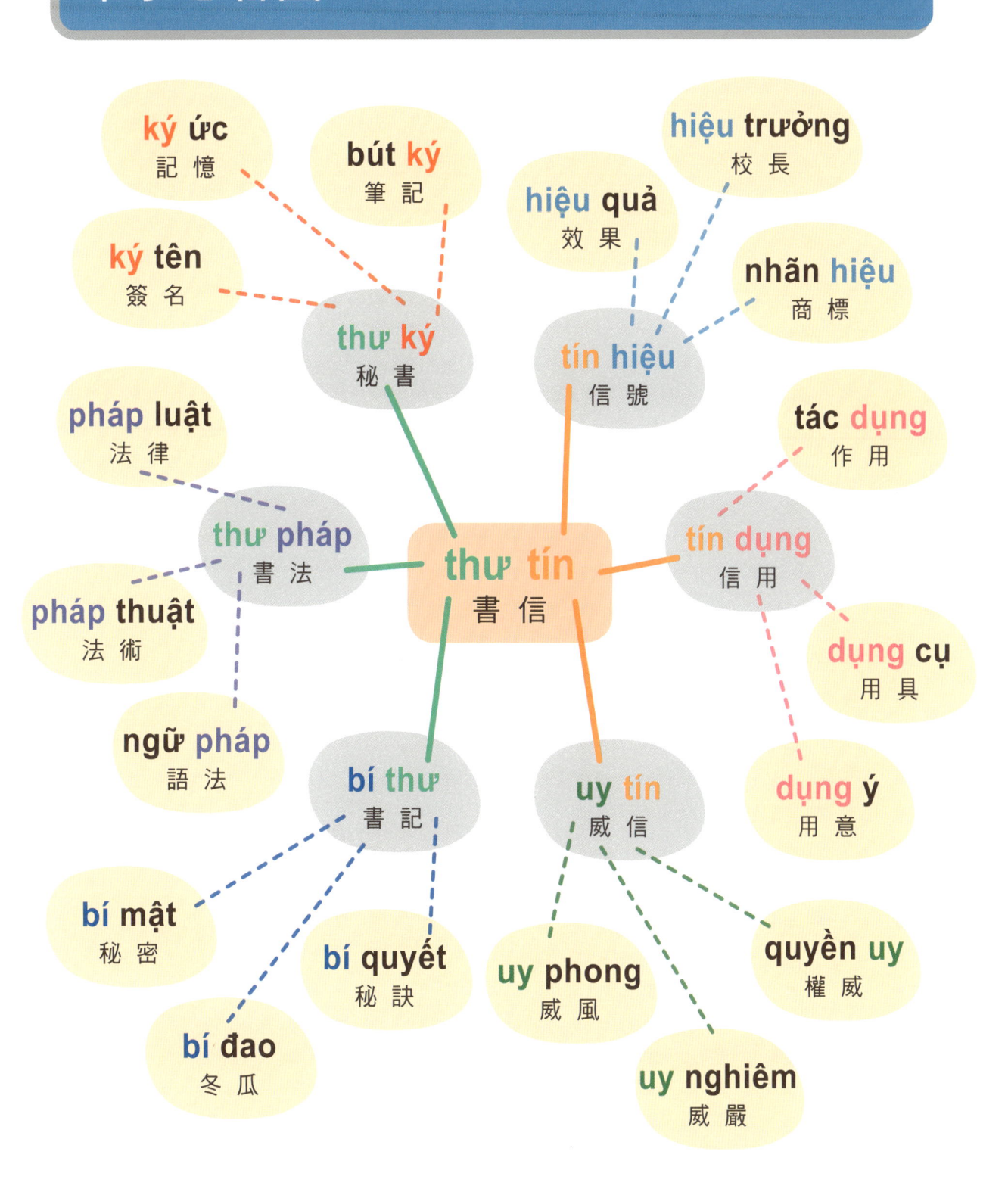

- **ký ức** 記憶
- **bút ký** 筆記
- **ký tên** 簽名
- **thư ký** 秘書

- **hiệu trưởng** 校長
- **hiệu quả** 效果
- **nhãn hiệu** 商標
- **tín hiệu** 信號

- **pháp luật** 法律
- **pháp thuật** 法術
- **ngữ pháp** 語法
- **thư pháp** 書法

- **thư tín** 書信

- **tác dụng** 作用
- **tín dụng** 信用
- **dụng cụ** 用具
- **dụng ý** 用意

- **bí mật** 秘密
- **bí quyết** 秘訣
- **bí đao** 冬瓜
- **bí thư** 書記

- **uy phong** 威風
- **uy nghiêm** 威嚴
- **quyền uy** 權威
- **uy tín** 威信

第 08 課 商業電子郵件　137

越南大小事
如何寫標準的商業越文電子郵件

越文電子郵件的寫法與英文的基本原則相同，但因越南文化特徵仍存在些許差異，本篇我們來學如何來寫標準的商業越文電子郵件。

❶ **主旨簡短但意圖明確**：電子郵件的主旨將決定收件人是否會看您的電子郵件，因此保持主旨簡潔且明確。注意不要用縮寫。

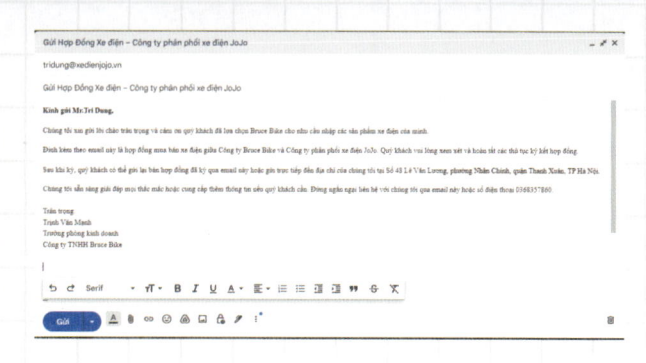

❷ **問候收件人**：原則上，寄發電子郵件時，首先必需提及他們的名銜。若與收件人關係親近，可用「Hi / Xin chào / Chào ＋收件人姓名」作為開頭；但需要正式的場合，則以「Dear ＋職位（若有的話）＋ Mr / Ms ＋收件人姓名」開頭。例如：「Dear Ms Trang」、「Dear giám đốc Minh」等。但有些越南人不喜歡看到「Hi」或「Dear」這樣英越文混雜的感覺，那就改用「Kính chào」、「Kính gửi」、「Thân gửi」、「Gửi」這些純正的越文語問候語即可。若不知道收件人性別時，可使用「Kính gửi anh / chị」或「Kính gửi bộ phận X của công ty Y」，大多數公司的員工通常都比較年輕，所以這樣稱呼是完全可以接受的。

❸ **正文內容**：根據內容的不同而有不同的呈現方式，但基本上會有 3 個部分：

Ⓐ **開頭**：簡潔介紹自己並表達來意。
Ⓑ **本文**：陳述計劃、判斷或解決方案。
Ⓒ **結尾**：表示感謝及祝福、並希望盡快收到對方回覆。

結尾使用的常見句子有：「Hi vọng sớm nhận được phản hồi từ anh / chị」、「Rất mong sớm nhận được sự giải đáp từ anh chị」等。最後的問候處，如果是非正式的，可以用「Best」、「Regards」、「Best wishes」；正式的可以用「Best regards」、「Warm regards」、「Your sincerely」，或者如果是要純越南語，則可以使用「Cảm ơn」、「Trân trọng」。電子郵件各段落之間應留出一行空格，以便於閱讀。內容要簡潔易懂且不能隨意大寫或使用縮寫；字體限定一種、顏色則最多用到兩種來標示重要的內容部分。

❹ **簽名檔**：簽名檔建議以「Trân trọng」、「Cảm ơn」、「Best regards」開頭，然後加上你的全名、職位、電話號碼及聯繫方式等詳細資料。

最後填好收件人就可以寄出了。越文的郵件寫作方式雖與英文的相似，但由於語言和文化仍不同，注意有時需要依對象使用不同的文體及用詞。上述的細節都注意到後，就可以寄出一封好的越文商業電子郵件囉！

Bài 09 | 初次見面
Lần đầu tiên gặp nhau

【日常生活篇】

目標

- 學習初次見面時介紹自己與他人的對話
- 學能力及家鄉的表達
- 學習派駐生活的對話
- 學習越南省份及職業的表達

文法

1. chả mấy khi 難得、不常、少見
2. gì (...) cũng 什麼（…）都／也
3. Hình như ... thì phải 好像…（的樣子）
4. 「動詞」+（受詞）+giúp / hộ 幫忙（做）…

文法 ①

chả mấy khi 難得、不常、少見

A: Sao hôm nay lại mặc váy đẹp thế?
今天怎麼穿這麼漂亮的裙子啊？

B: **Chả mấy khi** được lên ti vi, đương nhiên phải mặc đẹp một chút rồi.
能上電視這種機會難得，當然要穿漂亮一點了。

「chả mấy khi」的句型可置於句首、句中或句尾，表示某人、事、物機會罕有、不常出現或發生的意思。

例
- **Chả mấy khi** có cơ hội chơi game cả ngày nên anh ấy cũng không nhắn một tin nào cho tôi.
  難得有機會可以玩一整天的電玩，因此他一條訊息也都沒有傳給我。
- Bình thường anh ấy cứ đi suốt ngày, **chả mấy khi** ở nhà đâu.
  他平時就整天在外面奔走，很少在家啊！
- Có bọn mình là hay đi ăn nhà hàng thôi chứ cái Ngọc thì **chả mấy khi**.
  只有我們倆常去餐廳吃而已，阿玉不太常去。

此外，我們也可以使用與「chả mấy khi」意思相似的「chẳng mấy khi」、「mấy khi」、「không mấy khi」來表達。

gì (...) cũng 什麼（…）都／也

A: Trưa nay em muốn ăn gì?
今天中午妳想吃什麼？

B: Em ăn **gì cũng** được.
我吃什麼都可以。

「gì (...) cũng」這個句型用於強調事物或動作的「全部／所有」性質。強調的部分為主語的行為。「gì (...) cũng」的後方一般接的是動詞或形容詞。

例
- Bây giờ tôi có nói **gì** thì cô ấy **cũng** không chịu nghe.
  現在我說什麼她也不肯聽。
- Bao nhiêu năm nay, mẹ tôi làm **gì cũng** phải hỏi ý kiến của bố / ba tôi.
  這麼多年來，我媽做什麼都要問問我爸的意見。
- Cửa hàng này bán cái **gì cũng** đắt / mắc hơn chỗ khác.
  這家店賣什麼都比別家的貴。

140

自我測驗 ①

1 請在下列的句子中，於適當處置入「chả mấy khi」

(1) Anh ấy chịu bỏ tiền túi ra mua đồ ăn mời mọi người đâu.

→ _____ .

(2) Mọi ngày con toàn ngủ nướng đến 9 giờ mới dậy, dậy sớm thế này.

→ _____ .

(3) Con trai cưng về nhà nên mẹ xuống bếp nấu bao nhiêu là món ngon.

→ _____ .

(4) Anh Hải trước giờ luôn đi làm đúng giờ, đến muộn / đến trễ thế này.

→ _____ .

2 請用「gì (...) cũng」的句型完成下列的句子

(1) Tại sao con muốn _____ ?

（為什麼我想做什麼，爸爸媽媽都反對呢？）

(2) Từ lúc đi học về đến giờ, _____ .

（從上學回來到現在，不管問什麼他都不回答。）

(3) Mọi công việc trong gia đình, _____ .

（家裡所有的工作，他什麼都只知道推給太太做。）

(4) Con bé bị ốm / bị bệnh nên _____ .

（孩子病了，所以他吃什麼都吐出來。）

單字

bỏ tiền túi 自掏腰包　**ngủ nướng** 貪睡、睡懶覺　**cưng** 寵愛　**xuống bếp** 下廚　**trước giờ** 向來；根本
đúng giờ 準時

對話 ①

(Tiếng chuông cửa kêu, Ngọc Hiếu ra mở cửa)

Hy Phong:
　　Xin chào.

Ngọc Hiếu:
　　A, sếp đến rồi ạ, mời vào.

Hy Phong:
　　Cảm ơn.

Ngọc Hiếu (nói với vợ):
　　Em ơi, anh giới thiệu một chút, đây là sếp Trần, là người Đài Loan, anh đã kể với em rồi đó.

Ngọc Hiếu (nói với Hy Phong):
　　Còn đây là vợ em, cô ấy tên là Khánh Ngân ạ.

Hy Phong (nói với Khánh Ngân):
　　Chào em, anh là Hy Phong.

Khánh Ngân (nói với Hy Phong):
　　Vâng / Dạ, rất vui được gặp anh ạ. Mời anh ngồi, anh uống trà hay cà phê để em đi pha ạ?

Hy Phong:
　　Cho anh một cốc nâu đá / ly cà phê sữa đá nhé, anh thích cà phê Việt Nam lắm. Cảm ơn em.

Khánh Ngân:
　　Ôi, anh nói tiếng Việt giỏi thế, anh đến Việt Nam lâu chưa ạ?

Hy Phong:
　　Anh mới đến Việt Nam được sáu tháng. Ở Đài Loan anh cũng từng tham gia một khoá học tiếng Việt ngắn hạn rồi, nên có thể giao tiếp cơ bản.

（門鈴響了，玉孝去開門）

熙峰：
哈囉！

玉孝：
啊，您來啦，請進。

熙峰：
謝謝。

玉孝（對老婆說）：
老婆，我跟妳介紹一下，這位是我之前跟妳提過，台灣人的陳總。

玉孝（對熙峰說）：
這位是我老婆，慶銀。

熙峰（與慶銀說）：
妳好，我叫熙峰。

慶銀（與熙峰說）：
您好，很高興認識您。請坐，您想要喝茶還是咖啡？我去幫您泡一下。

熙峰：
請給我一杯冰牛奶咖啡，我很喜歡越南咖啡。謝謝妳。

慶銀：
哇，您的越南語說得真好，您來越南多久了？

熙峰：
我來越南才六個月。我在台灣有參加過一個短期的越南語課程，所以基本的溝通是可以的。

Khánh Ngân:

À thì ra là vậy, thảo nào / hèn chi cái gì anh cũng biết nói.

Ngọc Hiếu:

Sếp anh được tổng công ty bên Đài Loan cử sang Việt Nam ba năm để làm công tác quản lý và phát triển thị trường Việt Nam đấy.

Khánh Ngân:

Thế ạ? Hy vọng là anh sẽ quen và yêu thích cuộc sống ở Việt Nam. Chả mấy khi anh đến chơi, mời anh ở lại ăn bữa cơm với nhà em cho vui nhé.

Hy Phong:

Thế thì lại phiền em quá.

Khánh Ngân:

Có phiền gì đâu ạ. Hai anh ngồi chơi nói chuyện để em đi chuẩn bị một chút ạ.

Hy Phong:

Ok, cảm ơn em.

慶銀：
哦，原來如此，難怪您講得這麼好！（直譯：難怪您什麼都會講！）

玉孝：
台灣那邊的總公司派陳總到越南來出差三年，負責管理與開發越南市場。

慶銀：
是嗎？希望您會習慣並熱愛在越南的生活。您難得過來我們家玩一趟，請您留下來跟我們用餐吧！

熙峰：
這樣就太麻煩妳了。

慶銀：
哪有什麼麻煩的！你們先聊聊，我去準備一下。

熙峰：
好，謝謝妳。

B093.MP3　N093.MP3

單字

sếp 上司
trà 茶
cà phê 咖啡
pha 泡
北 nâu đá / 南 cà phê sữa đá 冰牛奶咖啡
giỏi 厲害、棒

tham gia 參加
khoá học 課程
ngắn hạn 短期
giao tiếp 溝通、交流
北 thảo nào / 南 hèn chi 難怪
tổng công ty 總公司

cử 派
quản lý 管理
phát triển thị trường 開發市場
yêu thích 熱愛
phiền 麻煩

第 09 課 初次見面　143

本課相關單字 ①

北音 B094.MP3　南音 N094.MP3

【能力話題詞彙】

1. sở trường 特長
2. kỹ năng 技能
3. giỏi 厲害、擅長、（技術）精湛
4. khéo tay 手很巧、巧手
5. kỹ năng nấu ăn 廚藝
6. nghề làm vườn 園藝 
7. cao thủ máy tính 電腦高手
8. kiện tướng thể thao 運動健將
9. nhà văn 文學家
10. viết thơ 寫詩
11. nghệ thuật gia / nghệ sĩ 藝術家
12. vẽ tranh 繪畫
13. võ thuật 武術
14. vạn người mê 萬人迷
15. biểu diễn kỹ xảo 演技
16. ảo thuật 魔術
17. nhạc cụ 樂器
18. giọng hát 歌喉
19. kỹ năng nhảy múa 舞技

【談論台灣家鄉】

1. Đài Bắc 台北
2. Tân Bắc 新北
3. Đào Viên 桃園
4. Đài Trung 台中 
5. Đài Nam 台南
6. Cao Hùng 高雄
7. Cơ Long 基隆
8. Tân Trúc 新竹 
9. Miêu Lật 苗栗
10. Chương Hóa 彰化
11. Nam Đầu 南投
12. Vân Lâm 雲林
13. Gia Nghĩa 嘉義
14. Nghi Lan 宜蘭
15. Hoa Liên 花蓮 
16. Đài Đông 台東
17. Bình Đông 屏東
18. Bành Hồ 澎湖
19. Mã Tổ 馬祖
20. Kim Môn 金門
21. Liên Giang 連江
22. Lục Đảo 綠島

談論家庭

- Nhà tôi có bốn người 我家有四個人
- Chúng tôi có hai cậu con trai 我們有兩個兒子
- Vợ tôi là bác sĩ 我老婆是醫生
- Bố mẹ / Ba mẹ tôi đều khoẻ 我爸媽都很好
- Con gái tôi học lớp ba 我女兒上小學三年級
- Anh trai tôi lấy vợ rồi 我大哥娶老婆了
- Vợ tôi nấu ăn rất ngon 我老婆煮的菜特別好吃
- Chúng tôi sống chung với bố mẹ / ba mẹ 我們跟爸媽同住
- Vợ tôi kém tôi hai tuổi 我老婆比我小兩歲
- Nhà tôi sống ở tầng 15 我們家住在第15樓

談論工作

- Công việc của tôi phải đi công tác suốt 我的工作經常要去出差
- Tôi là trợ lý giám đốc 我是經理的助理
- Tôi chỉ làm giờ hành chính và nghỉ cuối tuần 我只上8個小時的班且週休二日
- Thường xuyên phải tăng ca 經常要加班
- Đãi ngộ công ty khá tốt 公司的待遇很好
- Công việc khá là bận 工作比較忙
- Tôi làm ở công ty bảo hiểm nhân thọ 我在一家人壽保險工作
- Hay phải đi gặp khách hàng 經常要去見客戶

談論愛好

- Bạn bắt đầu chơi bóng rổ từ khi nào? 你什麼時候開始打籃球？
- Bạn thích nghe loại nhạc nào? 你喜歡聽哪種音樂？
- Bạn yêu thích ca sĩ nào? 你喜歡哪位歌手？
- Bạn có thường xuyên đi xem phim không? 你有經常去看電影嗎？
- Bạn thường làm gì vào thời gian rảnh rỗi? 你有空時常常做什麼？

文法 ②

hình như ... thì phải 好像…（的樣子）

A: Sao hôm nay không thấy Ngọc Lan đi làm nhỉ?
今天怎麼沒看到玉蘭來上班啊？

B: Hình như cô ấy bị ốm / bị bệnh thì phải.
她好像生病了。

「hình như ... thì phải」的句型用於表示猜測，語氣上說話者對自己的猜測也沒有足夠的把握。換句話說，這個猜測可能是對的，也可能是錯的，即中文的「好像…」。另外也能在自己猜測的句子後加上「... thì phải」，亦能達到一樣的意思。

例
- Chúng ta đã từng gặp nhau ở đâu đó thì phải.
  好像我們曾經在哪裡見過的樣子。
- Hình như ngày mai Thanh Hà về nước thì phải.
  好像明天清河要回國的樣子。
- Hình như cô ấy mới chuyển nhà đến đây thì phải.
  好像她剛搬家到這裡的樣子。

動詞+（受詞）+ giúp / hộ 幫忙（做）…

A: Chiều nay anh về sớm đón con giúp em được không?
今天下午你早點下班回來去幫我接孩子好嗎？

B: Chiều anh bận họp, không về sớm được, em nhờ bà ngoại đón giúp nhé.
我下午要開會，沒辦法早點下班，妳請外婆幫忙接吧。

「giúp / hộ」置於動詞（＋受詞）之後是用於表示做某件事情藉以幫助某人的意思。當於請求句中使用「giúp / hộ」時，也能表現出禮貌的態度。

例
- Em bị đau tay, lát nữa anh rửa bát / chén giúp em nhé.
  我的手會痛，等會兒請你幫我洗碗吧！
- Nhờ cô chuyển giúp thư mời này cho giáo sư Trương nhé.
  請妳幫忙把這份邀請函轉交給張教授吧！
- Anh bê giúp tôi thùng này lên tầng trên được không?
  請你幫我把這箱子搬到樓上好嗎？

自我測驗 ②

1 請完成下列「**hình như ... thì phải**」句型的句子

(1) Em vừa thấy Mai vừa đi vừa khóc, hình như

_____.

（我剛看到阿梅她邊走邊哭，好像有什麼事很難過的樣子。）

(2) Món thịt rang hơi mặn, hình như _____.

（這盤炒肉有點鹹，好像妳放太多鹽了對吧！）

(3) Em thấy anh Long ở tầng trên nhà mình dẫn chương trình trên ti vi, hình như _____.

（我看到我們家樓上的龍哥主持電視節目，他好像是電視台的記者對吧！）

(4) Ông Hùng uống rượu rồi nói năng lung tung, hình như

_____.

（雄叔他喝了酒後講話亂七八糟的，好像他是喝醉了對吧！）

2 請依提示，並以下列的「動詞」＋「**giúp**」來完成下面的句子

| mua | hỏi | trông | chở |

(1) Em đang muốn đặt mua vé máy bay đi Sài Gòn, anh _____ em xem chỗ nào bán giá rẻ.

（我正打算要訂到西貢的機票，請幫我問看看哪個地方賣比較便宜呢？）

(2) Chiều em phải ra ngoài có việc, anh _____ con _____ em một lúc nhé.

（下午我有事要外出，你幫我顧一下孩子吧！）

(3) Chị mua gì nhiều đồ thế, có cần tôi _____ về không?

（妳買這麼多的東西，需要我幫妳載回去嗎？）

單字

thịt rang 炒肉　**đài truyền hình** 電視台　**ông ấy**（中年男性的）他　**nói năng** 出言、談吐
lung tung 混亂、亂七八糟

對話 ②

Khánh Ngân:
Dạo này công việc của anh có bận lắm không ạ?

Hy Phong:
Cũng khá là bận, vì gần đây anh phải đi gặp khách hàng và đối tác thường xuyên, cũng ít khi có mặt ở công ty, nhiều hôm phải đi tỉnh xa về khá muộn / trễ.

Khánh Ngân:
Ôi thế cũng vất vả nhỉ?

Hy Phong:
Ừ, công việc của anh là vậy mà nên cũng quen rồi. Thế em làm công việc gì?

Khánh Ngân:
Em hiện đang là giáo viên tiếng Anh ở trường đại học ạ.

Hy Phong:
Thế chỗ làm có gần nhà không?

Khánh Ngân:
Cách đây khoảng 6 km anh ạ, nhưng ngày nào em cũng phải đi làm sớm một chút vì sợ tắc đường muộn giờ / kẹt xe trễ giờ dạy.

Hy Phong:
Vậy cũng giống anh, đi sớm chủ động, tránh giờ cao điểm dễ tắc đường / kẹt xe.

Khánh Ngân:
Anh hiện đang ở đâu ạ?

Hy Phong:
Công ty thuê cho anh một căn chung cư ở Trung Hoà, toà nhà đó cũng có nhiều người nước ngoài sống lắm.

Khánh Ngân:
Anh đã quen với cuộc sống ở Việt Nam chưa ạ?

慶銀：
最近您的工作忙嗎？

熙峰：
也比較忙，最近因常要去見客戶與廠商，也很少在公司出現，有些日子要到較遠的省去所以回來也比較晚。

慶銀：
那也挺辛苦的嘛？

熙峰：
嗯，我的工作就是這樣，所以也習慣了。那妳現在做什麼？

慶銀：
我現在是在一所大學當英文老師。

熙峰：
那工作地點離家近嗎？

慶銀：
離這裡大約六公里，不過因為怕塞車上課遲到，所以我每天都要早點出門。

熙峰：
那也跟我一樣，我會自己提早出門，避開上下班高峰期容易出現塞車的情況。

慶銀：
您現在住哪裡呢？

熙峰：
公司幫我租了一間在中和坊的公寓，那棟公寓裡也住著許多外國人。

慶銀：
那您已經習慣在越南的生活了嗎？

Hy Phong:

Lúc mới sang thì còn bỡ ngỡ, sau cũng quen dần. Có điều tiếng Việt của anh còn chưa tốt lắm, bình thường giao tiếp với mọi người hoặc khách hàng cũng gặp chút khó khăn. Cho nên anh cũng đang định tìm một gia sư tiếng Việt để nâng cao trình độ tiếng Việt của mình, không biết em có quen ai có thể giới thiệu cho anh được không?

Khánh Ngân:

Em có một người bạn giáo viên tiếng Trung đấy, hình như cô ấy có nhận dạy tiếng Việt thì phải, để em hỏi giúp anh nhé.

Hy Phong:

Ồ thế thì tốt quá. Cảm ơn em.

Khánh Ngân:

Vâng / Dạ, thế anh cho em số điện thoại của anh để em bảo bạn ấy liên hệ với anh trao đổi cụ thể nhé.

Hy Phong:

Đây là danh thiếp của anh, anh có dùng Zalo theo số điện thoại này đấy, em có thể bảo bạn ấy kết bạn Zalo với anh nhé.

Khánh Ngân:

Vâng / Dạ, nói chuyện qua Zalo thì càng tiện ạ.

熙峰：
剛過來的時候還有點生疏，後來也慢慢習慣了。不過我的越南語還不是很好，平時與大家或客戶溝通時也會遇到困難。所以我也打算找一個越南語家教以便提升自己的越南語程度，不知道妳有沒有認識的人可以介紹給我嗎？

慶銀：
我有認識一位中文老師啊，好像她也有教越南語，我來幫您問看看吧！

熙峰：
那就太好了，謝謝妳。

慶銀：
是，那您就給我您的電話號碼吧！我叫她跟您聯絡，你們再詳細談談吧！

熙峰：
這是我的名片，我也有 Zalo 帳號。我的 Zalo 帳號就是用這個手機號碼註冊的，妳可以請她加我的 Zalo 帳號。

慶銀：
好呀，用 Zalo 聊天就更方便了。

單字

khách hàng 客戶	chung cư 公寓	nâng cao 提升
đối tác 廠商；合作夥伴	toà 棟	trình độ 程度
ít khi 不常、很少	bỡ ngỡ 生疏	tiện 方便
giờ cao điểm 高峰期	gia sư 家教	danh thiếp 名片
căn 間	gặp khó khăn 遇到困難	có điều 不過

本課相關單字 ②

B098.MP3 北音
N098.MP3 南音

【越南北部省名】

① Lào Cai 老街
② Yên Bái 安沛
③ Điện Biên 奠邊
④ Hà Giang 河江
⑤ Lai Châu 萊州
⑥ Sơn La 山羅
⑦ Cao Bằng 高平
⑧ Bắc Kạn 北泮
⑨ Lạng Sơn 諒山
⑩ Tuyên Quang 宣光
⑪ Thái Nguyên 太原
⑫ Bắc Giang 北江
⑬ Phú Thọ 富壽
⑭ Hoà Bình 和平
⑮ Quảng Ninh 廣寧 
⑯ Bắc Ninh 北寧
⑰ Hà Nam 河南
⑱ Hà Nội 河內
⑲ Hải Dương 海陽
⑳ Hải Phòng 海防
㉑ Hưng Yên 興安
㉒ Nam Định 南定
㉓ Ninh Bình 寧平
㉔ Thái Bình 太平
㉕ Vĩnh Phúc 永福 

【越南中部省名】

① Thanh Hoá 清化
② Nghệ An 義安
③ Hà Tĩnh 河靜
④ Quảng Bình 廣平
⑤ Quảng Trị 廣治
⑥ Thừa Thiên-Huế 承天順化 
⑦ Đà Nẵng 峴港
⑧ Quảng Nam 廣南
⑨ Quảng Ngãi 廣義
⑩ Bình Định 平定
⑪ Phú Yên 富安
⑫ Khánh Hoà 慶和
⑬ Ninh Thuận 寧順
⑭ Bình Thuận 平順
⑮ Kon Tum 崑嵩
⑯ Gia Lai 嘉萊
⑰ Đắc Lắc 多樂
⑱ Đắc Nông 得農
⑲ Lâm Đồng 林同

【越南南部省名】

① Bà Rịa-Vũng Tàu 巴地頭頓

150

❷ Đồng Nai 同奈
❸ Thành phố Hồ Chí Minh 胡志明市
❹ Bình Phước 平福
❺ Tây Ninh 西寧
❻ Bình Dương 平陽
❼ Long An 隆安
❽ Đồng Tháp 同塔
❾ Tiền Giang 前江
❿ Bến Tre 檳椥
⓫ Vĩnh Long 永隆
⓬ Trà Vinh 茶榮
⓭ Hậu Giang 後江
⓮ Kiên Giang 堅江
⓯ Sóc Trăng 朔莊
⓰ Bạc Liêu 薄遼
⓱ Cà Mau 金甌
⓲ Cần Thơ 芹苴
⓳ An Giang 安江

【談論職業】

❶ nội trợ 家庭主婦
❷ kiến trúc sư 建築師
❸ phi công 飛行員
❹ công nhân 工人；作業員
❺ cảnh sát 警察
❻ lính cứu hoả 消防員
❼ bảo vệ 警衛
❽ nhân viên thu ngân 收銀員
❾ kế toán 會計
❿ luật sư 律師
⓫ thợ cắt tóc 理髮師
⓬ nhà thiết kế 設計師
⓭ đầu bếp 廚師
⓮ giáo sư 教授
⓯ giáo viên 教師
⓰ hướng dẫn viên du lịch 導遊
⓱ tiếp viên hàng không 空服員
⓲ phiên dịch 翻譯
⓳ đạo diễn 導演
⓴ nhạc sĩ 音樂家
㉑ chuyên gia trang điểm 化妝師
㉒ MC / người dẫn chương trình 主持人
㉓ bác sĩ 醫生
㉔ nha sĩ 牙醫
㉕ y tá 護理師 
㉖ lập trình viên 程式設計師
㉗ tài xế 司機
㉘ nhân viên văn phòng 行政人員
㉙ nhân viên phục vụ 服務生
㉚ vận động viên 運動員
㉛ nhà văn 作家
㉜ ca sĩ 歌手

一起聊天吧！

1 根據實際情況回答問題

- **Bạn đến Việt Nam làm việc bao lâu rồi?**
  你來越南工作多久了？
- **Bạn đã quen với cuộc sống ở Việt Nam chưa?**
  你已經習慣在越南的生活了嗎？
- **Cuối tuần bạn có hay đi chơi với bạn bè không?**
  你週末有經常跟朋友出去玩嗎？

2 主題談話

1. Chơi thể thao: chơi bóng rổ, chạy bộ, đá bóng
   運動：打籃球、跑步、踢足球
2. Công việc: công tác, gặp khách hàng, tăng ca
   工作：出差、見客戶、加班
3. Gia đình: vợ, con cái, bố mẹ / ba mẹ
   家庭：老婆、孩子、父母

3 練習對話

1 A và B trò chuyện về sở thích ăn uống
A 與 B 聊起飲食的愛好

Gợi ý: loại món ăn, loại đồ uống, ăn ở nhà hàng hay nấu ở nhà?

提示 食物種類、飲料種類、在餐廳吃還是在家煮？

2 A và B trò chuyện về ca sĩ yêu thích nhất
A 與 B 聊起最喜歡的歌手

Gợi ý: người nước nào, bài hát hay nhất, giọng hát ra sao?

提示 哪國人、最好聽歌曲、歌聲如何？

單字心智圖

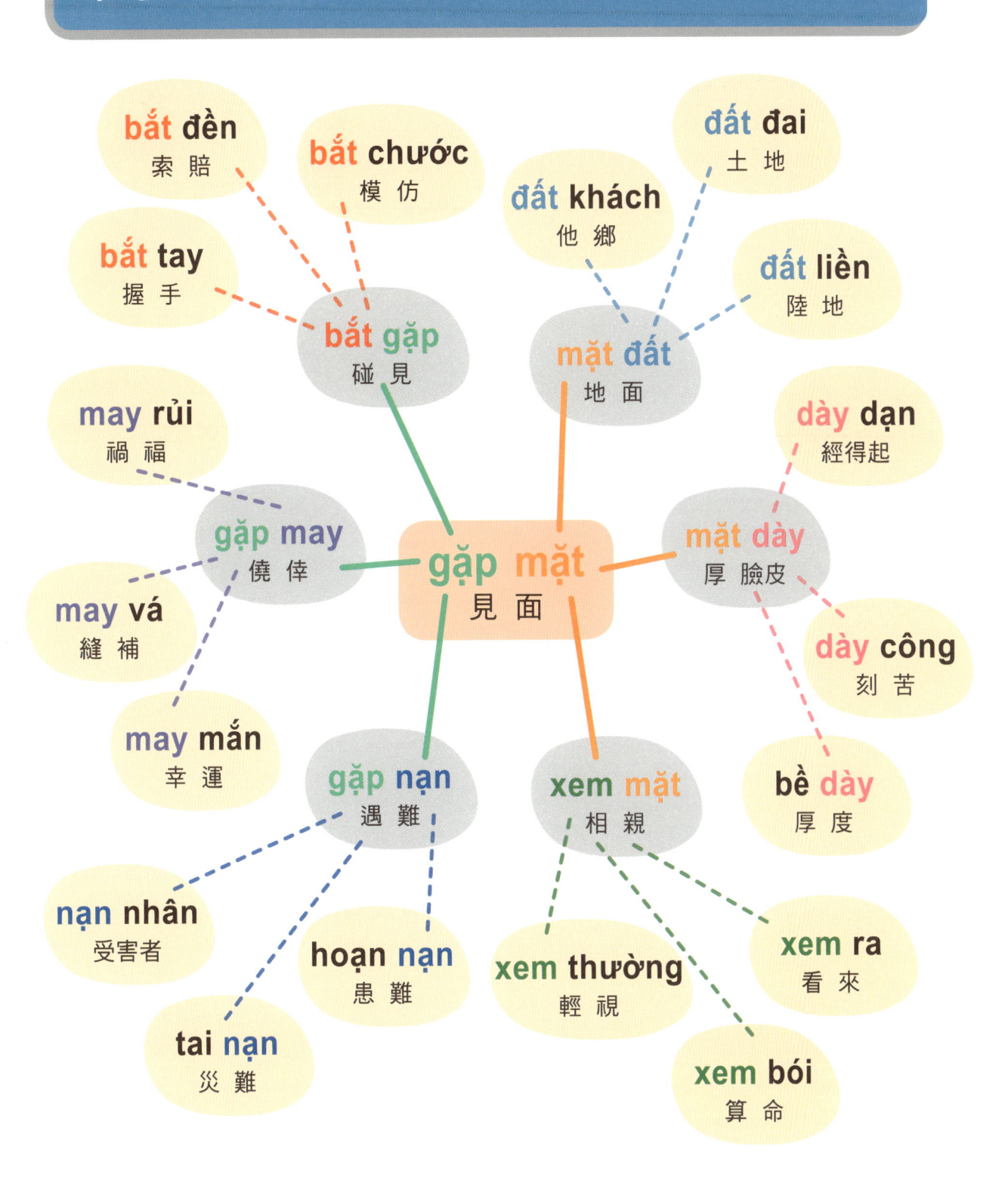

- **bắt đền** 索賠
- **bắt chước** 模仿
- **bắt tay** 握手
- **bắt gặp** 碰見
- **đất đai** 土地
- **đất khách** 他鄉
- **đất liền** 陸地
- **mặt đất** 地面
- **may rủi** 禍福
- **gặp may** 僥倖
- **may vá** 縫補
- **may mắn** 幸運
- **gặp mặt** 見面
- **dày dạn** 經得起
- **mặt dày** 厚臉皮
- **dày công** 刻苦
- **bề dày** 厚度
- **gặp nạn** 遇難
- **xem mặt** 相親
- **nạn nhân** 受害者
- **hoạn nạn** 患難
- **tai nạn** 災難
- **xem thường** 輕視
- **xem ra** 看來
- **xem bói** 算命

第 09 課 初次見面　153

越南大小事

越南語的稱呼文化

越南語稱呼不僅對於剛學習的外國人來說很麻煩，甚至越南人有時也想知道如何正確使用它。因為萬一稱呼不當，可能會造成尷尬或引起別人反感。

基本上，越南語有「真正的人稱代名詞、親屬稱謂、表示職位、職業的名詞，甚至是用名字稱呼的各種稱呼方式」。用真正人稱代詞稱呼的具體情況：

第一人稱單數有：tôi, tao, 北 tớ, mình，第一人稱複數有：chúng tôi, chúng tao, 北 chúng tớ, chúng mình, 南 tụi mình（包括聽、說者雙方）；第二人稱單數有：bạn, mày, mi, 北 cậu，第二人稱複數有：các bạn, mấy bạn, chúng mày、bọn mày、北 các cậu、南 tụi mi；第三人稱單數有：nó, hắn, y, thị，第三人稱複數有：chúng nó, bọn nó, 南 tụi nó, bọn hắn, họ, bọn họ。

親屬稱謂原則上像：「爺爺、奶奶、哥哥、姊姊…」這些就歸屬在親屬稱謂之中；職業和職位稱謂則像：「明醫生、董老闆…」等。一般也可以直接稱呼名字，例如：「阿南、阿幸…」等。

越南語的親屬稱謂不僅用於家庭關係，而且也用於家庭之外，你經常能看到人們稱呼外人為阿姨、叔叔、伯伯…等以表示尊重；這種稱呼能給人帶來的感覺是越南社會就像一個團結的大家庭一樣。

但在社會上又如何稱呼呢？例如說，應屆畢業生就職後遇到年長的老闆，一般不會「ông-tôi」的親屬稱謂稱呼，而是用職稱「sếp-em」來稱呼比較合適；老師不分年齡都被稱為「thầy / cô」，意表「尊師重道」。另外越南語的職稱稱呼是用「稱謂＋名字」來組合的，而不是接姓氏。例如說陳明醫生會被稱為明醫生，而不是陳醫生。

越南語的稱呼也會視時間、年齡和地位而推移。例如有一男一女，年輕友好時可互稱「tao-mày」，長大後卻稱「北 cậu-tớ／南 bạn-tôi」或「ông / bà-tôi」；婚後改稱「anh-em」；有了孩子就稱「bố nó / ba nó-mẹ nó」；有了孫子就稱「ông nó-bà nó」。

從越南人的稱呼方式中可一窺雙方之間的年齡、層級及血緣關係，同時也能探得雙方關係是處於「親密、友好、敵對或陌生」等某種狀態。用越南語選對得宜的稱謂，藉此表現出自己謙虛有禮貌實在不簡單，但這也是一種學習越南語時必須弄懂，非常獨特的語言特色文化。

Bài 10 | 熟悉環境
Làm quen với môi trường

【日常生活篇】

目標

- 學習租房子時的對話
- 學與租房子相關的句型及表達
- 學習拜訪鄰居時的對話
- 學習與鄰居相處相關的句型及表達

文法

1. không / chưa + 動詞／詞組 + một + 名詞 + nào 一…都不／都沒有…
2. (A), thế mà (B) 明明…A（卻）…B、A，卻／竟…B
3. có + 數詞／量詞 + (thôi)「只有…（而已）」
4. toàn + 名詞／動詞 全…、都…；總是…、老是…

文法 ①

không / chưa + 動詞／詞組 + một + 名詞 + nào
一…都不／都沒有…

A: Em làm sao thế?
妳怎麼了？

B: Con gái anh không chịu ngồi yên một phút nào, cứ quấn lấy em, chả làm được việc gì cả.
你女兒一分鐘都坐不住，老纏著我，什麼事也做不了。

　　這個句型是強調「連一丁點都辦不到」的完全否定，通常話者說這句話時會帶有些指責或抱怨的語氣在。另外相似的句型有「không / chưa + một + 名詞 + nào + 動詞／詞組」，也是強調「某樣名詞連一個都沒有」的說法，即如同「一個…都沒有…」的概念。

例
- Mẹ dạy con bao nhiêu lần mà không nhớ một chữ nào.
  媽媽教了你那麼多次，你卻一個字都不記得。
- Nó không nghỉ học một ngày nào.
  他一天假都不請。
- Từ hôm qua đến giờ chưa một hạt cơm nào vào mồm.
  從昨天到現在一粒米飯也沒吃過。

(A), thế mà (B) 明明…A（卻）…B、A，卻／竟…B

A: Nghe nói anh Cường chia tay người yêu rồi.
聽說強哥與女朋友分手了。

B: Thế mà tối qua em vừa gặp hai người họ đi với nhau cười nói vui vẻ.
什麼！昨天晚上我明明還碰到他們倆在一起，很開心的邊走邊笑呀！

　　「thế mà」是語帶吃驚的轉折用語。「..., thế mà」前接一個前提 A，後接與A相違逆的轉折內容，即吃驚的轉折內容是表達在「thế mà」之後。此外，在對話的情況下，可直接將「thế mà」置於聽者的回答開端處，直接表達對於話者講的內容感到驚訝的態度。

例
- Nó vừa kêu ăn no rồi, thế mà lại ra ăn đồ nướng.
  他剛剛明明就說吃飽了，現在卻跑出來吃燒烤。
- Mọi người đều phải ở lại tăng ca, thế mà cậu ấy / bạn ấy dám đi về trước.
  大家都要留下來加班，他竟敢先下班回家去了。
- Con bị ốm / bị bệnh phải nằm viện, thế mà không ai nói với tôi.
  孩子生病要住院，卻沒有人告訴我。

自我測驗 ①

1 請將下列的句子依意義改寫成「không + 動詞／詞組 + một + 名詞 + nào」句型的句子

(1) Từ bé tới lớn, bố / ba chưa bao giờ đánh tôi.

→ _____.

(2) Anh ấy vừa về tới nhà, chả nói năng gì đã đi luôn rồi.

→ _____.

(3) Mua bao nhiêu sách về mà nó chả đọc gì cả.

→ _____.

(4) Học tiếng Việt bao lâu rồi mà cậu ấy / bạn ấy chả nói được gì.

→ _____.

2 請完成下面句子

(1) Dự báo thời tiết hôm nay trời nắng, thế mà _____.

（天氣預報明明就說今天是晴天，結果卻下大雨。）

(2) Bài tập cô giao còn chưa làm xong, thế mà _____.

（（女）老師出的作業還沒做完，你竟敢偷跑去玩呀！）

(3) Tôi vừa mới lau nhà sạch sẽ, thế mà _____.

（我才剛拖完地，你竟然穿著鞋進來踩得到處都是！）

(4) Rõ ràng là bà ấy đi sai đường đâm vào tôi, thế mà

_____.

（明明就是她走錯路撞到我，還怪我走路不小心是怎麼樣！）

單字

đi luôn 直接離開　　**chả** 不

對話 ①

Nhân viên môi giới:
Chào anh, em có thể giúp gì cho anh ạ?

Hy Phong:
Xin chào, tôi muốn thuê nhà.

Nhân viên môi giới:
Dạ vâng / Dạ. Anh muốn thuê nhà như thế nào và ở khu vực nào để em tư vấn cho anh ạ?

Hy Phong:
Tôi muốn thuê một căn hộ chung cư hai phòng ngủ ở khu vực quận Cầu Giấy.

Nhân viên môi giới:
Vâng / Dạ, quận Cầu Giấy thì có khá nhiều chung cư để anh có thể thoải mái lựa chọn ạ.
(Đưa hình ảnh căn hộ cho Hy Phong xem)
Đây là căn hộ chung cư Golden Park Tower ở Yên Hoà, Cầu Giấy với diện tích 82m², hai phòng ngủ, một phòng khách, hai nhà vệ sinh, bếp, ban công và logia phơi đồ. Anh xem căn này có phù hợp với nhu cầu của anh không ạ?

Hy Phong:
Chỗ đó có gần bệnh viện, trường học, siêu thị hay chợ không?

Nhân viên môi giới:
Dạ, vị trí đó có nhiều trung tâm thương mại, siêu thị WinMart và chợ truyền thống. Cách đó không xa còn có trường đại học Phương Đông và bệnh viện Hồng Ngọc ạ.

房仲人員：
您好，有什麼是我幫忙的嗎？

熙峰：
您好，我想租房子。

房仲人員：
好的，請問您想要租什麼樣的房子，另外想租在哪一區呢？

熙峰：
我想在紙橋郡租一間兩房的公寓。

房仲人員：
好的，在紙橋郡的話就有許多的公寓可以讓您選擇。
（把公寓的照片拿給熙峰看）
這間是紙橋郡安和坊的金色公園塔公寓，室內面積為82平方公尺左右，格局為兩房一廳、雙衛浴、廚房、陽台及曬衣間。請看看這間是否符合您的需求呢？

熙峰：
那附近有醫院、學校、超市或市場嗎？

房仲人員：
有的，在那一區有購物中心、WinMart 超市以及傳統市場。距離不遠處還有東方大學和鴻玉醫院。

Hy Phong:

Thế nội thất bên trong thế nào?

Nhân viên môi giới:

Dạ, bên trong đã được trang bị đầy đủ đồ đạc, bao gồm: điều hoà / máy lạnh, bình nóng lạnh, tủ bếp, bếp từ, tủ lạnh, lò nướng, bàn ăn, đèn trang trí, ti vi, máy giặt, máy sấy, sofa, giường tủ,... không thiếu một cái nào. Căn này vị trí vừa đẹp lại đầy đủ tiện nghi, thế mà giá chỉ có 600$ một tháng thôi anh ạ.

Hy Phong:

Nghe có vẻ ổn đấy nhỉ. Thế bao giờ đi xem nhà được vậy em?

Nhân viên môi giới:

Để em liên lạc với chủ nhà sắp xếp rồi mình đi xem anh nhé.

熙峰：
那請問有附家具了嗎？

房仲人員：
有的，裡面已經有像冷氣、熱水器、廚櫃、電磁爐、冰箱、烤箱、餐桌、裝飾燈、電視、洗衣機、烘乾機、沙發、床櫃等現成的家具，一應俱全。這間公寓地理位置優越、生活機能方便，這樣的好房子只要每月600美元的租金而已。

熙峰：
聽起來還不錯。那我什麼時候可以去看一下呢？

房仲人員：
我先聯絡房東安排一下，然後我們就過去看看。

單字

thuê nhà 租房子	chợ truyền thống 傳統市場	đèn trang trí 裝飾燈
khu vực 區域	nội thất 室內設計；家具	tivi 電視
tư vấn 諮詢	北 điều hoà / 南 máy lạnh 冷氣	máy giặt 洗衣機
căn hộ chung cư 公寓		máy sấy 烘乾機
diện tích 面積	bình nóng lạnh 熱水器	sofa 沙發
ban công 陽台	tủ bếp 廚櫃	giường tủ 床櫃
logia 曬衣間	bếp từ 電磁爐	tiền thuê nhà 租金
trung tâm thương mại 購物中心	tủ lạnh 冰箱	tiền đặt cọc 押金
	lò nướng 烤箱	ưng ý 滿意
siêu thị 超市	bàn ăn 餐桌	sắp xếp 安排

本課相關單字 ①

【租賃用語】

① gia hạn khế ước 續約
② vi phạm hợp đồng 違約
③ bản sao 副本
④ giá bán 售價
⑤ chuyển nhượng 轉讓
⑥ sang tên 過戶 
⑦ phí sang tên 過戶費
⑧ đăng ký sang tên 過戶登記
⑨ sổ hồng （越南房屋主人所有）房契、房屋所有權狀；住宅用地使用權狀
⑩ sổ đỏ （越南土地所有人持有）土地權狀
⑪ diện tích sử dụng 使用面積
⑫ giấy tờ pháp lý 合法證件
⑬ tiến độ bàn giao 交接進度
⑭ dọn vào ở ngay 立即入住
⑮ chủ đầu tư 投資人 
⑯ chính chủ 屋主
⑰ bán gấp 急售
⑳ khu dân cư 住宅區
㉑ bộ mặt đô thị 市容
㉒ nội thất cơ bản 基本家具
㉓ nội thất cao cấp 高級家具
㉔ phí quản lý 管理費 
㉕ tiền điện nước 水電費
㉖ phí dịch vụ 服務費
㉗ camera giám sát 監視器
㉘ thang máy 電梯 
㉙ phong thủy 風水
㉚ hướng ban công 陽台座向
㉛ hướng nhà 房屋朝向
㉜ nhà biệt thự liền kề 連棟別墅
㉝ chung cư mini 迷你公寓 
㉞ dự án 建案
㉟ tầng hầm 地下室
㊱ cửa hàng tiện lợi 便利商店
㊲ nhà ga 火車站
㊳ bến xe 客運站、轉運站
㊴ phòng khám 診所

160

租賃常用句型

- giao thông thuận tiện 交通便利
- dân cư đông đúc 人口稠密
- khu văn minh đáng sống 高級住宅區
- xung quanh đầy đủ tiện ích 周邊環境生活機能齊全
- an toàn tuyệt đối 絕對安全
- môi trường trong lành 環境清幽
- hàng xóm thân thiện 親近的鄰居
- khu dân cư yên tĩnh 寧靜的住宅區
- giá tốt nhất thị trường 市場最佳價格
- đàm phán với chủ nhà 與屋主交涉
- hợp đồng bắt đầu có hiệu lực 契約生效
- hợp đồng được lập thành hai bản 合約一式兩份
- có thể thương lượng 可商議
- miễn trung gian 仲介勿擾
- không có thang máy 沒有電梯
- người khuyết tật ở rất khó khăn 身障者居住不易
- an ninh kém 治安不佳
- không cần tiền cọc 不需要押金
- nhà hướng ra đường chính 房屋面對大馬路
- không gian quá nhỏ 空間過小
- nhà quá cũ 屋齡過老
- gần đó là khu đèn đỏ 附近是紅燈區
- ngôi nhà ma chưa được thông báo 凶宅未告知

第 10 課 熟悉環境

文法 ②

có + 數詞／量詞 + (thôi) 「只有…（而已）」

A: Con đã làm xong bài tập chưa?
你作業做完了嗎？

B: Chưa ạ, con mới làm được có hai bài thôi, còn ba bài nữa cơ ạ.
還沒，我才做完兩題而已，還剩三題呢！

「có + 數詞／量詞 +（thôi）」的句型用於表達數量的限定，特別是強調所提及的數量特別少，相當於中文的「只有 + 數量詞 +（而已）」。

例
- Cả đêm hôm qua cô ấy ngủ có hai tiếng thôi, cứ để cho cô ấy ngủ thêm chút nữa.
昨晚整夜她只睡了兩個小時，就讓她多睡一會吧！
- Từ nhà tôi đi xe máy đến công ty có 10 phút.
從我家騎車到公司只有十分鐘。

toàn + 名詞／動詞 全…、都…；總是…、老是…

A: Sao mấy hôm nay anh toàn về muộn / về trễ vậy?
你這幾天怎麼老是這麼晚才回來呀？

B: Tại dạo này nhiều việc quá nên anh phải tăng ca.
因為最近有太多工作要做，所以我得加班。

在此句型中，「toàn」的原意為「全部、都」的意思，當它後接名詞或動詞時，將會呈現出不同的表達。「toàn + 名詞」時用於表示某事物的數量多，並皆屬同一類型，不摻雜其他事物。另外也能使用「toàn là + 名詞」或「toàn + 名詞 + là + 名詞」的句型來表達；而「toàn + 動詞」時表示重複、經常發生的事情或動作，相當於中文的「總是…、老是…」。

例
- Mở ngăn kéo tủ của cô ấy ra thấy toàn đồ ăn vặt.
打開她的櫃子抽屜後看到的都是零嘴。（接名詞）
- Trong điện thoại của cô ấy toàn là ảnh của con gái.
她的手機裡面全都是女兒的照片。（接名詞）
- Mấy hôm nay ăn toàn thịt là thịt, ngán lắm rồi.
這幾天吃的都是肉，吃到都膩了。（接名詞）
- Có thời gian rảnh nó toàn chơi game, chả làm đỡ việc gì.
只要有時間時他總是在打電玩，什麼事都不幫忙。（接動詞）

自我測驗 ②

1 請依題示完成下列的句子

> ở nhà ngủ nướng　　　truyện tranh
> hoa　　　đi học muộn / đi học trễ

(1) Anh ấy thích sưu tầm truyện tranh nên vào nhà anh ấy thấy toàn _____.
（他喜歡收集漫畫，所以一進到他家中看到的滿坑滿谷的都是漫畫。）

(2) Cuối tuần cô ấy toàn _____.
（週末她老是待在家裡睡懶覺。）

(3) Ở chợ hoa người ta bán toàn _____ là _____.
（在花市大家賣的都是花。）

(4) Mấy hôm nay em toàn _____.
（這幾天你老是上課遲到。）

2 請將「có」放在句子正確的位置

(1) Con mới viết hai chữ mà đã kêu mỏi tay rồi.
→ _____.

(2) Anh đi công tác hai ngày thôi, em đừng buồn.
→ _____.

(3) Con bé hai tuổi thôi mà đã biết quét nhà đỡ mẹ.
→ _____.

(4) Em mang cả một đĩa hoa quả / một đĩa trái cây ra mà anh ăn một miếng.
→ _____.

單字

sưu tầm 收集　**ngủ nướng** 貪睡、睡懶覺　**truyện tranh** 漫畫　**mỏi tay** 手痠

對話 ②

Hy Phong:
Chào anh, tôi là Hy Phong, người Đài Loan, tôi mới chuyển đến ở phòng 1206.

Hàng xóm:
À vâng / À, chào anh, rất hân hạnh được làm quen, có chuyện gì vậy anh nhỉ?

Hy Phong:
À, tự nhiên bóng đèn nhà tôi bị cháy, tôi mới mua bóng mới về để thay mà không có thang, không biết nhà anh có thang không, có thể cho tôi mượn không?

Hàng xóm:
À ừ, có chứ, đợi tôi một lát nhé.

(Hàng xóm mang thang ra)

Hàng xóm:
Đây anh ơi, nhà tôi chỉ có một cái thang thấp này thôi, nhưng cũng hơi nặng đấy, anh xách được chứ?

Hy Phong:
Được ạ, cám ơn anh, dùng xong tôi đem trả anh liền.

(Tiếng chuông cửa kêu)

Hy Phong:
Chào anh, bóng đèn tôi thay xong rồi nên mang trả anh cái thang, cảm ơn anh nhiều nhé.

Hàng xóm:
Không có gì, hàng xóm giúp đỡ nhau là điều nên làm mà.

Hy Phong:
Vâng / Dạ, xin hỏi anh tên gì để tiện xưng hô ạ? Tôi mới chuyển đến có hai ngày thôi nên cũng chưa quen ai.

熙峰：
你好，我是台灣人，我叫熙峰。我是剛搬來1206號房的。

鄰居：
是，你好！很高興認識你，請問有什麼事嗎？

熙峰：
哦，我家燈泡突然燒壞了，我買了新的燈泡回來要換卻沒有梯子，不知道你家有沒有梯子？可以借一下嗎？

鄰居：
啊，有啊！你等我一下喔。

（鄰居拿出梯子來）

鄰居：
來，給你，我家裡只有這個矮梯子，不過也有點重，你搬得動嗎？

熙峰：
可以，謝謝你。我用完後會馬上還給你。

（門鈴響）

熙峰：
你好，我家的燈泡換好了所以我來還梯子，謝謝你喲！

鄰居：
不客氣，鄰居之間互相幫忙是應該做的嘛！

熙峰：
是，請問怎麼稱呼您？我才剛搬來兩天而已，所以這裡的人都還不認識。

Hàng xóm:

À, tôi tên là Nam, vợ chồng tôi và hai cháu / bé sống ở chung cư này cũng được gần ba năm rồi, mọi người ở đây khá là thân thiện và nhiệt tình, toàn coi đây như là một đại gia đình nên là có gì cần giúp đỡ thì cứ nói nhé, đừng ngại.

Hy Phong:

Vâng / Dạ, thế thì tốt quá ạ. À, tôi có ít bánh kẹo Đài Loan gọi là làm quà cho các cháu / bé, mong anh nhận cho.

Hàng xóm:

Ôi, anh khách sáo quá, lại còn cho quà nữa, cảm ơn anh nhé. À, đây là bánh dứa Đài Loan phải không? Lần trước bạn tôi đi Đài Loan chơi về cũng mua cho, các cháu / bé nhà tôi ăn khen ngon lắm.

Hy Phong:

Ồ thế à, vì bánh dứa là đặc sản của Đài Loan, được nhiều người ưa thích nên hay mua làm quà biếu tặng ạ. Để hôm nào có thời gian mời anh chị và các cháu / bé sang nhà tôi chơi làm vài chén cho vui nhé.

Hàng xóm:

Được ạ, nhất trí.

Hy Phong:

Cảm ơn anh nhé. Tôi về đây.

鄰居：
我叫阿南，我們夫妻跟兩個小孩住在這棟公寓裡也將近三年了，這裡的人都蠻親切和熱情的，總是把整個社區視為一個大家庭一樣，所以若有什麼需要幫忙的話就儘管說，別客氣。

熙峰：
是，那就太好了。對了，我帶了一些台灣的餅乾要給小朋友們當禮物，請你不要客氣！

鄰居：
哎喲，你太客氣了，還給我禮物，謝謝你喲！啊，這是台灣的鳳梨酥對吧？以前我的朋友去台灣玩後回來也買了這個給我們，我家小朋友對這種餅讚不絕口！

熙峰：
是嗎？因為鳳梨酥是台灣的特產，相當地有人氣所以經常買來當作伴手禮。改天有空請你們到我家坐坐，一起喝幾杯吧！

鄰居：
好的，那就說定囉！

熙峰：
嗯，謝謝你。我就先回去了。

單字

bóng đèn 燈泡	tiện 方便、便於	ngại 不好意思
cháy 燃燒	xưng hô 稱呼	bánh dứa 鳳梨酥
cái thang 梯子	chuyển đến 搬來	khen 誇讚
xách 提	thân thiện 親切	đặc sản 特產
hàng xóm 鄰居	nhiệt tình 熱情	biếu tặng 贈送

本課相關單字 ②

【鄰居關係用語】

1. chung sống hoà thuận 和睦相處
2. hỗ trợ lẫn nhau 相互扶持
3. giúp đỡ lẫn nhau 相互幫助
4. gây xích mích 鬧彆扭
5. đánh nhau 打架
6. qua lại lẫn nhau 有往來
7. gây ra mâu thuẫn 發生矛盾
8. không quan tâm, hỏi han 不聞不問
9. ngại ngùng 尷尬
10. quan tâm 關心
11. thông cảm với nhau 互相體諒
12. tôn trọng lẫn nhau 相互尊重
13. quan tâm chăm sóc lẫn nhau 互相關心照顧
14. làm phiền 打擾
15. thấu hiểu lẫn nhau 相互理解
16. nhường nhịn lẫn nhau 相互忍讓
17. bao dung với nhau 互相包容
18. hoá giải hiểu lầm 化解誤會
19. hoá giải mâu thuẫn 化解矛盾
20. oán giận 怨恨

㉑ đặt mình vào vị trí của người khác để suy nghĩ 換位思考

㉒ đặt mình vào hoàn cảnh của người khác 設身處地

㉓ nghĩ cho người khác 替別人考慮

㉔ khiêm nhường 謙讓

㉕ khiêm tốn lễ phép 謙和有禮

㉖ chia sẻ 分享

㉗ buôn dưa lê 聊八卦

㉘ tình làng nghĩa xóm 同鄉的情誼

與鄰居間的閒話家常

- Cửa hàng mới mở của con trai bác kinh doanh có ổn không?
  你兒子新開的店生意好嗎？

- Con gái chị bao giờ lấy chồng?
  妳女兒什麼時候嫁人啊？

- Rau hôm trước chị cho em ăn ngon quá.
  妳前天給我的青菜太好吃了。

- Con dâu cô bầu mấy tháng rồi ạ?
  妳的媳婦懷孕幾個月了？

- Dạo này tôi hay bị ho.
  我最近經常咳嗽。

- Con trai đã lớn thế này rồi à, cháu học lớp mấy rồi?
  你兒子都這麼大了，他現在幾年級了？

與鄰居相關的慣用語

- Hàng xóm láng giềng tối lửa tắt đèn có nhau 家中有難，鄰里相助
- Bán anh em xa mua láng giềng gần 遠親不如近鄰
- Họ hàng xa, không bằng láng giềng gần 遠親不如近鄰
- Cháy nhà hàng xóm bình chân như vại 隔山觀虎鬥、隔岸觀火
- Đèn nhà ai nhà ấy rạng 各人自掃門前雪，莫管他家瓦上霜
- Ăn cơm nhà vác tù và hàng tổng （吃一家飯，管萬家事）人在沒有好處或收入的前提下熱心公益

一起聊天吧！

1 根據實際情況回答問題

- **Nội thất bên trong nhà bạn thế nào?**
  你家的家具（室內設計）如何？
- **Chỗ bạn ở có gần trường học, siêu thị, trung tâm thương mại hay chợ nào không?**
  你住的地方附近有哪間學校、超市、購物中心或市場嗎？
- **Bạn và hàng xóm chung sống với nhau thế nào?**
  你和鄰居相處得怎麼樣？

2 主題談話

1. Thuê nhà: giá thuê, diện tích, tiện ích công cộng
   租房子：租金、面積、公共設施
2. Hàng xóm: gia đình, sức khoẻ, công việc
   鄰居：家庭、健康、工作
3. Hàng xóm: chung sống hoà thuận, gây xích mích, hoá giải hiểu lầm
   鄰居：和睦相處、鬧彆扭、化解誤會

3 練習對話

1 A sang nhà B mượn đồ A 到 B 家借東西

Gợi ý: lý do mượn đồ, mượn đồ gì, mượn bao lâu

提示 借用的理由、借什麼東西、要借多久

2 A và B xảy ra mâu thuẫn và tranh cãi
A 與 B 發生矛盾與爭吵

Gợi ý: nguyên do, tranh cãi ra sao, giải quyết thế nào

提示 緣由、吵成怎樣、要如何解決

單字心智圖

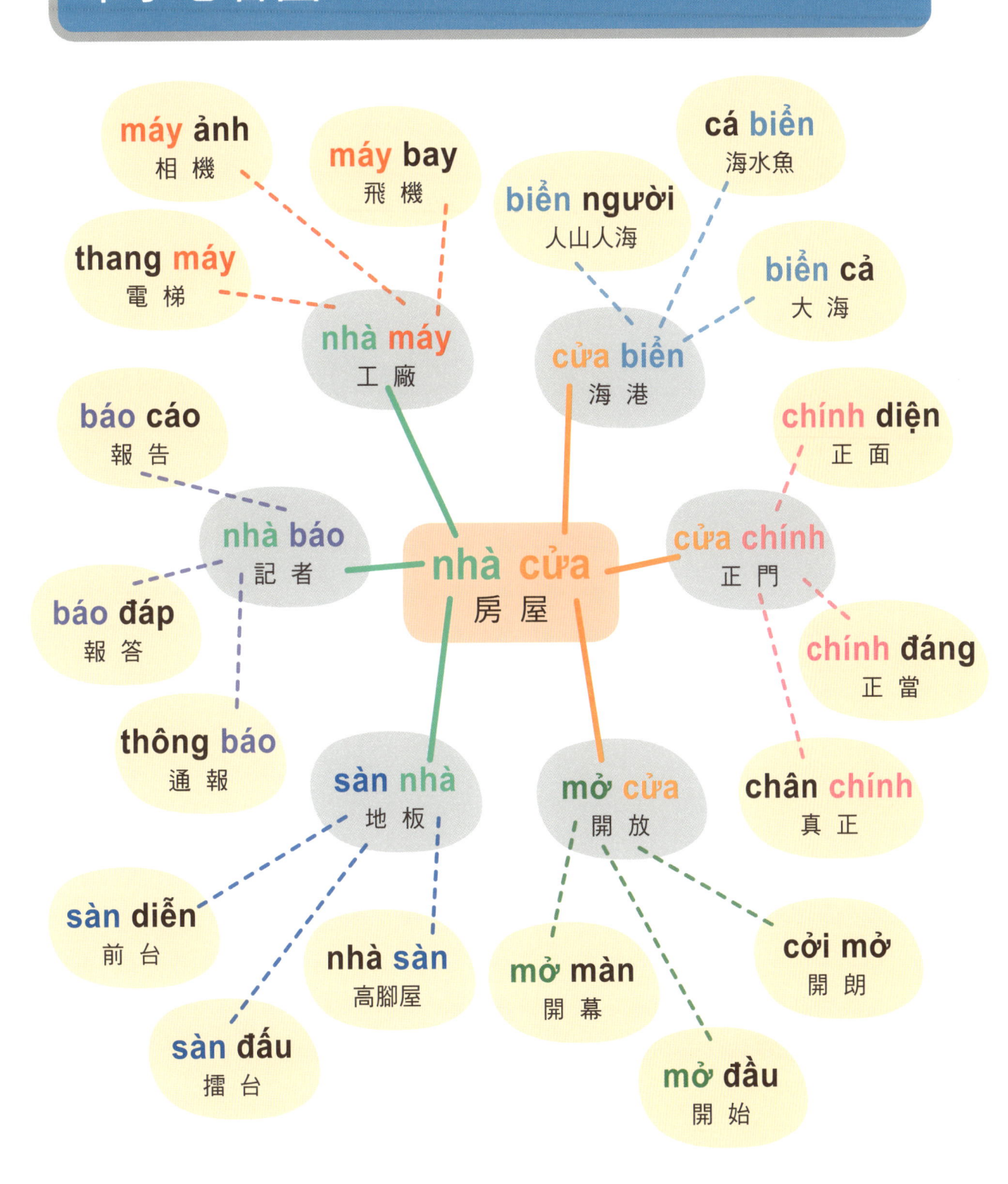

- **máy ảnh** 相機
- **thang máy** 電梯
- **máy bay** 飛機
- **nhà máy** 工廠
- **cá biển** 海水魚
- **biển người** 人山人海
- **biển cả** 大海
- **cửa biển** 海港
- **chính diện** 正面
- **cửa chính** 正門
- **chính đáng** 正當
- **chân chính** 真正
- **báo cáo** 報告
- **nhà báo** 記者
- **báo đáp** 報答
- **thông báo** 通報
- **nhà cửa** 房屋
- **sàn nhà** 地板
- **mở cửa** 開放
- **cởi mở** 開朗
- **sàn diễn** 前台
- **nhà sàn** 高腳屋
- **sàn đấu** 擂台
- **mở màn** 開幕
- **mở đầu** 開始

第 10 課 熟悉環境　169

越南大小事

在越南常見的現象

　　外國人剛到越南時肯定會有不少文化衝擊，有些畫面會帶來奇特的趣味感，但有些保證讓人驚嚇。我們來看幾個可能會讓你感到光怪陸離的越南特有現象：

　❶ 交通混亂：「混亂的交通」似乎也是越南的名景了，特別是在人口稠密的大城市尤為顯見。之所以說「亂」，是因為交通用路毫無秩序可言，但卻又亂中有序：搶道超速、闖紅燈、機車湧上人行道等全都不在話下。因為許多人會在人行道擺攤，行人也常被迫人車共道，自然就險象環生。「剛到越南的時候，真的不知道該怎麼過馬路」這句話一也不誇張，但只要你能「入境隨俗」，弄懂越南過馬路的關竅，還是能暢行無阻的。

　❷ 亂喊價：在購物市場、旅遊觀光區，在越南的消費（不論是購物或是租賃交通工具等）常有亂喊價的現象。這不僅是針對外國人，就算是對口音不同的當地人，商家都可能一樣亂喊價。因此建議要消費時最好去像「Circle K、全家、肯德基、Lotteria…」等有明碼標價的商家比較安全。由於這個亂象會讓遊客對越南產生負面印象，因此官方也積極推動打擊亂喊價的相關方案。

　❸ 吃狗肉：越南目前還是有吃狗肉的習慣（以北部為主，中南部已微乎其微）。街上仍有不少狗肉餐廳，市場上也會賣「食用目的」的狗。在一些農村裡，每逢婚喪喜慶時，狗肉亦仍是桌上佳餚。但希望你別急著批評，吃狗肉是因早期社會普遍貧困，糧食缺乏的年代留下來的飲食習慣。且每個國家的飲食文化本就不同，實不應武斷地將吃狗肉與野蠻劃上等號。再者，隨著時代的推移，現今越來越多的年輕人開始重視對狗狗的保護，吃狗肉的風氣已經日漸減少。自2021年起，會安市更成為「越南第一個不宰殺貓狗的友好觀光城市」。

　❹ 戀酒貪杯：比起看書或讀報，越南人更喜歡把酒言歡；每條街道上都有無數的酒館，幾乎每家店在下班時間都是人滿為患。但也因為有不少「不醉不歸」的人存在，酒後駕車的習慣也盛行，使得越南的交通事故率始終居高不下。

　　另外像是初次見面便直探隱私的社交習慣（因為是真心希望跟你友好，沒有隔閡）等等，越南還有不少「不可思議」之處，等待你的探索。

170

Bài 11 上銀行 Đi ngân hàng

【日常生活篇】

目標

- 學習開卡及辦卡的對話
- 學習與銀行帳戶、交易的表達
- 學習ATM開卡的對話
- 學習各種卡片及ATM相關的表達

文法

1. 動詞 + được / mất 提示動作正向的實現或負面的發生
2. mà 名詞及主謂短語的連接詞
3. ..., lại ... （轉折）…，卻／又…
4. ... chứ 強調或肯定的語尾句

文法 ①

動詞 + được / mất 提示動作正向的實現或負面的發生

A: Sao anh lại về nhà giờ này?
你怎麼這個時候就回來了？

B: Sáng anh đi vội quá quên mất không mang tài liệu quan trọng.
我早上走得太匆忙，忘了帶重要文件。

「được」的原意是「得、得到、獲得」、「mất」的意思則相反是「失、遺失」的意思。「được」與「mất」置於動詞後做補語，表示動作的完成或實現，強調動作的結果及狀態的轉變。「動詞 + được」的表達帶有正面積極的意思，說話者所提到的動作或事情也是他們希望發生的；而「動詞 + mất」卻表示那些動作或事情比較消極、是話者不希望發生的情事。

例
- Sáng nay lúc đi chợ mua đồ, cô ấy bị trộm mất ví tiền / bóp tiền.
  今天早上去市場買東西時，她的錢包被偷走了。
- Con về nhà vào phòng tự suy nghĩ cho thật kĩ đến khi nào hiểu được điều mẹ nói thì chúng ta nói chuyện tiếp.
  你回家後進房間自己好好想想，當你懂得了我說的話，我們就繼續聊。

mà 名詞及主謂短語的連接詞

A: Cô gái mà sếp đưa tới công ty chiều qua là ai thế?
我們經理昨天下午帶來公司的那個女孩是誰啊？

B: Em cũng không rõ, thấy mọi người đồn là người yêu của sếp.
我也不清楚，聽說是經理的女朋友。

「mà」是連接詞，可來做為名詞與後面的「主謂短語（指有主語 + 動作的短句子）」的連接，即為「mà」前面提到的名詞多加說明、解釋，並帶有強調的語氣。也就是說，「mà」有沒有都不會影響到整個句子要表達的意思，有的時候敘述的名詞會受到強調。以本篇對話為例，A想要重點詢問的是經理帶來公司的那個女孩，而「（由）經理帶來公司」是對那個女孩強調說明的一個特點。

例
- Tất cả những việc mà mẹ làm đều vì tốt cho con.
  媽媽所做的一切都是為了你好。
- Ngày mà anh ấy nói chia tay, tôi thực sự rất buồn.
  他說分手的那天，我真的很難過。

自我測驗 ①

1 請依提示完成「動詞 + được / mất」句型的句子

> ăn   nhặt / lượm   cướp   bắt

(1) Người yêu đẹp trai như vậy thì phải kiểm soát thật chặt vào kẻo bị người khác _____ đấy.
（這麼帥的男朋友要看緊一點才行，要不然會被別人搶走呀！）

(2) Nghe nói đêm qua công an _____ một tên trộm.
（聽說昨天深夜裡公安抓到了一名小偷。）

(3) Cái bánh gato / bánh kem để ở trên tủ bị con chuột _____ rồi.
（櫃子上的蛋糕被老鼠吃掉了。）

(4) Lúc nãy đi thang máy tôi _____ một vé gửi xe máy.
（剛剛搭電梯的時候我撿到了一張機車停車證。）

2 請將下列的句子，以「mà」的句型改寫

(1) Hôm qua bạn giao cho mình một túi nho đỏ. Túi đó có rất nhiều quả bị hỏng / trái bị hư.
→ _____ .

(2) Tớ / Tôi quen người đâm xe vào cậu / bạn. Anh ấy là hàng xóm nhà tớ / tôi.
→ _____ .

(3) Chị tặng cho em một đôi giày. Đôi đó hơi chật, em đi không vừa.
→ _____ .

(4) Lần trước anh đưa em đi ăn ở một quán ăn. Quán đó đồ ăn khá là ngon.
→ _____ .

單字

kiểm soát 掌控；管制　　**bánh kem / 北 bánh gato** 蛋糕　　**北 nhặt / 南 lượm** 撿　　**đâm xe** 撞車

對話 ①

Nhân viên:
Chào anh, anh muốn làm thủ tục gì ạ?

Hy Phong:
Anh muốn mở một tài khoản ngân hàng thanh toán.

Nhân viên:
Vâng / Dạ, cho em xem hộ chiếu của anh một chút ạ.

Hy Phong:
Hộ chiếu của anh đây.

Nhân viên:
Vâng / Dạ, anh điền thông tin và ký tên vào bản đăng ký mở tài khoản giúp em nhé.

(...)

Hy Phong:
Anh điền xong rồi, em xem có cần bổ sung gì không?

Nhân viên:
Vâng / Dạ, anh có muốn mở thẻ luôn không ạ?

Hy Phong:
Có, mở cho anh thẻ ghi nợ quốc tế nhé.

Nhân viên:
Dạ vâng / Dạ. Anh có muốn đăng ký dịch vụ ngân hàng điện tử không ạ?

Hy Phong:
Có em nhé.

行員：
您好，請問您需要辦理什麼？

熙峰：
我想要開一個活期帳戶。

行員：
好的，麻煩借一下您的護照。

熙峰：
好的。在這，請。

行員：
是，麻煩您在這張個人戶開戶申請書上填寫您的資料並簽名。

(…)

熙峰：
我填好了，請妳看一下還需要補充什麼嗎？

行員：
好的，那您也要辦卡嗎？

熙峰：
要，幫我辦國際金融卡吧。

行員：
好的。您需要申請網路銀行服務嗎？

熙峰：
要。

174

Nhân viên:

Vâng / Dạ. Theo quy định thì khi mở tài khoản cần phải có số dư tối thiểu 50 nghìn để duy trì tài khoản anh ạ.

Hy Phong:

Ok, không vấn đề. Vậy nạp giúp anh 500 nghìn / ngàn vào tài khoản nhé.

Nhân viên:

Vâng / Dạ, anh chờ một chút, sẽ xong ngay ạ.

Hy Phong:

Ok, cảm ơn em.

Nhân viên:

Dạ, tài khoản ngân hàng của anh đã được mở rồi ạ. Anh có thể tải ứng dụng Internet banking về và đăng nhập bằng tài khoản và mật khẩu mà hệ thống gửi qua tin nhắn tới điện thoại của anh. Sau khoảng 3 đến 5 ngày làm việc thì anh sẽ nhận được thẻ ngân hàng ạ.

Hy Phong:

Ok, anh hiểu rồi. Cảm ơn em nhiều nhé.

Nhân viên:

Dạ, không có gì ạ.

> 編註 越南的銀行帳戶需要有基本存款額存入才能保持流通。

行員：
好的，那麼依本行規定開戶時必須存放5萬越盾的基本存款額於帳戶以保持帳戶的流通。

熙峰：
好的，沒問題。請妳幫我存50萬越盾進入我的戶頭。

行員：
好的，請稍等一下，馬上就好。

熙峰：
好，謝謝妳。

行員：
您的帳戶已經開通了。您可以下載網路銀行的APP並使用系統傳到您手機裡的帳戶及密碼登入。大概在三到五個工作天後，您會收到銀行卡了。

熙峰：
好的，我明白了。謝謝妳唷！

行員：
不客氣！

北音 B113.MP3　南音 N113.MP3

單字

thủ tục 手續	mở tài khoản 開戶	duy trì 保持、維持
tài khoản thanh toán 活期帳戶	bổ sung 補充	thẻ ngân hàng 銀行卡
	mở thẻ 辦卡	tải 下載
hộ chiếu 護照	thẻ ghi nợ quốc tế 國際金融卡	đăng nhập 登入
điền 填寫	ngân hàng điện tử 網路銀行	mật khẩu 密碼
ký tên 簽名	số dư tối thiểu 最低存款金額	hệ thống 系統

本課相關單字 ①

北音 B114.MP3
南音 N114.MP3

【銀行帳戶相關用語】

❶ tài khoản cá nhân 個人帳戶

❷ tài khoản doanh nghiệp 企業帳戶

❸ tài khoản thanh toán 活期帳戶

❹ tài khoản tiết kiệm 儲蓄帳戶

❺ số tài khoản 帳號

❻ tên chủ tài khoản 戶名

❼ tiền đô 美金

❽ tiền Việt 越盾

❾ số dư 餘額

❿ gói tài khoản 帳戶方案

【銀行交易相關用語】

❶ mở tài khoản 開戶

❷ đóng tài khoản 除戶

❸ gửi tiền 存款

❹ giấy gửi tiền / phiếu gửi tiền 存款單

❺ gửi có kỳ hạn 定期存款

❻ gửi không kỳ hạn 活期存款

❼ lãi suất tiết kiệm 存款利率

❽ sổ tiết kiệm 存摺

❾ rút tiền 提款

❿ giấy rút tiền 提款單

⓫ chuyển khoản 轉帳

⓬ chuyển khoản nội bộ qua số điện thoại 透過手機號碼同一銀行行內轉帳 / chuyển khoản nội bộ qua tài khoản 透過帳戶同一銀行行內轉帳

⑬ chuyển khoản liên ngân hàng qua số thẻ 透過卡號跨行轉帳 / **chuyển khoản liên ngân hàng qua số tài khoản** 透過帳號跨行轉帳

⑭ giấy chuyển tiền 匯款單

⑮ phí chuyển khoản 匯款手續費

⑯ người thụ hưởng 收款人

⑰ ngân hàng thụ hưởng 收款銀行

⑱ đổi tiền 換錢

⑲ tỷ giá 匯率

⑳ tỷ giá ngoại tệ 外幣匯率

㉑ cho vay cá nhân 個人貸款

㉒ nạp tiền điện thoại （越南的銀行服務）電話儲值

銀行裡的常用句子

- Tôi muốn gửi tiết kiệm 我要存錢。

- Tôi quên mất mật khẩu của tài khoản ngân hàng điện tử.
  我忘了我的網路銀行密碼了。

- Tôi muốn chuyển 50 triệu đồng vào tài khoản này.
  我想要把五千萬越盾匯到這個戶頭。

- Xin hỏi lãi suất thường niên là bao nhiêu?
  請問年利率是多少？

- Xin hỏi phí chuyển khoản liên ngân hàng là bao nhiêu?
  請問跨行轉帳手續費是多少？

- Tôi muốn mở tài khoản tiết kiệm với kỳ hạn một năm.
  我想要定存一年。

- Đến ngày đáo hạn nếu không rút tiền thì hệ thống sẽ tự động gia hạn.
  到期日後如果沒有提款，系統就自動延續存款期限。

文法 ②

..., lại ... （轉折）…，卻／又…

A: Bảo anh mua hành lá, anh lại mua hành tây làm gì?
我讓你去買蔥，你買洋蔥幹什麼？

B: Em đâu có nói rõ.
妳又沒說清楚。

在這個句型中「lại」用於強調後述的句子與前述的相反。一般也可以與「nhưng」結合成一個新的轉折句型。句子裡的主詞可以是同一個（主詞相同時，後述的句子中可以省略），也可以是不同的。

例
- **Anh ấy nói ở lại tăng ca, nhưng lại đi uống rượu với bạn bè.**
  他說留下來加班，但卻跑去跟朋友喝酒。（本句前句的 lại 是 ở lại，即「留下」。並非轉折詞）
- **Em thích đọc truyện tiểu thuyết, nhưng anh lại thích đọc truyện tranh.**
  我喜歡看小說，但你卻喜歡看漫畫。
- **Điều hoà / Máy lạnh mở 22 độ mà mọi người vẫn kêu nóng, em thì lại thấy lạnh.**
  冷氣開22度了但大家還是在喊熱，不過我是覺得冷。

... chứ 強調或肯定的語尾句

A: Công việc ở đây thì đơn giản nhưng sẽ rất vất vả đấy, anh có muốn làm không?
這裡的工作很簡單，不過會很辛苦喲！你想要做嗎？

B: Vâng / Dạ, tôi làm chứ.
好的，我當然要做！

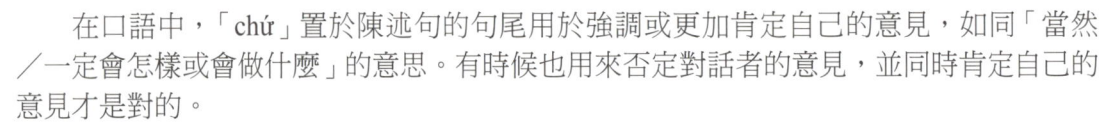

在口語中，「chứ」置於陳述句的句尾用於強調或更加肯定自己的意見，如同「當然／一定會怎樣或會做什麼」的意思。有時候也用來否定對話者的意見，並同時肯定自己的意見才是對的。

例
- **Nhìn thấy con như vậy tôi cũng đau lòng chứ.**
  看到孩子這樣當然也會心疼啊！
- **Không, sinh nhật anh ấy là ngày 15 tháng sau chứ.**
  不是，他的生日是下個月15號啊！
- **Em ăn chứ. Toàn đồ ngon thế này bỏ đi thì tiếc lắm.**
  我當然要吃啊！這麼多好吃的，丟掉的話多可惜呀！

自我測驗 ②

1 請用「lại」的句型完成下面的句子

(1) Nếu mua ba cái thì sợ ít, _____.
（如果買三個怕是太少，但買四個又怕太多。）

(2) Trông cô chị thì lúc nào cũng vui vẻ tươi cười,
_____.
（我看姊姊不管什麼時候都笑容燦爛、神情開心，但妹妹卻常感覺愁容滿面、神情萎靡。）

(3) Con nói là thức đêm học bài, _____.
（你說要熬夜念書，卻一直睡到天亮。）

(4) Anh ấy nói xong việc sẽ về nhà luôn, _____.
（他說完事後就會馬上回家，但又跑去跟朋友聚會。）

2 請用「... chứ」改寫下面句子

(1) Đương nhiên là tôi mua rồi. Nhiều đồ giảm giá rẻ như vậy tội gì không mua.
→ _____.

(2) Thấy hai con sống hạnh phúc như vậy, đương nhiên là mẹ vui rồi.
→ _____.

(3) Chuyện anh ấy ngoại tình, đương nhiên là tôi biết, chẳng qua là tôi không nói ra thôi.
→ _____.

(4) Sắp Tết rồi, đương nhiên là con phải về đón Tết với mẹ rồi.
→ _____.

單字

cô chị（兩人對話提到第三人稱的姊妹時的）姊姊　**cô em**（兩人對話提到第三人稱的姊妹時的）妹妹　**ủ rũ** 萎靡不振
tụ tập 齊聚、聚會　**tội gì** 何苦　**chẳng qua** 只不過

179

對話 ②

Đồng nghiệp:

Anh Phong, anh đang làm gì đấy? Em đang định ra ngoài ăn trưa, anh có đi cùng không ạ?

Hy Phong:

À, anh vừa nhận được thẻ ngân hàng của Vietcombank, họ bảo sau khi nhận được thẻ thì cần đổi mã PIN luôn. Lúc nãy Hùng bảo đèo / chở anh đi đổi, nhưng lại không đi được vì có việc đột xuất.

Đồng nghiệp:

À thế ạ, ở toà nhà bên cạnh công ty mình có một cây ATM ngân hàng Vietcombank đấy ạ, để em dẫn anh qua đó.

Hy Phong:

Ô thế thì hay quá. Thế em đưa anh qua đó, xong xuôi thì anh em mình đi ăn nhé.

Đồng nghiệp:

Vâng / Dạ, ok anh.

(Ở trước ATM)

Hy Phong:

Đưa thẻ vào khe này đúng không em?

Đồng nghiệp:

Vâng / Dạ, đúng rồi ạ. Giờ anh chọn ngôn ngữ phù hợp, có tiếng Việt và tiếng Anh đấy ạ ......Tiếp đến anh nhập mã PIN ngân hàng đã cấp cho anh ...... Sau đó, anh ấn chọn "Đổi mã PIN", ở mục này anh phải nhập hai lần mã mới giống nhau ...... Màn hình hiển thị thông báo "Đã đổi PIN thành công", như vậy là được rồi đấy ạ.

Hy Phong:

Ừ ok. Giờ anh muốn rút tiền thì làm thế nào, em hướng dẫn cho anh đi....Rút tiền thì ấn nút này đúng không em?

同事：
峰哥，你在做什麼啊？我正打算出去吃午飯，你要不要一起去呢？

熙峰：
啊，我剛收到Vietcombank 銀行寄來的銀行卡，他們說收到之後就要盡快變更PIN碼。剛才阿雄說載我去變更，但卻又因為有急事而沒辦法去了。

同事：
是哦，在我們公司隔壁的那座大樓有一台 Vietcombank 銀行的自動櫃員機呀要我帶你過去那邊吧！

熙峰：
那樣就太好了。那妳帶我過去，處理好了我們就去吃飯吧！

同事：
好的。

（在自動櫃員機前）

熙峰：
將提款卡插入這個插卡槽對嗎？

同事：
是的，現在你選擇適合的語言，這裡有越文和英文可選喲…接下來你就輸入銀行所提供給你的PIN碼…然後，你就選按「密碼變更」，在這裡你要輸入兩次一樣的新密碼…螢幕上顯示「密碼變更成功」就可以了。

熙峰：
嗯好。那現在我想要提款的話該怎麼辦呢？妳教我如何操作吧 …提款要按這個鍵，對嗎？

Đồng nghiệp:

Không phải, nút bên trái chứ ạ ...... Sau đó anh lựa chọn số tiền cần rút. Nếu trên màn hình không hiển thị số tiền mình cần rút thì anh có thể tự nhập số tiền ở mục "Số khác".

Hy Phong:

Ok. À em ơi, "7 triệu" là có sáu số 0 đằng sau nhỉ?

Đồng nghiệp:

Vâng / Dạ ... Ấy anh ơi, không được đâu. Mỗi lần rút chỉ được tối đa 5 triệu thôi anh ạ. Nếu anh muốn rút 7 triệu thì phải rút hai lần.

Hy Phong:

Thế à? Vậy anh rút 5 triệu trước ...... Gì đây em? Phí rút tiền 1100 đồng à?

Đồng nghiệp:

Vâng / Dạ, mỗi lần giao dịch sẽ bị thu phí rút tiền, mỗi ngân hàng sẽ có mức phí khác nhau. Anh rút tại cây ATM của Vietcombank mất phí 1100 đồng, còn rút tại cây ATM của ngân hàng khác thì mức phí sẽ cao hơn đấy ạ.

Hy Phong:

Ồ, anh hiểu rồi. Vậy là anh rút hai lần sẽ mất hai lần phí. Ok, không sao. Để anh rút thêm lần nữa cho đủ 7 triệu.

同事：

不是，要按左邊的鍵才對…！然後就選擇「提款金額」。若螢幕上沒有顯示你想要的提款金額，就要選擇「其他金額」並輸入金額。

熙峰：

好的。對了，「七百萬」後面是有六個零對吧？

同事：

是…咦，峰哥不行啦！單次提款最高限額為五百萬越盾而已啦。若你要提取七百萬的話就要進行兩次提款囉！

熙峰：

是嗎？那我就先提五百萬…這是什麼？提款手續費1100盾嗎？

同事：

對呀，每次交易都會被收手續費，每家銀行的手續費也都不同。你在 Vietcombank 銀行的 ATM 提款就需要收1100盾的手續費，而在其他銀行的 ATM 提款的話，手續費會更高哦！

熙峰：

哦，我明白了。這麼說我提款兩次就會被收兩次的手續費。好，沒關係。我再提一次，我要提滿七百萬。

單字

mã PIN PIN碼	phù hợp 符合	rút tiền 提款
luôn 立刻、馬上	tiếp đến 接下來	hướng dẫn 指導、引導
北 đèo / 南 chở 載	cấp 發給、供給	nút 按鍵
việc đột xuất 急事	ấn 按	số tiền 金額
toà nhà 大樓	nhập 輸入	tối đa 最多、上限
dẫn 帶、帶領	mục 項目	giao dịch 交易
xong xuôi 辦完	màn hình 螢幕	thu phí 收費
khe (đút thẻ) 插卡槽	hiển thị 顯示	phí 手續費

本課相關單字 ②

【銀行卡相關用語】

① thẻ ngân hàng 銀行卡

② thẻ nội địa （限越南國內提取現金及支付的）國內卡

③ thẻ quốc tế （越南可國內外提取現金或支付的）國際卡

④ thẻ ghi nợ 金融卡

⑤ thẻ tín dụng 信用卡

⑥ thẻ trả trước 儲值卡

⑦ thẻ phụ 附卡

⑧ phát hành 發行

⑨ chủ thẻ 持卡人

⑩ quẹt thẻ 刷卡

⑪ thẻ chuẩn 普卡

⑫ thẻ vàng 金卡

⑬ thẻ bạch kim 白金卡

⑭ kích hoạt thẻ 開卡

⑮ khoá thẻ 鎖卡

⑯ số thẻ 卡號

⑰ dịch vụ thẻ （銀行）卡片服務

⑱ phí thường niên 年費

⑲ hạn mức tín dụng 信用額度

⑳ thẻ từ 磁卡

㉑ thẻ chip điện tử IC卡

【自動櫃員機的相關用語】

① máy rút tiền tự động / cây ATM 自動櫃員機

② kiểm tra số dư 餘額查詢

③ chuyển khoản 轉帳

④ rút tiền 提款

⑤ in sao kê 列印明細表

6 thanh toán hoá đơn 帳單繳付

7 giao dịch khác 其他服務

8 đầu đọc thẻ / khe đút thẻ 讀卡機／插卡槽

9 máy in biên lai 明細表列印機

10 hộp đựng tiền 鈔票盒

11 màn hình hiển thị 顯示螢幕

12 bàn phím số 按鍵

13 khe nhận biên lai 收據出口

14 khe nhận tiền 出鈔口

15 khe đút tiền gửi 存款槽

16 nút phím chức năng 螢幕按鈕

17 camera 攝影機

18 nuốt thẻ 吃卡

19 nhả tiền 吐鈔

20 kim loại 金屬

自動櫃員機常見之故障

- Bộ đọc thẻ **bị hỏng / bị hư** 讀卡機壞掉
- Máy ATM bị đơ, không hoạt động 自動櫃員機當機故障，無法正常運作
- Giấy in biên lai trong máy ATM bị hết 交易明細表已用完
- Máy ATM hết tiền trong các hộp đựng tiền 自動櫃員機數鈔時鈔票已用完
- Người sử dụng nhập sai mã PIN 3 lần liên tiếp 密碼錯誤已達3次
- Đã lấy thẻ ra khỏi cây ATM mà không thấy máy trả tiền
  已拿出卡片，但自動櫃員機不出鈔
- Máy ATM báo lỗi giao dịch không thành công
  自動櫃員機通知發生問題，無法完成交易
- Thẻ ATM bị nuốt hoặc bị giữ lại trong cây ATM
  被自動櫃員機吃卡
- Máy ATM không nhả tiền nhưng vẫn bị trừ tiền trong tài khoản
  自動櫃員機沒出鈔但帳戶仍被扣款
- Thẻ ATM bị khóa （提款卡）被鎖卡
- Máy ATM bị lỗi đang tạm ngừng hoạt động 自動櫃員機故障暫停服務

一起聊天吧！

1 根據實際情況回答問題

- **Bạn đã mở tài khoản ngân hàng nào ở Việt Nam?**
  你在越南開過哪家銀行帳戶？
- **Khi đi mở tài khoản ở Việt Nam bạn cần mang theo những giấy tờ gì?**
  在越南開戶你需要帶哪些證件？
- **Bạn đã từng gặp sự cố khi rút tiền ở cây ATM chưa?**
  你在自動櫃員機提款時是否發生過故障問題？

2 主題談話

1. Chuyển khoản: số tài khoản, số tiền cần chuyển, ngân hàng
   轉帳：卡號、匯款金額、收款銀行
2. Rút tiền ATM: gõ sai mật khẩu, bị khoá thẻ, gọi tổng đài
   ATM 提款：輸入錯誤密碼、被鎖卡、聯繫客服
3. Mở tài khoản tiết kiệm: số tiền gửi, lãi suất, kỳ hạn một năm
   定存：存款金額、利率、期限一年

3 練習對話

1 **A đến ngân hàng xin cấp lại thẻ**
   A 到銀行申請卡片補發

   Gợi ý: lý do cấp lại, giấy tờ cần thiết, thời gian nhận được thẻ
   提示 補發理由、需要證件、收到卡的時間

2 **A hướng dẫn B cách thanh toán hoá đơn qua ngân hàng điện tử** A 教 B 如何透過網路銀行線上繳費
   Gợi ý: đăng nhập, hạng mục thanh toán, thông tin hoá đơn
   提示 登入、繳付項目、帳單資料

單字心智圖

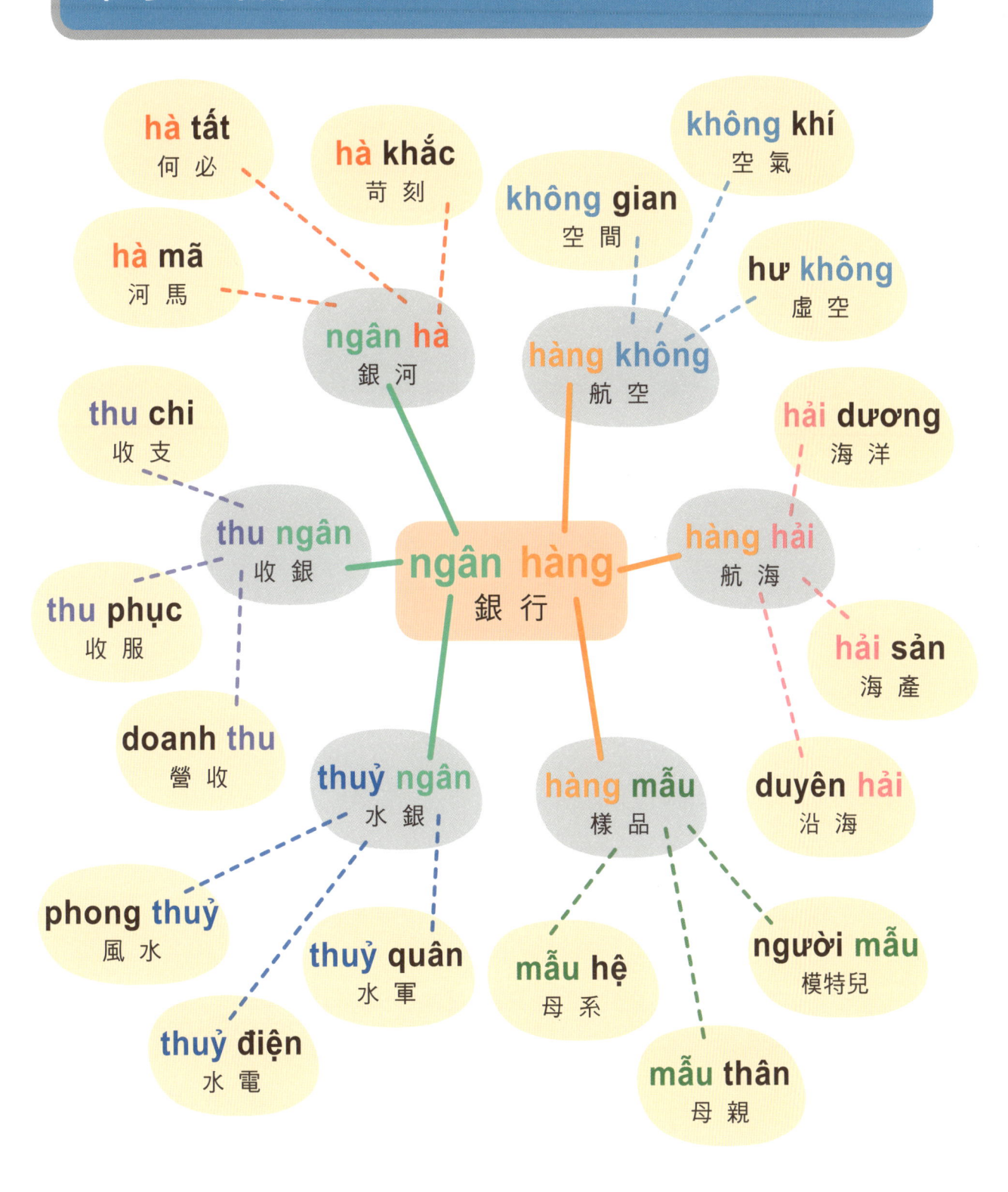

- **hà tất** 何必
- **hà khắc** 苛刻
- **hà mã** 河馬
- **ngân hà** 銀河
- **không gian** 空間
- **không khí** 空氣
- **hư không** 虛空
- **hàng không** 航空
- **thu chi** 收支
- **thu ngân** 收銀
- **thu phục** 收服
- **doanh thu** 營收
- **ngân hàng** 銀行
- **hải dương** 海洋
- **hàng hải** 航海
- **hải sản** 海產
- **duyên hải** 沿海
- **thuỷ ngân** 水銀
- **hàng mẫu** 樣品
- **người mẫu** 模特兒
- **phong thuỷ** 風水
- **thuỷ quân** 水軍
- **mẫu hệ** 母系
- **mẫu thân** 母親
- **thuỷ điện** 水電

第 11 課 上銀行　185

越南大小事

越南標會之利弊

人們需要資金的時候，往往會向銀行借款，但因為銀行的手續複雜且放款時間長，諸多不便，所以在越南，人們之間也像台灣一樣，會有「標會」的習慣。越南的標會一樣歷史悠久，在北部常稱為「họ」、南部則稱其為「hụi」、中部則稱其為「biêu」或「phường」，但本質上大同小異。

在越南的標會形式也是由台語稱的【huē-á thâu（會仔頭）】邀請其他的【huē-á kha（會仔腳）】一起參加，收齊一定的會錢後，便約定籌會錢的期數、籌集時間、定期舉辦開標及得標順序。每個月會進行一次標會，出價最高的人就能得標；從得標到會期結束為止，得標的會員每期要付的金額是起會時約定的會錢數加上得標時的標金，若額外有講好，還要再給會仔頭一筆扣咪凶（佣金）才行。未得標會員則支付起會時講好的會錢數再扣除該期得標會員的標金即可；一樣，得標的會仔腳為「死會」，未得標的會仔腳則稱做「活會」。

舉個例：某標會有30人，每週日開標一次，約定繳納會費為50萬越盾。

第一次投標，A先生提出最高價10萬越盾得標，因此A先生可事先收取的金額為500,000*29 = 1,450,0000 越盾，若有額外需要時，就要給會仔頭20萬越盾的扣咪凶（佣金）。接著，A先生得每期繳交60萬越盾；反之，其他29個活會，則必須各自繳交 500,000-100,000 = 400,000 越盾給得標人。

由於能看快速看到錢，所以標會在越南相當盛行。當然標會也有很多風險，例：

★ 因為標會主要只依靠會員間的信任來維持，無任何抵押、擔保、約束力的保障，萬一會仔頭或是得標人拿了錢就落跑（變成倒會）時，一切就只能自認倒霉。

★ 如果標會的人違約未按時繳會錢或捲款落跑，會仔頭就需要自己先墊，墊不出來時就要結束標會。

依2015年《民法典》第471條的法律規定，標會在越南並不違法。但被用來掩護放高利貸或其他欺詐行為的前提下會被禁止。話說回來，在越南倒會還是很常見的，如果你想標會，最好找會員們都是社會上值得信任，還有必須是有明確的文件、利率不超過國家銀行公佈的150%基本利率，且嚴格遵守標會相關法規的會才好。

Bài 12 | 用餐 Ăn uống

【日常生活篇】

目標

- 學習到點餐時的對話
- 學習與餐點樣式、口感等的表達
- 學習到餐廳疏失時的對話
- 學習餐具及其他餐廳相關用語的表達

文法

1. 形容詞 + ơi là + 同一形容詞 …死了、太…了、好…（呀！）
2. làm sao mà (... có thể) ... được 怎麼能…！
3. với ... gì 對他人的提問及認知強烈否定
4. chẳng / chả ... là / còn gì 篤定表示某事已經或正在發展等

文法 ①

B121.MP3 北音
N121.MP3 南音

形容詞 + ơi là + 同一形容詞　…死了、太…了、好…（呀！）

A: Nghe nói hôm nay nhiệt độ cao nhất là 40 độ đấy.
聽說今天溫度最高是 40 度哦！

B: Thảo nào / hèn chi nãy ra ngoài thấy nóng ơi là nóng.
難怪剛才出去熱死人了。

此句型是口語性的表達，用於強調某種狀態或性質的程度極高，如同中文的「…死了！」、「太…了」、「好…（呀！）」，講話時帶有說話者的自身感受。

例
- Bài tập hôm nay cô giao khó ơi là khó, con không biết làm thế nào.
今天（女）老師出的作業難得要死，我都不知道該怎麼寫。

- Cái phòng cô ấy thuê rộng ơi là rộng, có khi hai người ở còn thoải mái rộng ý.
她租的房間也太寬敞了，甚至兩個人住也綽綽有餘。

- Cửa hàng quần áo đó lúc nào cũng bán đắt ơi là đắt / mắc ơi là mắc, lần sau chả thèm mua nữa.
那家服飾店一直都賣得好貴，下次不會再來買了。

làm sao mà (… có thể) … được　怎麼能…！

A: Về nghỉ ngơi chút đi, cả đêm qua em trông bố / ba không ngủ tẹo nào rồi.
回去休息一下吧，妳整夜看著爸爸都沒有睡覺了。

B: Bố / Ba vẫn chưa tỉnh, em làm sao mà yên tâm ngủ được.
爸爸還是沒醒來，我怎麼能安心地睡呢！

「làm sao mà + 句子 + được」這個句型常用於強調話題主觀地認為「làm sao mà」後接的句子內容是做不到的或難以實現的，即相當中文的「怎麼能…呢！」。「làm sao mà」之後還可以加上「có thể」，形成「làm sao mà（（+ 主詞）+ có thể）+ 句子 + được」的新句型。注意主詞置於「làm sao mà」的前後皆可。

例
- Lúc này làm sao mà tôi có thể nói chia tay với cô ấy được.
這時候我怎麼能跟她提分手呢！

- Đường xa như vậy làm sao mà em có thể đi một mình được.
路途遙遠妳怎麼能一個人去呢！

- Anh nói bé / nhỏ như thế làm sao mà tôi nghe rõ được.
你說得那麼小聲，我怎麼能聽得清楚呢！

自我測驗 ①

1 請用「làm sao mà (… có thể) … được」句型改寫下列的句子

(1) Cô ấy tốt như vậy, tôi không thể phản bội cô ấy được.

→ _____ .

(2) Tường cao thế này, tao không thể nhảy xuống được.

→ _____ .

(3) Em không thể hoàn thành bản báo cáo trước 12 giờ trưa nay được.

→ _____ .

(4) Anh ấy đang bị đau tay, không thể lái xe được.

→ _____ .

2 請依提示完成下列的句子

| bẩn | xinh | hay | ngon |

(1) Hôm qua bố / ba đưa con đi ăn gà rán _____ ơi là _____
（昨天爸爸帶我去吃炸雞，太好吃了！）

(2) Cả buổi chiều chơi ở bãi cát nên chân tay _____ ơi là _____.
（在沙灘玩了一整個下午，所以手腳都髒得要命！）

(3) Chiếc váy anh mua tặng em mặc lên ai cũng khen _____ ơi là _____.
（我穿上了你送給我的那件裙子後，誰都誇說我真的很漂亮呢！）

(4) Anh ấy hát _____ ơi là _____, em nghe hoài không chán.
（他唱歌真是好聽，我一直聽都不會膩！）

單字

phản bội 背叛、出賣　**bản báo cáo** 報告書　**bãi cát** 沙灘　**hoài** 一直…、不斷地…

對話 ①

Tú Anh:
Em ơi, cho chị gọi món nhé.

Nhân viên phục vụ:
Dạ, em gửi hai chị menu của quán em ạ. Hai chị muốn gọi món riêng hay combo ạ? Bên em đang có chương trình ưu đãi giảm 10% khi gọi combo vào thứ ba hàng tuần đấy ạ. Đây là combo dành cho hai đến ba người bao gồm hai suất chả cá, một suất lòng cá và một nồi lẩu đầu cá.

Tú Anh (nói với Phương Nghi):
Hay là mình gọi combo luôn nhé?

Phương Nghi:
Mình có hai người gọi nhiều như vậy làm sao mà ăn hết được.

Tú Anh:
Chị yên tâm, ăn không hết thì mình mang về.

Phương Nghi:
Ok, vậy gọi combo đi.

Nhân viên phục vụ:
Dạ.

Tú Anh (nói với nhân viên phục vụ):
Cho chị một bát / chén mắm tôm, một bát / chén nước mắm. À, cho chị hai cốc / ly trà chanh nhé.

Nhân viên phục vụ:
Dạ vâng / Dạ. Phiền hai chị đợi một chút, em sẽ mang đồ lên ngay ạ.

(Vài phút sau)

Nhân viên phục vụ:
Dạ em lên món cho chị ạ. Chị có muốn dùng lẩu luôn không ạ?

Tú Anh:
Để lát nữa dùng xong món chả cá thì mang lên cho chị nhé.

秀英：
麻煩你，我要點餐。

服務生：
您好，這是我們店裡的菜單。請問兩位想要單點還是套餐呢？我們正在進行每週二套餐10%折扣的優惠活動唷！這是兩人到三人套餐包括兩份越式炸魚排、一份魚肚和一鍋魚頭火鍋。

秀英（對芳宜說）：
那這樣的話，還是我們點套餐吧？

芳宜：
可是我們只有兩個人，點那麼多怎麼吃得完呀！

秀英：
妳放心，吃不完我們就打包回去。

芳宜：
那好吧！就點套餐吧！

服務生：
好的。

秀英（對服務生說）：
請給我一碗蝦醬，一碗魚露。對了，給我兩杯檸檬茶！

服務生：
好的！兩位請稍候，我會馬上上菜。

（幾分鐘後）

服務生：
不好意思，上菜囉！您需要現在上火鍋嗎？

秀英：
麻煩待會兒我們用完越式炸魚排後再上就好。

Nhân viên phục vụ:

Dạ vâng / Dạ, nếu cần gì chị cứ gọi em ạ.

Phương Nghi (nói với Tú Anh):

Sao họ cho nhiều hành và thì là vậy nhỉ?

Tú Anh:

À, đặc trưng của món này là cần thật nhiều hành và thì là chị ạ. Mình sẽ cho cá đã nướng, hành và thì la vào chảo đảo một chút.

Phương Nghi:

Ôi, thơm ơi là thơm, màu sắc trông đẹp mắt thật đấy, nhìn thôi đã thấy ngon rồi. Món này ăn thế nào vậy em?

Tú Anh:

Vâng ạ / Dạ. Rau chín rồi, mình sẽ lấy một ít bún vào bát / chén, cho hành, thì là và một vài miếng chả cá lên trên, rắc ít lạc rang / đậu phộng rang, rưới chút mắm tôm hoặc nước mắm rồi trộn lên ăn ạ. Chị ăn thử xem sao.

Phương Nghi:

Ừ, ngon quá em ạ. Mùi vị thơm ngon hấp dẫn, không thể chê vào đâu được.

服務生：
好的，那若需要請隨時跟我講喔！

芳宜（對秀英說）：
他們怎麼給那麼多蔥和茴香菜呀？

秀英：
喔，因為這道菜的特徵就是需要配很多蔥和茴香菜。我們會把烤魚、蔥和茴香菜放進平底鍋裡來回翻動一下。

芳宜：
哇，味香色俱全的樣子（直譯：好香呀，色彩鮮艷的樣子），一看就覺得很好吃。這道菜要怎麼吃呢？

秀英：
嗯，當菜熟了之後，我們就拿一些米線放在碗裡，然後將蔥、茴香菜及幾塊越式炸魚排放上去，再撒上點花生仁，淋點蝦醬或魚露，然後攪拌均勻就可以吃了。妳嘗嘗看。

芳宜：
嗯，太好吃了。那齒頰留香的美味，讚喔！

B123.MP3　　N123.MP3

單字

gọi món 點餐	mắm tôm 蝦醬	北 lạc rang /
menu 菜單	nước mắm 魚露	南 đậu phộng rang
combo 套餐	trà chanh 檸檬茶	花生仁
chương trình ưu đãi 優惠活動	thì là 茴香菜	rưới 淋
giảm 下降	đặc trưng 特徵	trộn 攪拌
suất 份	chảo 平底鍋	mùi vị 味道
chả cá 越式炸魚排	đảo （用筷子輕輕地）翻動、攪動	thơm ngon 美味
lòng cá 魚肚	đẹp mắt 好看、耀目、奪目	hấp dẫn 誘惑、吸引
đầu cá 魚頭	màu sắc 顏色	chê 嫌棄
thoải mái 敞口兒、開懷；無拘束	rắc 撒	

第 12 課 用餐　191

本課相關單字 ①

B124.MP3 北音
N124.MP3 南音

【餐廳的各種餐點】

1. món khai vị 開胃菜
2. món chính 主餐
3. món tráng miệng 甜點
4. món chay 素食
5. món ăn kèm 小菜
6. món xào 炒類料理
7. món hấp 蒸類料理
8. món chiên 炸類料理
9. 北 món rán / 南 món chiên 煎類料理
10. món quay 燒烤類料理
11. món nướng 烤類料理 
12. món kho 滷味
13. món nộm 涼拌料理
14. món hầm 燉類料理
15. món luộc 清燙類料理

【餐廳招牌常見用語】

1. ẩm thực 飲食
2. thượng đỉnh 頂級、上好
3. chính hiệu 正宗
4. siêu cay 超辣 
5. các loại 各式、各類
6. đặt tiệc bao trọn nhà hàng 宴席包場
7. đặt tiệc liên hoan bao trọn nhà hàng 聚餐包場
8. đặc sản núi rừng 山珍
9. người sành ăn 老饕
10. cơm văn phòng 辦公室家常菜、辦公室餐
11. bình dân 平民（飯）
12. hải sản 海鮮
13. tươi sống 生鮮 
14. ăn nướng 燒烤
15. phở 河粉
16. bún 米線
17. bún chả 烤肉米線
18. cháo 粥、稀飯
19. xôi 糯米
20. lẩu 火鍋
21. canh 湯
22. bánh mì 越南法國大麵包
23. rau rừng 野菜
24. chả mực 墨魚餅 
25. ốc 螺
26. gà tươi 生雞肉
27. chân gà 雞爪
28. 北 lợn bản / 南 heo bản 在地豬肉

㉙ cù kỳ 哈氏肉哲蟹
㉚ cá lăng 斑點半鱠
㉛ bánh cuốn 越南粉捲
㉜ 北 lòng lợn / 南 lòng heo 豬腸
㉝ rượu vang 紅酒
㉞ bia hơi 生啤酒
㉟ tiết canh 血凍

【口感及氣味】

❶ chua 酸

❷ ngọt 甜
❸ đắng 苦
❹ cay 辣
❺ mặn 鹹
❻ nhạt 淡、無味
❼ tanh 有腥臭味
❽ thơm 香

❾ ngon 好吃
❿ giòn 脆
⓫ nát （食物被煮到）很爛
⓬ dai （口感）很老
⓭ mùi khó chịu 難聞的氣味
⓮ thiu 腐臭、餿掉
⓯ nguội 冷掉
⓰ khô 乾
⓱ bị mốc 發霉

在餐廳點餐及用餐時常見的表達

- Xin lỗi ạ, quán em hết phở bò rồi, chị đổi sang phở gà được không ạ?
  抱歉，我們沒有牛肉河粉了，妳可以改成雞肉河粉嗎？

- Cho tôi một bát / tô không hành nhé. 給我一碗沒有放蔥的唷！

- Lấy cho anh thêm một cái thìa / muỗng và một cái bát / chén nhỏ nhé.
  麻煩再拿一個湯匙和一個小碗給我。

- Cho em xin thêm nước lẩu. 麻煩請幫我加（火鍋）湯。

- Canh kim chi này cay quá! 這個泡菜湯太辣了！

文法 ②

... với ... gì 對他人的提問及認知強烈否定

A: **Bao giờ mới lấy chồng để cho bọn tao ăn cỗ đây?**
妳什麼時候才結婚，讓我們來喝喜酒啊？

B: **Chồng với con gì cũng phải vài năm nữa, đang tự do thoải mái.**
結什麼婚，要結也要再等幾年，我現在一個人自由自在多好。

「... với ... gì」這個口語的句型常用於表示比較強烈地否定他人針對某事的提問、認知，及對某行為的指責與不滿。注意這個文法很特別，使用時它會將越南語中既有的複合詞彙給拆開後，再分別置於「với」的前後方，如參考下列的例句。

例
- **Nó suốt ngày bận rộn công việc, làm gì có thời gian yêu với đương gì.**
  她整天忙於工作，哪有時間談什麼戀愛。（yêu đương 被拆成 yêu với đương gì）

- **Tụ với tập gì, lần nào hẹn gặp nhau cũng chả thấy ai phản ứng gì.**
  聚什麼會呀，每次要約見面都沒人有反應。（tụ tập 被拆成 tụ với tập gì）

- **Nó toàn ngồi trong phòng chơi game chứ học với hành gì.**
  他總是在房間裡打電動，哪有做什麼功課。（học hành 被拆成 học với hành gì）

chẳng / chả ... là / còn gì 篤定表示某事已經或正在發展等

A: **Mình xem phim này chưa nhỉ?**
我們看過這部電影了嗎？

B: **Tuần trước chẳng xem rồi là gì.**
不然你以為上個禮拜看的那片是什麼！

此句型後述四種組合皆可：「chẳng + 句子 + là gì」、「chẳng + 句子 + còn gì」、「chả + 句子 + là gì」、「chả + 句子 + còn gì」。其分別具有篤定地表示句型中「句子」的部分曾經或正在發生，或是反問談話對象「句子」的部分若沒有發生，那該是如何發展之意。

例
- **Tối qua anh chả gửi tài liệu cho em rồi còn gì.**
  我昨晚不是已經把資料傳給你了嘛。

- **Bát / Tô phở 300 nghìn / ngàn chẳng đắt / mắc là gì.**
  三十萬越盾一碗河粉還不算貴的話，什麼叫做貴？

- **Tháng trước nó chẳng mua một đôi giày mới còn gì.**
  上個月他已經買了一雙新鞋了呀！

自我測驗 ②

1 請用「... với ... gì」的句型改寫下列的句子

(1) Giờ này không nấu nướng gì nữa, gọi đồ luôn cho nhanh.
→ _____.

(2) Đang đau chân không chơi bóng bánh gì cả.
→ _____.

(3) Con còn bao nhiêu bài tập chưa làm xong, không chơi bời gì cả.
→ _____.

(4) Nửa đêm rồi không hát hò nữa.
→ _____.

2 請按題示，完成下列的句子

| nhắc | ngủ | mặn chát | nóng |

(1) Em chẳng _____ anh mấy lần rồi còn gì.
（我不是提醒你好幾次了嘛！）

(2) Tầm này năm ngoái chả _____ chảy mỡ còn gì.
（去年的這個時候不就熱到要融化了嘛！）

(3) Hôm qua anh chả _____ như lợn / heo còn gì, gọi mãi không dậy.
（昨天你不是已經睡得像死豬一樣了嘛！怎麼叫都叫不醒。）

(4) Anh ăn thử mà xem, chẳng _____ là gì.
（你吃吃看，這不是太過鹹的話，那什麼叫太鹹！）

單字

nấu nướng 煮、烹飪　**bóng bánh** 球　**chơi bời** 玩　**hát hò** 唱歌　**tầm này** 這個時候
chảy mỡ（像熱到脂肪融化）非常熱　**mặn chát**（味蕾）感到鹹澀

對話 ②

(Tú Anh và Phương Nghi ở quán pizza)

Phương Nghi:
Quán này có vẻ đông khách nhỉ. Em có hay đến đây ăn không?

Tú Anh:
Vâng / Dạ, thỉnh thoảng em cũng đến đây, đồ ăn quán này khá là ngon, mà lại gần công ty nữa. Lần trước em và Nga chả rủ chị đến đây ăn còn gì, nhưng hôm đó chị có việc nên không đi cùng mà.

Phương Nghi:
Thế à? ... Mà sao mãi chưa thấy họ mang đồ lên cho mình nhỉ?

Tú Anh:
Vâng / Dạ, lâu thật đấy, để em hỏi thử.

Tú Anh (nói với nhân viên phục vụ 1):
Em ơi, sao chị gọi đồ nãy giờ chờ 30 phút rồi mà vẫn chưa mang đồ gì lên vậy?

Nhân viên phục vụ 1:
Dạ, em xin lỗi, em sẽ mang lên ngay ạ, hôm nay quán hơi đông khách nên mong chị thông cảm ạ.

Tú Anh:
Nhanh lên em nhé!

Nhân viên phục vụ 2:
Dạ, em gửi hai chị pizza, mỳ Ý, salad và đồ uống ạ.

Phương Nghi:
Ok, cảm ơn em.

Tú Anh (nói với nhân viên phục vụ 2):
Em ơi, đây là mỳ Ý vị gì đây?

Nhân viên phục vụ 2:
Dạ, đây là mỳ Ý bò bằm xốt cà chua ạ.

（秀英與芳宜在披薩店裡）

芳宜：
這家店看起來客人也蠻多耶，妳有常來這裡吃嗎？

秀英：
嗯，偶爾我也會來這裡吃，這家就在公司附近，且也蠻好吃的。上次我和阿娥不也是有找妳一起來吃嗎，但那天妳有事就沒去了。

芳宜：
是這樣呀？…這麼久了，他們怎麼還沒上菜呢？

秀英：
是啊，好久哦，我問問看。

秀英（對服務生1說）：
不好意思，我們等了30分鐘了，餐點怎麼都還沒有來？

服務生1：
抱歉，不好意思，今天店裡客人比較多，您的餐點我會馬上給您送來。

秀英：
那麻煩你快一點哦！

服務生2：
抱歉，這是您點的披薩、義大利麵、沙拉和飲料。

芳宜：
好的，謝謝。

秀英（對服務生2說）：
請問一下，這個義大利麵是什麼口味啊？

服務生2：
這是番茄牛肉義大利麵。

196

Tú Anh (nói với nhân viên phục vụ 2):
Ơ, chị gọi mỳ Ý hải sản xốt cà chua mà em. Em xác nhận lại xem.

Nhân viên phục vụ 2:
Dạ, em xin lỗi. Em có chút nhầm lẫn, để em đổi lại cho chị ạ.

Phương Nghi:
Thôi không sao, đổi với chác gì, đằng nào cũng mang lên rồi, chị ăn thịt bò cũng được, lần sau chú ý đừng mang nhầm nữa nhé.

Nhân viên phục vụ 2:
Dạ vâng / Dạ, em cảm ơn chị.

Tú Anh (nói với Phương Nghi):
Hôm nay quán này phục vụ kém thật đấy, khách chờ nửa tiếng đồng hồ mới mang đồ ăn lên, đã thế lại còn mang nhầm món nữa. Lát nữa em phải phản ánh với quản lý của quán này để họ cải thiện lại chất lượng phục vụ mới được.

Phương Nghi:
Ừ được rồi, tầm này đông khách quá nên khó tránh khỏi có chút sơ suất mà, mau ăn đi cho nóng nào.

秀英（對服務生2說）：
咦！我點的是番茄海鮮義大利麵呀，麻煩你再確認看看。

服務生2：
對不起，是我弄錯了，我換一盤給您。

芳宜：
算了，不用換了，反正都送過來了，我吃牛肉的也沒關係，麻煩下次請多注意一點。

服務生2：
是的，真是不好意思（直譯：謝謝您。）

秀英（對芳宜說）：
今天這家店的服務好差呀，等了半個小時才送餐就算了，還送錯餐。等一下我要跟他們的上頭客訴，讓他們改善服務品質才行。

芳宜：
好啦，這個時候客人太多，所以忙中難免有錯嘛！妳快點趁熱吃吧！

單字

đông khách 客人多	bò bằm 牛絞肉	kém 差
rủ 邀約	cà chua 番茄	đã thế 已經這樣、是這樣
quán 店、(餐廳)館子	hải sản 海鮮	phản ánh 反映
thông cảm 見諒	xác nhận 確認	quản lý 管理
tiếng đồng hồ …個小時	nhầm lẫn 錯誤	cải thiện 改善
nửa tiếng 半小時	đổi 換	chất lượng 品質、質量
mỳ Ý 義大利麵	đằng nào 反正	sơ suất 差錯、過失
salad 沙拉	chú ý 注意	khó tránh 難免
xốt 醬汁	phục vụ 服務	

本課相關單字 ②

B128.MP3　北音
N128.MP3　南音

【餐具用語】

① 北 bát / 南 chén 碗
② 北 đĩa / 南 dĩa 盤子
③ khay （小）托盤
④ 北 thìa / 南 muỗng 湯匙
⑤ 北 dĩa / 南 nĩa 叉子
⑥ dao 刀子
⑦ kéo 剪刀
⑧ muôi 勺子
⑨ ống hút 吸管
⑩ đũa 筷子
⑪ giấy ăn 餐巾紙
⑫ kẹp thức ăn 夾子
⑬ khăn trải bàn 桌布
⑭ 北 cốc / 南 ly 杯子
⑮ đồ khui nắp chai 開瓶器 
⑯ ghế dành cho em bé 兒童餐椅

【其他餐廳常用語】

① đặt bàn 訂位
② phí dịch vụ 服務費
③ chỗ ngồi 座位 
④ hoá đơn 帳單
⑤ tiền bo / tiền tip / tiền boa 小費
⑥ gói mang về 打包
⑦ đồ ăn thừa 剩菜
⑧ dùng tại chỗ 內用
⑨ mang đi 外帶
⑩ gọi thêm 加點
⑪ thời gian dùng bữa / giờ ăn 用餐時間
⑫ không mang đồ ăn bên ngoài vào 禁帶外食

【餐廳型態】

① nhà hàng Nhật Bản 日本料理 
② nhà hàng Hàn Quốc 韓國料理
③ nhà hàng Pháp 法國料理
④ nhà hàng Tây Ban Nha 西班牙料理
⑤ nhà hàng mì Ý 義大利麵餐廳
⑥ nhà hàng đồ ăn nhanh 速食餐廳
⑦ buffet 歐式自助餐
⑧ món Huế 順化料理
⑨ nhà hàng bít tết 牛排餐廳
⑩ nhà hàng lẩu 火鍋餐廳
⑪ nhà hàng chay 素食餐廳

【越南餐館菜色】

1. cháo lòng 豬腸粥 
2. canh lòng 豬腸湯
3. sườn xào chua ngọt 酸甜炒豬肋排
4. thịt kho tiêu 胡椒紅燒肉
5. cơm gà 雞肉餐、雞肉飯
6. cơm gà nấm 香菇雞飯
7. gà không lối thoát 迷路雞
8. gà bó xôi chiên giòn 金黃糯米鍋巴包酥脆炸雞
9. cơm niêu 沙鍋飯
10. bún bò Huế 順化牛肉米線
11. lẩu bắp bò 牛腿肚火鍋
12. lẩu tôm càng 泰國蝦火鍋
13. lẩu mực 花枝火鍋
14. bún bánh đa cá rô 攀鱸寬紅河粉 
15. bánh mì kẹp 越南法國大麵包夾肉 
16. lẩu ếch 青蛙火鍋
17. lẩu kim chi 泡菜火鍋
18. lẩu nướng cù kỳ 烤哈氏肉哲蟹鍋
19. mẹt gà 竹盤雞
20. chả cá lã vọng 呂望烤魚
21. gà quay bánh bao 饅頭烤雞

餐廳客訴

- thái độ phục vụ không tốt 服務態度不佳
- kĩ năng phục vụ chưa thành thạo 服務技巧不純熟
- nhân lực không đủ （服務）人手不足
- lên đồ ăn chậm trễ hoặc nhầm lẫn 上菜延遲或上錯菜
- đồ ăn hoặc dụng cụ ăn uống không sạch sẽ 食物或餐具不乾潔
- món ăn không ngon hoặc không hợp khẩu vị 餐點不美味或不合口味
- đồ ăn và đồ uống có vị lạ hoặc vật lạ 餐點和飲料有異味或異物
- các món ăn thường xuyên hết sớm 餐點常常很早就賣完了
- vệ sinh xung quanh quán không sạch sẽ 周遭環境衛生不佳

一起聊天吧！

1 根據實際情況回答問題

- **Bạn đã từng ăn thử món trứng vịt lộn / hột vịt lộn chưa?**
  你有吃過鴨仔蛋嗎？
- **Bạn đã từng ăn bún đậu mắm tôm chưa?**
  你有吃過蝦醬豆腐米線嗎？
- **Bạn thích món ăn Việt Nam nào nhất?**
  你最喜歡吃的越南美食是什麼？

2 主題談話

1. **Sơ suất:** gọi món, nhân viên có chút nhầm lẫn, bị dị ứng với món ăn
   疏失：點餐、服務生犯了一些小錯、對食物過敏
2. **Hết đồ ăn:** gọi món, hết đồ ăn, đổi món khác
   餐點缺貨：點餐、餐點賣完、換其他的餐點
3. **Xin thêm đồ:** dùng món, thiếu nước chấm, xin thêm nước chấm
   要求多拿一些東西：用餐、沒醬料了、要多拿一些點醬料

3 練習對話

1 A dẫn B vào quán ăn　A 帶 B 到餐廳

Gợi ý: gọi món, gọi đồ uống, dùng món

提示　點餐、點飲料、用餐

2 A phàn nàn với nhân viên của quán ăn
A 跟餐廳的服務生抱怨

Gợi ý: lý do phàn nàn, thái độ của nhân viên, cách giải quyết

提示　抱怨原因、服務生的態度、解決方案

單字心智圖

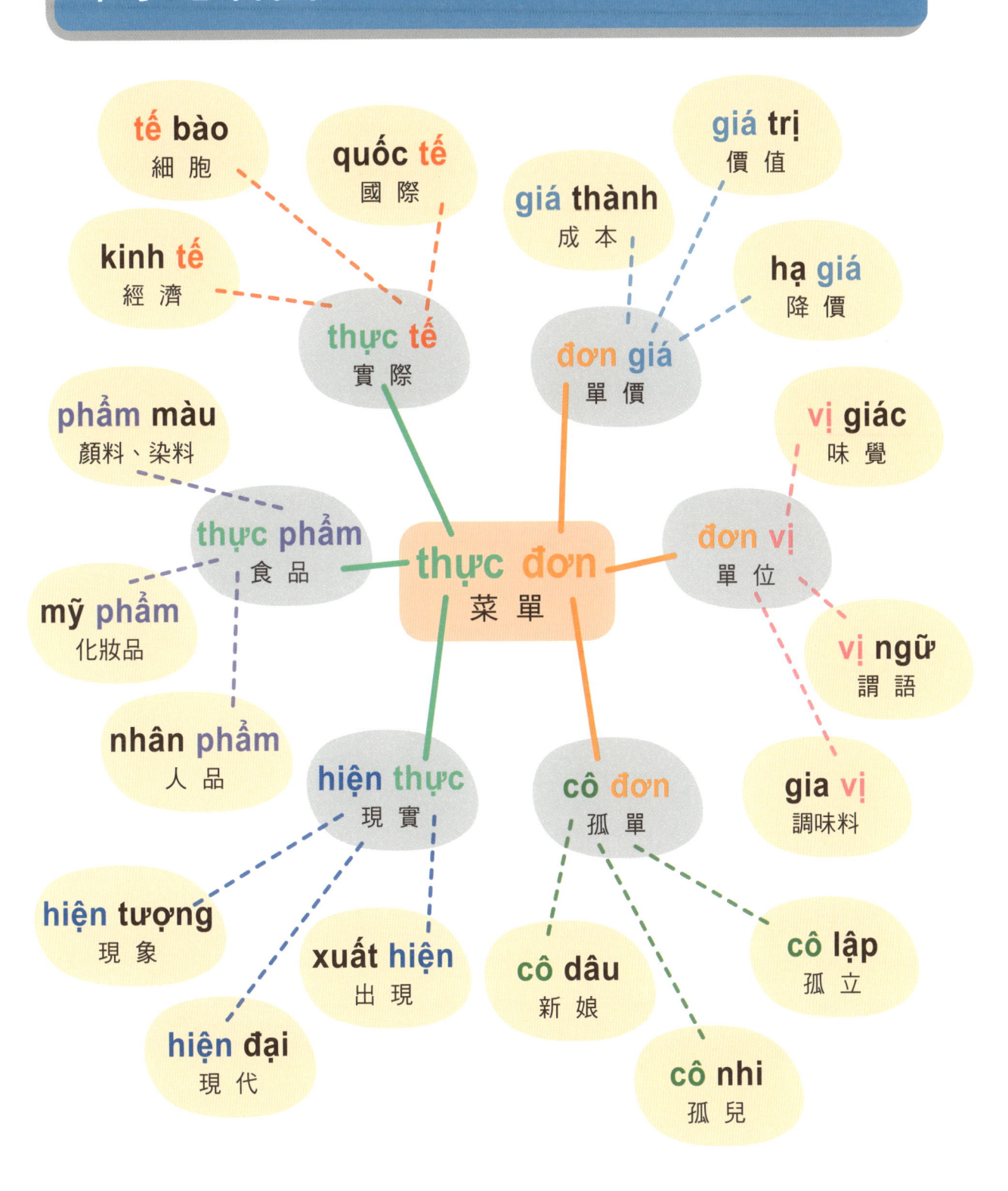

thực đơn 菜單

- **thực tế** 實際
  - tế bào 細胞
  - quốc tế 國際
  - kinh tế 經濟

- **thực phẩm** 食品
  - phẩm màu 顏料、染料
  - mỹ phẩm 化妝品
  - nhân phẩm 人品

- **hiện thực** 現實
  - hiện tượng 現象
  - xuất hiện 出現
  - hiện đại 現代

- **đơn giá** 單價
  - giá thành 成本
  - giá trị 價值
  - hạ giá 降價

- **đơn vị** 單位
  - vị giác 味覺
  - vị ngữ 謂語
  - gia vị 調味料

- **cô đơn** 孤單
  - cô dâu 新娘
  - cô nhi 孤兒
  - cô lập 孤立

第 12 課 用餐

> 越南大小事

北部越南人餐中的托盤

　　Mâm（托盤）不僅是擺放菜餚的器皿，也是越南飲食的文化特色之一。本篇講述的主要是越南北部的飲食文化特色。

　　在越南，托盤的材質多元，有竹製、木製、銅製等⋯⋯，但最受歡迎的仍是鋁製的托盤。不論大小或材質，盤身一定是圓的，因為它代表了「團聚」之意。圓盤上擺著誘人的菜餚就像是個無聲的鬧鐘一樣，不時地提醒家人：「該吃飯了，大家快齊聚一堂！」。入席之後，晚輩要依輩份及年齡輪流恭請長輩吃飯，等到最年長的長輩先動筷之後，其他人才可以開始用餐。之後便整個家族共同圍繞在托盤邊，一同分享漫長一日中的大小瑣事。這頓飯也是家族之間表達和分享愛的機會，對於工作常晚歸的人而言，看到家人用餐桌罩罩住這一托盤的飯菜也會倍感欣慰。托盤對家族間向心力的凝聚貢獻良多。

　　西方人習慣在餐桌上用餐，而越南人用餐地點的選擇較多，因為我們會把食物放在托盤上，而搬動托盤就能自由地在桌上、床上、甚至鋪了草蓆的地板上隨處開動。此外，西方人的餐桌禮儀會以座位位置等彰顯其地位的異同，但越南的托盤則不計較這些，一般來說，大家圍坐在一起享用一頓美食才是最重要的。

　　但目前在部分農村地區，當家中有事舉辦宴席時，仍存在著「mâm trên mâm dưới（盤上盤下）」的觀念。這是指在宴席當中，長輩與男人會坐在床上或桌子旁吃喝桌上的擺盤；而女人則坐在草蓆上，吃著鋪在草蓆上的擺盤，負責照顧孩子並為長輩們服務。擺盤的高度亦彰顯出地位之異同。

　　圓形的托盤往往會盛上四菜一湯的越南家常菜，然後中間放了一碟醬料。越南人常用的托盤依其用途的不同，也有不同的稱呼：日常生活中用來擺放三餐的托盤稱為「mâm cơm（飯盤）」；在宴席中擺放食物的托盤稱為「mâm cỗ（宴盤）」；用來祭拜神明及祖先的則稱為「mâm cúng（供盤）」。（本段內容亦吻合越南南部的生活文化）

　　時至今日，雖保有托盤習慣的家庭已日益減少，人們開始習慣只將食物簡單地擺在餐桌上用餐，但托盤具有的特殊意義，它仍是越南傳統飲食文化中不可磨滅的一部分。

Bài 13 | 購物
Mua sắm

【日常生活篇】

目標

- 學習購物（衣物）的對話
- 學習與衣物名稱及品質的表達
- 學習詢問並爭取折扣的的對話
- 學習各種用品及購物時相關的表達

文法

1. thế nào cũng ... 肯定會…、一定會…
2. rõ (là) ... （程度很高）真…、好…
3. không phải (là) ..., mà là... 不是…，而是…
4. chẳng lẽ ... hay sao 難道…

文法 ①

thể nào cũng ... 肯定會…、一定會…

A: Con không đi ngủ sớm thì sáng mai **thể nào cũng** dậy muộn / dậy trễ cho xem.
你不早點睡的話，明天早上就一定會睡到太陽曬屁股的。

B: Vâng / Dạ, con đi ngủ đây ạ.
好啦，我馬上就去睡。

　　這個句型用於表示說話者在「cũng」之後的提及的動作或情事一定會發生，即可等於「肯定會…、一定會…」的意思。句型的主詞置於「thể nào」的前後皆可，如：「thể nào + 主詞 + cũng…」或「主詞 + thể nào + cũng…」。

例
- Anh ấy **thể nào cũng** sẽ quên kỉ niệm ba năm ngày cưới.
  他肯定會忘記結婚三週年的紀念日。
- Anh ấy về đến nhà, **thể nào cũng** sẽ gọi điện ngay cho người yêu.
  他一回到家，肯定會馬上打電話給女朋友。
- Em mà tặng quà này, **thể nào** cô ấy **cũng** sẽ từ chối.
  我送這個禮物的話，她肯定會拒收。

rõ (là) ... （程度很高）真…、好…

A: Không biết vì sao hôm qua chị ấy đi ngủ **rõ là** sớm.
不知道為什麼她昨天好早就睡了。

B: Chắc là đi làm về mệt quá.
應該是工作回來太累了吧！

　　「rõ (là)」置於形容詞之前，用於表達該形容詞的程度很高，近似中文「真…」、「好…」、「有夠…」的意思。

例
- Anh ấy lần nào cũng lái xe **rõ là** nhanh, em chẳng dám ngồi xe anh ấy đèo / chở nữa đâu.
  他每次騎車都騎得有夠快的，我不敢再讓他載了。
- **Cậu / Bạn** lau dọn kiểu gì mà cái bàn **rõ là** bẩn.
  桌子髒得要死，你是怎麼打掃的呀！
- Chị làm gì mà ngày nào cũng về nhà **rõ** muộn / trễ thế?
  妳幹嘛每天都這麼晚才回來呀？

自我測驗 ①

1 請用「thể nào cũng ...」的句型改寫下面句子

(1) Đi mưa ướt hết thế này thì chắc chắn em về sẽ bị ốm / bị bệnh.
→ _____.

(2) Lần này chắc chắn sếp sẽ bảo em đi công tác cùng cho xem.
→ _____.

(3) Em ăn mặc kiểu này chắc chắn sẽ bị mọi người chê.
→ _____.

(4) Em cứ thích đi giày cao gót chắc chắn sẽ bị đau chân.
→ _____.

2 請依提示完下列的句子

| lâu | cao | ngon | xa |

(1) Cái bánh kem chị ấy làm rõ là _____ mà anh không ăn miếng nào.
（這塊蛋糕她做得這麼好吃，你卻一口都不吃。）

(2) Anh làm gì trong đấy mà rõ là _____ thế?
（你在裡面這麼久是在幹什麼？）

(3) Cái tủ đấy rõ là _____ mà em cũng với tới được à?
（那個櫃子那麼高，你也搆得著呀？）

(4) Đường từ nhà tới công ty thì rõ là _____ mà lại không có xe đi.
（家裡到公司的路這麼遠，又沒有車子能騎。）

單字

với 搆

對話 ①

Nhân viên bán hàng:
Em chào chị, chị muốn mua gì để em tư vấn cho chị ạ?

Phương Nghi:
Ừ, chị muốn xem một vài mẫu quần áo thu đông. Áo này bán theo set à em?

Nhân viên bán hàng:
Dạ vâng / Dạ, set áo len gi-lê kèm sơ mi kẻ sọc này là mẫu đang làm mưa làm gió tại shop em đấy ạ, có hai màu xanh navy và nâu, freesize ạ. Chị mặc set áo này có thể kết hợp với chân váy ngắn này tôn dáng cực kỳ ạ. Chị mặc chân váy size gì để em lấy cho chị thử luôn ạ?

Phương Nghi:
Vậy em lấy cho chị thử chân váy size M và set áo len gi-lê màu xanh navy nhé.

Nhân viên bán hàng:
Vâng ạ, em gửi chị, phòng thử đồ bên này ạ.

(Vài phút sau...)

Nhân viên bán hàng:
Chị mặc bộ này có vừa không ạ?

Phương Nghi:
Rất vừa. À, em ơi, chiếc áo khoác này chỉ còn một chiếc này thôi à?

Nhân viên bán hàng:
Vâng ạ / Dạ, mẫu này là mẫu bán chạy nhất bên em, lên chiếc nào là hết chiếc đó ạ, giờ chỉ còn có một chiếc này size L.

Phương Nghi:
Ôi, thế à. Nhưng size L thì lại quá rộng so với chị.

店員：
您好，您想要什麼樣款式的嗎？

芳宜：
噢，我想看一些秋冬款式的衣服。請問這件衣服是整套賣的嗎？

店員：
是的，這套兩件式格子襯衫毛衣背心在我們店裡賣得很好，有海軍藍和棕色兩種顏色，都是單一尺碼的。這套可以搭配這條短裙超顯身材的！您一般穿什麼尺寸的裙子呢？我拿來給您試試看。

芳宜：
那妳就拿M號的短裙和那套海軍藍的毛衣背心給我試試吧！

店員：
好的，在這裡。更衣室這邊請。

（幾分鐘後…）

店員：
您覺得這套衣服合身嗎？

芳宜：
很合身。咦，請問，這款外套只剩這件了嗎？

店員：
是的，這款是我們店裡最暢銷的，一上架就被買光了，現在就剩這件L號的了。

芳宜：
喔！這樣呀！不過L號的對我來說太大了點。

206

Nhân viên bán hàng:

Hay là chị thử xem các mẫu áo khoác khác nhé, bên em có nhiều mẫu diện lên cũng xinh lắm, thể nào chị cũng sẽ thích ạ.

Phương Nghi:

Ừ, nhưng mà áo này rõ là đẹp, chị kết chất vải và phong cách này hơn, hợp với gu thời trang của chị. Mẫu này bên em có về thêm hàng nữa không?

Nhân viên bán hàng:

Dạ có ạ, các mẫu được ưa chuộng nhiều bên em sẽ cố gắng về thêm ạ.

Phương Nghi:

Vậy thì tốt quá, khi nào về thêm hàng mới chị sẽ qua lấy nhé.

Nhân viên bán hàng:

Dạ vâng ạ / Dạ, chị để lại số điện thoại, khi nào hàng về em sẽ liên hệ với chị ạ.

Phương Nghi:

Ok, cảm ơn em.

店員：
還是您要不要看看其他的款式？我們這邊還有很多款式，穿起來都很好看，您肯定會喜歡的。

芳宜：
嗯。可是這款好好看唧，我就是比較喜歡這種布料和風格，挺適合我的時尚品味。這一款你們還會進貨嗎？

店員：
會的，人氣款式我們都會盡力保持貨源不中斷。

芳宜：
那就好，那看什麼時候到貨時我再過來拿貨。

店員：
好的，那請您留下電話號碼，到貨時我會跟您聯繫。

芳宜：
好的，謝謝妳。

單字

thu đông 秋冬	làm mưa làm gió 很熱門	cạp 裙腰、褲腰
mẫu 款式	xanh navy 海軍藍	diện 穿；(為了看起來漂亮的)著(裝)
cập bến 到貨、上架	nâu 棕色	kết 看中、喜歡
set 套	kết hợp 搭配	chất vải 布料
áo len 毛衣	chân váy 短裙	phong cách 風格
áo gi-lê 背心	tôn dáng 顯身材	gu thời trang 時尚品味
sơ mi 襯衫	cực kỳ 非常	ưa chuộng 受歡迎、人氣
kẻ sọc 格子	phòng thử đồ 更衣室	

本課相關單字 ①

【服裝相關用語】

1. trang phục nữ 女裝
2. trang phục nam 男裝
3. áo gió 風衣
4. váy liền thân 連衣裙
5. 北 áo phông / 南 áo thun T恤
6. quần 褲子
7. áo 上衣
8. áo da 皮衣
9. 北 quần bò / 南 quần jeans 牛仔褲
10. váy ngủ 女性連身睡衣、睡裙
11. đồ lót 內衣
12. quần lót 內褲
13. quần áo thể thao 運動服 
14. 北 tất / 南 vớ 襪子
15. giày cao gót 高跟鞋
16. giày đế xuồng 平底鞋
17. miếng độn giày 增高鞋墊
18. giày lười 懶人鞋
19. giày thể thao 運動鞋
20. giày da 皮鞋
21. túi xách 手提包
22. 北 mũ lưỡi trai / 南 nón kết 鴨舌帽 
23. 北 thắt lưng / 南 dây nịt 皮帶、腰帶
24. găng tay 手套
25. cà vạt 領帶
26. quần áo trẻ em 童裝
27. giày trẻ em 童鞋
28. đồ đôi 情侶裝
29. đồng phục gia đình 親子套裝
30. áo dài 越式長衫、越南國服

【服裝品質用語】

1. mềm mại 柔軟
2. độ co giãn tốt 有良好的彈性
3. không giãn 無彈性
4. bị xù lông 起毛球
5. dễ bị nhăn 易皺
6. rộng 鬆、寬
7. chật 緊
8. ngắn 短
9. dài 長
10. thấm hút tốt 吸濕性強
11. gia công tinh tế 作工精細
12. phong cách thanh lịch 樣式優雅

- ⑬ phai màu 褪色
- ⑭ độ bền cao 很牢固
- ⑮ thoáng mát 涼爽
- ⑯ mỏng nhẹ 輕薄
- ⑰ tôn da 顯白
- ⑱ lỗi mốt 過時、落伍
- ⑲ giặt khô 乾洗
- ⑳ giặt ướt 水洗

挑選衣飾等時常用的句型

- Xin hỏi, có chiếc váy nào khác mà kiểu dáng giống như vậy không?
  請問有其他類似款式的裙子嗎？

- Chất vải này có vẻ hơi nóng, để tôi thử xem các mẫu khác.
  這種布料穿起來可能有點熱，我來看看其他款式。

- Quần này bị rách một lỗ rồi, đổi cho tôi cái khác nhé.
  這條褲子破了一個小小的洞，幫我換一條吧！

- Màu này hơi đậm, tôi thích màu nhạt hơn một chút.
  這個顏色有點深，我比較喜歡淡一點的。

- Đôi giày này hơi chật, đi dễ bị đau gót chân, làm ơn lấy cho tôi size to hơn một số nhé.
  這雙鞋有點緊，走路時容易傷到腳，麻煩幫我拿大一號的吧！

- Xin hỏi có quần dài mặc vào mùa đông không? 請問有冬季在穿的長褲嗎？

- Tôi không biết vòng eo của mình là bao nhiêu, bạn giúp mình đo nhé!
  我不知道我的腰圍是多少，還是您幫我量一下吧！

- Tôi muốn mua một chiếc áo sơ mi có túi ở trước ngực, xin hỏi ở đây có bán không? 我想要買一件胸前有口袋的襯衫，請問你們這裡有賣嗎？

- Chất liệu vải của chiếc áo này có thể giặt ướt được không?
  這件衣服的布料能不能水洗呢？

- Chiếc áo này có bị phai màu sau khi giặt không?
  這件衣服洗了之後會不會褪色呢？

- Xin hỏi ở chỗ các bạn có thể mua được trang phục truyền thống Việt Nam không? 請問你們這裡買得到越南的傳統服飾嗎？

文法 ②

không phải (là) ..., mà là... 不是…，而是…

A: Em không thích món quà mà anh tặng à?
妳不喜歡我送給妳的禮物嗎？

B: Không phải là không thích, mà là vì món quà đó quá đắt tiền, em không thể nhận được ạ.
不是不喜歡，而是因為這份禮物太貴重了，我不能收啊！

這是表示並列關係的關聯句型。在此句型中，於「không phải (là)」之後會否定一種狀況，並在「mà là」之後詮釋出表達該否定的要因。前後兩個分句主要透過否定和肯定的方式，最終表達出話者所要肯定的想法。相當於中文的「不是…，而是…」。

例
- **Không phải là em không tin anh, mà là việc này thực sự rất nghiêm trọng, em cần phải làm rõ sự tình.**
  不是我不相信你，而是這件事情真的很嚴重，我要搞清楚是怎麼回事！
- **Tôi có nghiêm khắc với các cậu / bạn không phải là tôi ghét các cậu / bạn, mà là muốn khiến các cậu / bạn tiến bộ nhanh hơn thôi.**
  我對你們嚴格要求不是我討厭你們，而是想讓你們迅速進步而已。
- **Chuyện lần này không phải lỗi của mọi người, mà là do tôi quá chủ quan.**
  這件事情不是大家的錯，而是我太大意了（…太主觀造成疏失了。）。

chẳng lẽ ... hay sao 難道…

A: Sáng mai cô ấy bay rồi, chẳng lẽ cậu không muốn đi tiễn cô ấy hay sao?
她明天早上就飛了，難道你不想去送送她嗎？

B: Chắc cô ấy cũng không muốn nhìn thấy tôi đâu.
也許她也不想見到我吧。

此句型後述六種組合皆可應用：「chẳng lẽ ...」、「chẳng lẽ ... à」、「chẳng lẽ ... hay sao」、「chả lẽ ...」、「chả lẽ ... à」及「chả lẽ ... hay sao」。當說話者認為某個現象或事情比較荒唐怪異的時候，想要用來表示驚訝或揣測的反問。這是口語的強調語氣。相當於中文的「難道」、「難不成」或「莫非」等概念的用語。

例
- **Rõ ràng là anh ấy nói 2 giờ chiều mà, chẳng lẽ tôi lại nghe nhầm hay sao?**
  明明就是他說下午兩點的嘛，難不成是我聽錯了？
- **Con lớn rồi, chả lẽ lại không tự xúc cơm / đút cơm được?**
  孩子長大了，難道就不會自己拿湯匙吃飯？
- **Làm thế nào bây giờ, chẳng lẽ không còn cách nào khác à?**
  現在怎麼辦，難道沒有其他辦法了嗎？

自我測驗 ②

1 請將 A、B 欄的內容，透過「không phải (là) ..., mà là ...」的句型組合成正確的句子

A	B
mẹ muốn trách mắng con	thực sự tôi cũng không còn cách nào khác
em ấy không thông minh	trước lúc đến anh đã đi ăn với khách hàng rồi
tôi không muốn giúp cậu / bạn	mẹ lo cho con quá nên mới vậy
anh không thích các món em nấu	chưa thực sự cố gắng thôi

(1) _____ .

(2) _____ .

(3) _____ .

(4) _____ .

2 請用「chẳng lẽ ... hay sao」句型依題目下方的中文來回應問題

(1) Em không biết chuyện cô ấy chia tay người yêu.

→ _____ .

（難不成她什麼都沒跟妳講嗎？）

(2) Anh đi đâu mà không nói gì với em?

→ _____ .

（難道我到哪去還要跟妳報告不成？）

(3) Anh xin lỗi vì đã lừa dối em.

→ _____ .

（難道當初你對我說的話都是虛情假意不成？）

單字

thực sự 切實、確實　**lừa dối** 欺騙　**giả dối** 虛假、虛情假意

對話 ②

Phương Nghi:
Em ơi, chị lấy những bộ quần áo này, em thanh toán cho chị nhé.

Nhân viên bán hàng:
Dạ vâng ạ / Dạ, chị chờ em một chút ạ.

Phương Nghi:
Đợt này có chương trình ưu đãi gì không em?

Nhân viên bán hàng:
Dạ, bên em đang có chương trình sale từ 10% tới 30% tuỳ từng sản phẩm, chiếc quần này của chị được giảm 20%, còn hai chiếc áo này chỉ được giảm 10% thôi ạ.

Phương Nghi:
Thế chiếc váy này giá bao nhiêu em?

Nhân viên bán hàng:
Dạ, chiếc váy này giá 420.000 đồng. Đây là mẫu mới về của bên em nên không được giảm giá chị ạ.

Phương Nghi:
Ôi đắt / mắc thế nhỉ?

Nhân viên bán hàng:
Dạ vâng / Dạ, vì đồ của shop em đều là hàng thiết kế nên chất lượng và mẫu mã bên em độc lạ và đẹp ạ.

Phương Nghi:
Ừm, chẳng lẽ chị mua nhiều vậy mà không thể bớt cho chị một chút hay sao em?

Nhân viên bán hàng:
Dạ, không phải là em không muốn bớt, mà là hàng mới thì em không giảm được, em chỉ có thể giảm được ở những sản phẩm có giảm giá thôi, mong chị thông cảm.

芳宜：
小姐，那我要這些衣服，麻煩妳幫我結帳吧！

店員：
好的，請您稍等一下。

芳宜：
請問這次有沒有什麼優惠活動呢？

店員：
有，我們現在正好有打7-9折的促銷活動，您購買的這件褲子可以打8折，這兩件上衣就只能打9折喲。

芳宜：
那這條裙子是多少錢呢？

店員：
這條裙子的價格是42萬越盾。這是本店的新上架的款式，所以沒辦法給您打折。

芳宜：
哇，要這麼貴啊！？

店員：
是的，因為本店的產品都是訂製款，所以我們產品的款式及品質都是相當漂亮且獨特的。

芳宜：
噢，難道我買那麼多，也不能算便宜一點給我嗎？

店員：
不好意思，並不是我不想算便宜給您，而是新品會不方便打折，我們只有在優惠活動中的商品才可以打折的，請您見諒。

Phương Nghi:

Ok, đồ của chị tổng hết bao nhiêu tiền?

Nhân viên bán hàng:

Dạ, tổng là 2.150.000 đồng. Chị muốn thanh toán bằng gì ạ? Ngày hôm nay hoá đơn thanh toán của chị là hơn 2 triệu, cửa hàng em xin gửi tặng chị phiếu mua hàng trị giá 100.000 đồng để sử dụng cho lần mua hàng tiếp theo. Phiếu mua hàng này có hạn tới 31/12/2025 và áp dụng cho hoá đơn từ 800.000 đồng trở lên.

Phương Nghi:

Ok, chị quẹt thẻ em nhé. Thẻ đây em.

Nhân viên bán hàng:

Dạ vâng / Dạ, chị chờ em một chút ạ. *(Một phút sau)* Chị vui lòng nhập mã PIN của thẻ giúp em ạ.

Phương Nghi:

(Nhập mã) Ok, xong rồi em.

Nhân viên bán hàng:

Dạ, em cảm ơn. *(Một phút sau)* Chị ký tên vào hoá đơn giúp em ạ. Em gửi lại chị thẻ ạ.

Phương Nghi:

Ok, cảm ơn em nhé.

芳宜：
好吧！請問我的總共多少錢？

店員：
是，您購買的金額總共是215萬越盾。請問您要用什麼方式結帳？今天您的帳單有超過200萬盾，我們就送給您10萬盾的禮券，您可以在下次來店購物時使用。這張禮券的期限是2025年12月31日，使用時必須超過80萬盾以上的消費總額喲。

芳宜：
好的，那我要刷卡！卡在這裡。

店員：
好的，請您稍等一下。（一分鐘後）麻煩您幫我輸入PIN碼。

芳宜：
（輸入密碼）好了。

店員：
好的，謝謝您。（一分鐘後）麻煩請幫我在這裡簽名。這是您的卡。

芳宜：
好的，謝謝妳。

單字

thanh toán 結帳	chất lượng 品質	phiếu mua hàng 禮券
chương trình 活動	mẫu mã 款式	hạn 期限
ưu đãi 優惠	độc lạ 獨特	áp dụng 採用
giảm giá 打折	bớt 打折	quẹt thẻ 刷卡
sản phẩm 產品	hàng mới 新貨、新品	nhập mã PIN 輸入PIN碼
北 đắt / 南 mắc 貴	thông cảm 見諒	ký tên 簽名
hàng thiết kế （服飾）訂製款、設計款	hoá đơn 發票、帳單	

本課相關單字 ②

B138.MP3　北音
N138.MP3　南音

【購物的商品名稱】

① mỹ phẩm 化妝品

② quần áo trẻ em 童裝

③ trang sức 珠寶

④ đồ chơi 玩具

⑤ sản phẩm dưỡng da 保養品

⑥ đồ dùng nhà bếp 廚具

⑦ điện thoại 手機、電話

⑧ máy tính xách tay 筆電

⑨ máy ảnh / 南 máy chụp hình 相機

⑩ đồ điện gia dụng 家電用品

⑪ trang sức 裝飾品

⑫ đồ thể thao 運動用品

⑬ đồ nội thất 家具

⑭ đồ gia dụng 居家用品

⑮ đồ dùng cá nhân 個人用品

⑯ đồ dùng phòng tắm 衛浴用品

⑰ hộp quà 禮盒

【購物時的用語】

① kệ hàng 貨架

② xe đẩy hàng 購物車

③ giỏ hàng 購物籃

④ túi mua hàng 購物袋

⑤ phiếu giảm giá 折價券

⑥ đồng giá 均一價

⑦ giảm giá sốc 超低折扣、驚人折扣

⑧ mua 1 tặng 1 買一送一

⑨ săn sale 找優惠碼

⑩ giảm ngay 現折

⑪ gom đơn 團購

⑫ ghép đơn 無縫接單

⑬ phiên bản giới hạn 限量版

⑭ hàng giảm giá 折扣商品

⑮ bốc thăm trúng thưởng 抽獎

⑯ xả hàng / xả kho 清倉大拍賣、跳樓大拍賣

⑰ thanh lý hàng tồn kho 存貨出清

⑱ đại hạ giá 大減價

⑲ trả tiền mặt 付現

20 quẹt thẻ 刷卡

21 北 trả tiền thừa / 南 thối tiền 找零

22 đóng gói 包裝

23 thẻ tích điểm 集點卡

24 thẻ thành viên 會員卡

25 xuất hoá đơn 開發票

結帳時常用的句子

- Thời gian bảo hành là một năm ạ. 保固期限為一年唷。
- Chị có thể đổi trả hàng trong vòng 3 ngày. 妳可以在三天內退換貨。
- Chị muốn thanh toán tiền mặt hay quẹt thẻ ạ? 妳想要付現金還是刷卡呢？
- Xin hỏi, ở đây có xuất hoá đơn không? 請問，這裡有開發票嗎？
- Xin lỗi, hiện tại bên em không có chương trình khuyến mại nào cả, mong chị thông cảm. 不好意思，目前我們沒有什麼優惠活動，請您見諒。
- quẹt thẻ không thành công. 刷卡失敗了。
- Tôi sẽ quay lại sau. Bạn sẽ đóng cửa lúc mấy giờ? 我等一下還要再過來，請問你們幾點會打烊？
- Xin hỏi chiếc này không phải là hàng giá đặc biệt hay sao? 請問這一件不是特價品嗎？
- Ôi trời! Tại sao chai nước này lại đắt / mắc đến thế? 天啊！這瓶水為什麼要這麼貴？
- Xin hỏi quẹt thẻ có được giảm giá không? 請問刷卡會有折扣嗎？
- Xin hỏi bạn có tính nhầm không vậy? 請問你有沒有算錯？
- Xin lỗi, bạn trả / thối nhầm tiền rồi! Bạn trả / thối thiếu 100.000 đồng. 不好意思，你找錯錢囉！你少找 100.000 盾給我了。
- Xin lỗi, bạn trả / thối nhầm tiền rồi! Bạn trả thừa / thối dư cho tôi 200.000 đồng. 不好意思，你找錯錢囉！你多找 200.000 盾給我了。
- Xin lỗi, tôi không có tiền lẻ để trả / để thối, hay là quý khách vui lòng lấy thêm một túi kẹo nhé! 不好意思，零頭沒辦法找開，不然請您多拿一包糖果吧！

一起聊天吧！

1 根據實際情況回答問題

- **Bạn đã từng đi siêu thị ở Việt Nam để mua đồ chưa?**
  你去越南的超市買過東西了嗎？
- **Bạn có hay đi mua sắm quần áo không?**
  妳有常去買衣服嗎？
- **Bạn có thích mua đồ giảm giá không?**
  妳喜歡買折扣商品嗎？

2 主題談話

① Mua son: chọn màu son, chọn hãng son, màu yêu thích hết hàng
買口紅：選顏色、選品牌、喜歡的顏色缺貨

② Mua hàng giảm giá: sản phẩm, số lượng, chương trình giảm giá
買打折商品：產品、數量、優惠活動

③ Đổi hàng: lý do đổi hàng, quá trình đổi hàng, vấn đề phát sinh
換貨：換貨理由、換貨過程、發生問題

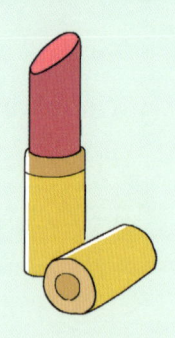

3 練習對話

1 A và B đi mua giày A 與 B 去買鞋子

Gợi ý: xem giày, thử giày, chọn mua

提示 看鞋、試穿、選購

2 A thanh toán tiền A 結帳

Gợi ý: cách thức thanh toán, giảm giá, đóng gói

提示 結帳方式、打折、包裝

單字心智圖

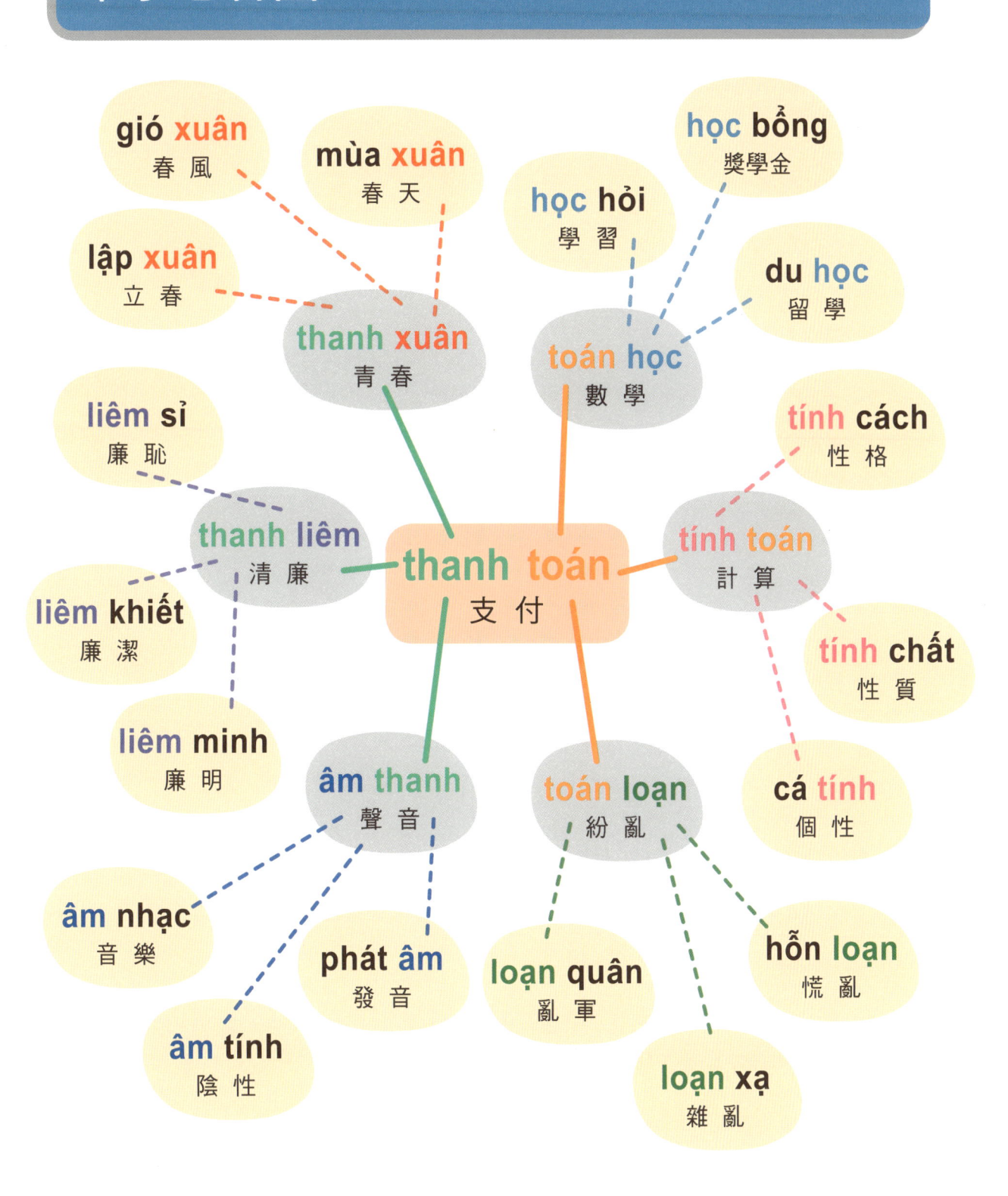

- **gió xuân** 春風
- **lập xuân** 立春
- **mùa xuân** 春天
- **thanh xuân** 青春
- **học hỏi** 學習
- **học bổng** 獎學金
- **du học** 留學
- **toán học** 數學
- **tính cách** 性格
- **tính toán** 計算
- **tính chất** 性質
- **cá tính** 個性
- **liêm sỉ** 廉恥
- **thanh liêm** 清廉
- **liêm khiết** 廉潔
- **liêm minh** 廉明
- **thanh toán** 支付
- **âm thanh** 聲音
- **âm nhạc** 音樂
- **phát âm** 發音
- **âm tính** 陰性
- **toán loạn** 紛亂
- **loạn quân** 亂軍
- **loạn xạ** 雜亂
- **hỗn loạn** 慌亂

第 13 課 購物　217

越南大小事

在越南的購物須知

越南人仍然有在傳統市場或雜貨店購買商品的長期習慣，這裡談一下，在越南傳統市場購物時需要注意的事：

1. 看對時間：

如果你是要買流行服飾，少在早上的時段去逛，因為跟台灣相似，這個時段通常商家才剛開市，若你是第一個客人，且進來後看了沒買，要求退貨、換貨，或是討價還價，在越南商家的眼中這擺明就是觸人霉頭，這一天裡的生意財運都會變差，自然沒人會給你好臉色看。此外，越南的店家會在季末時將過時的服飾出清，不在意退流行的人不妨在那時候才撿好貨。

但如果你是要買蔬果、肉類，就在早上的時段去，因為商販通常都是4到5點批貨進來賣，所以商品會比較新鮮。不過，會有部分市場或攤位是在下午才進貨。如果只能在早上買東西，那就找熟悉的店家，以免需要換貨時不好講話！

2. 親自挑選

不管是在傳統市場還是超市，最好不要買水果盒或當地預先裝好的袋裝水果。因為這種包好的水果通常在購買時看不到裡面，而部分無良的商家可能會將一些品質差的或甚至是壞掉的水果也混入其中，等消費者打開看到後難免會火冒三丈，所以購買時現場親自挑選比較好。另外，有些像榴槤這種剝殼較費勁的水果，如果商家已經剝了擺著賣現成的也最好不要買，因為那果肉已經長時間曝露在空氣中，新不新鮮也不知道。若很想吃的話，就挑還沒剝殼的，再請商家現剝就好。

3. 討價還價

傳統市場跟小商店的店主，若看到客人是外國人或外地口音的越南人，通常都會先開高價，這個時候就別客氣，直接從一半的價開始跟他砍價就對了（直接買通常會買貴），若商家堅持不退讓那就換一家看看或上超市去買。此外在年節假日的前夕通常會百物齊漲，尤其是食品，所以這時候也建議在超市購買。因為如你所知，超市是不二價，購買時不用怕被噱一筆，但也沒什麼好殺價的。說回來，想要買某樣東西時，先上網查價是基本功，知道市價是多少後，再以本段提到用殺價或是移步其他家的買法，就不會讓你的荷包大失血囉！

218

Bài 14 | 交誼
Xã giao

【日常生活篇】

目標

- 學習朋友間閒聊的對話
- 學習與閒談相關的主題用語及慣用語
- 學習情侶吵架及和好的對話
- 學習與情人、感情相關的用語及表達

文法

1. chưa gì（+主詞+）đã ...（過早發生…）未免太快…
2. mải + 動詞 專注地…
3. thà ... còn hơn 寧願／寧可…（還比較好）
4. không biết ... là gì 完全不…、從來就不…

文法 ①

chưa gì（+ 主詞 +）đã ...（過早發生…）未免太快…

A: Sao vừa đến mà chưa gì đã về rồi, ở lại ăn cơm với vợ chồng anh?
怎麼才剛來就要回去了，留下來跟我們夫妻吃頓飯啊？

B: Dạ thôi, để lần sau anh nhé, em có việc phải về luôn ạ.
算了，下次吧，我還有事就先回去了。

「chưa gì（+主詞+）đã ...」或「chưa chi（+主詞+）đã ...」是口語的句型，表示某事或某動作都還沒有達到一個客觀上應滿足或超過的程度，就過早發生了後述提及的內容。可以朝「未免太快…；都還沒怎樣…，就…」的概念理解。

例
- Con mới ăn có tí mà chưa chi đã kêu no rồi.
你才吃一點點就說飽了。
- Mẹ mới bảo con làm chút việc mà chưa gì đã than mệt.
媽媽才叫你做點事你就喊累啦！
- Anh còn chưa tìm hiểu rõ sự việc mà chưa chi đã xông vào đánh người ta rồi.
你都還沒弄清楚來龍去脈就衝上去打人家了。

mải + 動詞　專注地…

A: Anh làm gì nãy giờ mà em gọi anh mấy lần không trả lời vậy?
你剛才在做什麼，我叫了你好幾次你都不回我？

B: Anh mải làm báo cáo nên không nghe thấy em gọi.
我很專注地在做報告，所以沒聽到妳在叫我。

「mải +動詞」的句型表示表示一個人過於專注地在做某件事情，其專注的程度已經到了不受到周圍的干擾，甚至達到了一個忘我的境界。

例
- Cô ấy cứ mải nói chuyện điện thoại mà không biết sếp đứng nhìn ở phía sau.
她講電話講得太投入了，而不知道老闆站在她的身後看著。
- Bố mẹ / Ba mẹ mải đi làm kiếm tiền mà không quan tâm đến con cái.
父母只顧著工作賺錢，而忽略了孩子。
- Con cứ mải chơi điện tử nên học hành mới kém thế này.
你就是太專注於打電動了，所以學習成績才那麼差。

自我測驗 ①

1 請完成下列「chưa gì（＋主詞＋）đã ...」句型的句子

(1) Anh ấy mới uống có ba chén / ly mà chưa gì đã _____.
（他才剛喝三杯就趴倒了。）

(2) Mẹ mới nói có một câu mà chưa gì nó đã _____.
（媽媽才說他一句而已，他就馬上頂嘴了。）

(3) Anh chỉ nói đùa một chút thôi mà chưa chi em đã _____.
（我只是開個玩笑而已，妳怎麼就生氣了！）

(4) Vừa về đến nhà chưa gì đã _____.
（都才剛回到家就馬上開冰箱拿吃的了。）

2 請依題示完成下列的句子

| nghĩ | họp | ăn | xem phim |

(1) Ngày nghỉ ở nhà mà con cứ mải _____, không làm đỡ mẹ việc gì cả.
（休假在家的時候你就只會顧著看電影，一點都不幫媽媽做事。）

(2) Anh cứ mải _____ đến nỗi quên cả giờ ăn cơm.
（你就只顧著開會，連吃飯時間都忘了。）

(3) Nó không biết mải _____ cái gì mà đi không để ý đâm vào cột điện.
（他不知道太專心的在想什麼，一個不小心就撞到了電線桿。）

(4) Con chỉ mải _____ mà không biết mời người lớn à?
（你就只顧著吃，不知道要請大人來吃嗎？）

單字

北 chén / 南 ly （酒杯的量詞）杯　　gục 趴下　　đến nỗi 到了…的地步

對話 ①

(Chuông cửa reo, Quang Hưng ra mở cửa)

Gia Hân:
Trời ơi, nặng quá, đỡ giùm em cái.

Quang Hưng:
Ủa, đồ gì mà nhiều thế này?

Gia Hân:
Thì em mua đồ để làm gỏi cuốn mà. Ô, anh Chấn Vĩ đang làm bánh bao súp đấy à?

Chấn Vĩ:
Ừm, em có muốn gói thử không?

Gia Hân:
Thôi, em nghĩ là em chỉ nên phụ trách ăn thôi, còn việc cần sự khéo léo như thế này thì nhường lại cho anh. Em đi chuẩn bị đồ để làm gỏi cuốn đây.

Quang Hưng:
Chưa gì đã sợ chạy mất dép rồi. Thế em mua đủ đồ để làm gỏi cuốn rồi chứ gì?

Gia Hân:
Vâng / Dạ, cà rốt, dưa chuột / dưa leo, rau sống, tôm, thịt lợn / thịt heo, trứng gà các thứ đủ cả. Anh xem từng này bún có đủ không?

Quang Hưng:
Ừ, từng này là được rồi.

Gia Hân:
À, nhà anh có bánh tráng không? Lúc nãy định ra mua thì gặp bạn em, mải nói chuyện với nó nên em quên mất chưa mua mà đi về luôn.

(門鈴響，光興出去開門)

嘉欣：
天啊，好重，幫我接一下！

光興：
咦？什麼東西這麼多啊？

嘉欣：
就是我買了一些包生春捲的餡嘛！咦，振偉你在做小籠湯包嗎？

振偉：
嗯，妳想試試嗎？

嘉欣：
算了，我想我應該負責吃就好了，至於這種需要巧手的工作我就讓給你啦！我去準備東西包生春捲啦！

光興：
這樣就被嚇跑了呀！那包生春捲的東西妳都買好了嗎？

嘉欣：
嗯，買好了。紅蘿蔔、小黃瓜、生菜、蝦子、豬肉、雞蛋等都有了。你都看看米線這樣夠不夠？

光興：
嗯，這樣就夠了。

嘉欣：
啊，你家有薄餅皮嗎？剛才打算過去買的時候就遇到一個朋友，我跟她聊得太專心了所以就忘了買，直接就回來了。

Quang Hưng:
Bánh tráng nhà anh lại hết mất rồi, còn có vài cái thế này sao đủ dùng.

Gia Hân:
Thế để em ra ngoài mua, anh thái cà rốt và dưa chuột / dưa leo giúp em nhé.

Quang Hưng:
Ok, để đấy anh làm cho. Em xuống siêu thị dưới tầng một mua cho nhanh nhé.

Gia Hân:
Vâng / Dạ, em biết rồi.

光興：
我家的薄餅皮沒有了耶，只剩這幾張也不太夠用。

嘉欣：
那我出去買吧！你幫我切紅蘿蔔和小黃瓜。

光興：
好，我來切。妳去一樓的超市買比較快。

嘉欣：
好，我知道了。

單字

chuông cửa 門鈴	bánh bao súp 小籠湯包	rau sống 生菜
reo （電話、門鈴等）響起	gói 包	tôm 蝦子
nặng 重	phụ trách 負責	trứng gà 雞蛋
đỡ 接、扶	khéo léo 靈巧	bún 米線
gỏi cuốn 生春捲	cà rốt 紅蘿蔔	bánh tráng 薄餅皮
mỏi 痠	北 dưa chuột / 南 dưa leo 小黃瓜	siêu thị 超市

第 14 課 交誼

本課相關單字 ①

【常見話題】

❶ du lịch 旅行
❷ thói quen xấu 壞習慣
❸ thực phẩm 食物
❹ thời trang 時尚
❺ thể thao 運動
❻ sức khoẻ 健康
❼ 12 cung hoàng đạo 十二生肖
❽ mâu thuẫn gia đình 家庭裡發生的矛盾衝突
❾ bộ phim đang hot 熱門電影
❿ người nổi tiếng 明星、名人
⓫ kinh tế 經濟
⓬ sở thích 愛好、喜好
⓭ trẻ em 小孩
⓮ ngày lễ và quà tặng 節日與禮物
⓯ công việc 工作
⓰ hàng xóm 鄰居

【友誼相關用語】

❶ bạn thân 好朋友、閨蜜
❷ bạn bè 朋友
❸ tình bạn 友情
❹ đồng nghiệp 同事
❺ kết bạn 交朋友
❻ tin tưởng 信任
❼ bạn tâm giao / bạn tri kỷ 知心好友、知己
❽ chia sẻ 分享
❾ đồng hành 同行
❿ tâm sự 談心
⓫ bạn cùng phòng 室友
⓬ bạn học 同學
⓭ thanh mai trúc mã 青梅竹馬
⓮ bạn cũ 故友
⓯ hài hước 幽默
⓰ đáng tin cậy 可靠
⓱ ân cần 殷勤、親切
⓲ chu đáo 細心、周到
⓳ hào phóng 大方
⓴ ích kỷ 自私
㉑ kiêu ngạo 傲慢
㉒ quan tâm 關心
㉓ ủng hộ 支持、聲援

224

㉘ hoà đồng 合群

㉙ thông cảm 體諒

㉚ thân thiết 親密、親近

㉔ lừa dối 欺騙

㉕ khoan dung 寬恕、寬容

㉖ hữu nghị 友誼

㉗ chân thành 真誠

㉛ điểm chung 共同點

㉜ giả dối 虛偽

㉝ sâu đậm 深厚

㉞ giúp đỡ 幫助

㉟ tha thứ 原諒

關於交際的慣用語

- lời chào cao hơn mâm cỗ
  看見人打招呼是很重要的事（直譯：一句招呼勝於一席盛宴）

- kính trên, nhường dưới 敬上愛下

- ăn có nhai, nói có nghĩ 謹言慎行（直譯：食需細嚼，言必三思）

- lời nói không mất tiền mua, lựa lời mà nói cho vừa lòng nhau
  講話要婉轉，發話前要先過（直譯：言語不用錢買，婉言一來彼此滿意）

- một điều nhịn, chín điều lành
  忍一時風平浪靜，退一步海闊天空（直譯：忍得一時之氣，免得百日之憂）

- mất lòng trước, được lòng sau
  醜話說在前頭、講話先講清楚（直譯：實話可令人傷心，日後懂得真話的價值）

文法 ②

thà ... còn hơn 寧願／寧可…（還比較好）

A: Anh vừa nói gì ạ, em không để ý, anh nói lại được không?
你剛才說了什麼，我沒有注意聽，你再說一遍好嗎？

B: Nói chuyện với chú **thà** anh nói với đầu gối **còn hơn**.
跟你說話，我還不如跟膝蓋講話好了。

這個句型中的「thà」是「寧願、寧可」的意思，後接「明知不好，但也情願接受」的情事內容，而接尾的「còn hơn」又再度強調的了「這樣子更好」的語氣。近似中文的「寧可…（還比較好）」、「不如…（還比較好）」的概念。另有同義的句型為「chẳng thà ... còn hơn」。

例
- **Thà** chết vinh **còn hơn** sống nhục.
  寧為玉碎，勿為瓦全。
- Về nhà mà bị mắng / la thì con **thà** không quay về **còn hơn**.
  與其回家挨罵，我寧可不回去。
- **Thà** bắt nhầm **còn hơn** bỏ sót.
  寧願抓錯，也不要放過。

không biết ... là gì 完全不…、從來就不…

A: Sao không trả lời đi, sợ rồi à?
怎麼不回答呀，怕了嗎？

B: Tôi trước giờ **không biết** sợ **là gì**.
我的字典裡從來就沒有「害怕」這兩個字。

此句型用於表達絕對否定某個動作或狀態。而該否定的動作或是狀態則至於「không biết」與「là gì」之間，中文意思相當於「完全不…、從來就不…」。也可以聯想至「（我的）字典裡從來就沒有…」的中文表達概念。

例
- Từ khi cưới nhau đến giờ, hai vợ chồng tôi **không biết** cãi nhau **là gì**.
  從結婚到現在，我們夫妻倆從來就沒吵過架。
- Về lĩnh vực này thì trước giờ tôi **không biết** thất bại **là gì**.
  若是在這個領域裡，我從來就不知道什麼叫做「失敗」。
- Suốt ngày chỉ lo công việc thôi nên nó **không biết** yêu đương **là gì** đâu.
  她整天只知道工作，所以完全不懂什麼叫「談戀愛」呀！

自我測驗 ②

1 請用依下「thà ... còn hơn」結構及下面的提示來造句

(1) Tôi / đi bộ / đi xe buýt

→ _____.

（我寧可走路也不要去搭公車。）

(2) Em / ra ngoài đứng / ngồi đây ngửi khói thuốc

→ _____.

（我寧願去外頭站著，也比在這裡吸二手菸好多了。）

(3) Em / đi ngủ / xem phim này

→ _____.

（我寧可去睡覺，也比在這裡看這部看電影好。）

(4) Em / sống độc thân vui vẻ / lấy chồng mà khổ sở như vậy

→ _____.

（我寧可單身一個人樂得開心，也勝過嫁個男人然後在那叫苦連天。）

2 請用「không biết ... là gì」的句型改寫下面句子

(1) Anh ấy uống rượu không bao giờ say.

→ _____.

(2) Trước giờ ông ấy chơi cờ không bao giờ thua.

→ _____.

(3) Con bé rất ngoan, không bao giờ nói dối.

→ _____.

(4) Em làm việc thì khá nghiêm túc, trước giờ không bao giờ đi muộn / đi trễ.

→ _____.

單字

khói thuốc 香菸味　**khổ sở** 痛苦　**chơi cờ** 下棋

對話 ②

Thanh Mai:
Sao anh lại đến đây?

Chí Vĩ:
Sao từ hôm qua đến giờ anh nhắn tin, gọi điện cho em mà không thấy em trả lời vậy? Em có biết là anh lo cho em lắm không?

Thanh Mai:
Ai cần anh lo cho em chứ?

Chí Vĩ:
Bạn gái anh mà anh không lo thì lo cho ai chứ?

Thanh Mai:
Sao anh không đi mà lo hẹn hò với người khác ý?

Chí Vĩ:
Người khác nào cơ? Anh không hiểu.

Thanh Mai:
Thì là cô gái mà hôm qua anh đèo / chở, còn cười nói vui vẻ đấy.

Chí Vĩ:
Ủa... À, em nói tới Lan Hương ý à? Cô ấy là đồng nghiệp của anh, hôm qua xe cô ấy bị hỏng / bị hư nên đi nhờ xe anh về thôi. Mà sao em biết?

Thanh Mai:
Hôm qua em tới công ty anh, định chờ anh tan làm rồi tạo bất ngờ cho anh, thế mà lại nhìn thấy anh với cô ấy cười cười nói nói thân thiết rồi đèo / chở nhau đi. Biết thế thà em chả đến còn hơn.

青梅：
你怎麼來（這裡）了？

志偉：
為什麼從昨天到現在我傳訊息、打電話給妳，妳都不回我呀？妳知不知道我很擔心妳耶？

青梅：
誰要你擔心呀？

志偉：
我的女朋友我當然要擔心了，不擔心妳要擔心誰？

青梅：
那你怎麼不去操心跟別人約會的事就好？

志偉：
什麼別人？我不懂。

青梅：
就是你昨天載的那個女孩啊，你們還有說有笑的不是，特別開心嘛！

志偉：
啥？⋯啊，妳是說蘭香嗎？她是我的同事，昨天她的車壞了，所以我才順道載她回去而已。不過妳怎麼會知道？

青梅：
我昨天到你公司，本來打算等你下班後給你個驚喜，沒想到就看到你和她很親熱地出來，有說有笑地上車走了。早知道這樣，我乾脆就別來這一趟。

Chí Vĩ:

À, em ghen phải không?

Thanh Mai:

Ai thèm ghen cơ chứ. Em trước giờ không biết ghen là gì.

Chí Vĩ:

Ha ha, thôi được rồi, dừng giận nữa. Anh biết là em quan tâm anh nên mới như vậy. Anh cũng chỉ yêu mình em thôi, đừng có nghĩ linh tinh nữa nhé. Nhưng lần sau có vấn đề gì thì phải nói với anh chứ không được giận dỗi rồi im lặng như vậy nữa nhé.

Thanh Mai:

Vâng / Dạ, em xin lỗi vì đã hiểu lầm anh.

Chí Vĩ:

Thôi được rồi, quan trọng là mình tin tưởng lẫn nhau. Giờ anh đưa em đi ăn nhé, em muốn ăn gì?

Thanh Mai:

Ưm ... ăn gì cũng được ạ.

志偉：
呀，妳是在吃醋嗎？

青梅：
誰屑吃你的醋呀！本姑娘的字典裡從來就沒有「吃醋」這兩個字。

志偉：
哈哈，好啦，別生氣了。我知道妳是關心我才會這樣。我也只會愛妳一個人而已，別再胡思亂想啦。不過下次有什麼問題就要跟我說，不可以再這樣一個人繼續默默地在那裡生悶氣囉！

青梅：
好啦！對不起，是我誤會你了。

志偉：
好了，重要的是我們要互相信任。現在我帶妳去吃東西吧，妳想吃什麼？

青梅：
嗯⋯，吃什麼都行。

B147.MP3   N147.MP3

單字

nhắn tin 傳訊息	cười nói 有說有笑、說說笑笑	quan tâm 關心
gọi điện 打電話	vui vẻ 開心	nghĩ linh tinh 胡思亂想
lo 擔心	đồng nghiệp 同事	im lặng 沉默
bạn gái 女朋友	北 hỏng / 南 hư 壞、壞掉	giận dỗi 生氣
hẹn hò 約會	đi nhờ xe 搭便車	hiểu lầm 誤會
cô gái 女孩	bất ngờ 驚喜	tin tưởng 相信
北 đèo / 南 chở 載	thân thiết 親密	
北 đèo nhau / 南 chở nhau 兩個人共騎乘一台機車	ghen 吃醋	

本課相關單字 ②

【愛情相關的單字】

① xem mặt 相親

② tán tỉnh 調情

③ bắt chuyện 搭訕

④ cầu hôn 求婚

⑤ sống thử 試婚

⑥ tiếng sét ái tình / tình yêu sét đánh 一見鐘情

⑦ hẹn hò 約會

⑧ phải lòng 看上、中意

⑨ động lòng 動心

⑩ kết hôn 結婚

⑪ ngoại tình 出軌、劈腿

⑫ chia tay 分手

⑬ đá (người yêu) 甩、甩掉（男女朋友）

⑭ cãi nhau 吵架

⑮ làm lành 和好

⑯ lừa dối 欺騙

⑰ bạn trai 男朋友

⑱ bạn gái 女朋友

⑲ người thứ ba / con giáp thứ 13 / tiểu tam 小三

⑳ yêu thầm 暗戀

㉑ yêu đơn phương 單戀

㉒ si tình 癡情

㉓ chung thuỷ 專一

㉔ đa tình 花心

㉕ tỏ tình 表白

㉖ bắt cá hai tay 腳踏兩條船

㉗ thích 喜歡

㉘ yêu 愛

㉙ theo đuổi 追、追求

㉚ thả thính 放電

㉛ người mình thích / người trong mộng 心上人

㉜ ý trung nhân 意中人

㉝ đẹp trai 帥

㉞ xinh gái 漂亮

㉟ nụ hôn đầu 初吻

㊱ hoa đã có chủ 名花有主

㊲ lãng mạn 浪漫

㊳ trung thành 忠誠

㊴ chân thành 真誠

㊵ chiến tranh lạnh 冷戰

情侶聊天話題

- hồi tưởng những chuyện cùng nhau trải qua 回憶一起經歷過的點點滴滴
- không thể chấp nhận khuyết điểm nào của đối phương
  對方的哪個缺點沒辦法接受
- nguyên nhân từng cãi nhau với người nhà 曾經與家人吵架的原因
- kế hoạch cho tương lai 彼此對未來的規劃
- nơi mà cả hai muốn đi nhất 彼此最想去的地方
- ấn tượng và cảm xúc lần đầu gặp mặt 初次見面的印象和感覺
- tình hình công việc và học tập gần đây 近期工作或學習情況
- quan điểm về tình yêu 愛情觀
- việc cảm động mà đối phương từng làm 對方做過最感動的事
- không thích ăn gì nhất 最討厭吃的東西

情侶之間常說的情話

- Cho dù có xảy ra bất cứ chuyện gì, anh cũng sẽ luôn ở bên cạnh em.
  不管發生任何問題，我都會一直在妳身邊。
- Anh nhớ đến em từng giây từng phút. 我時時刻刻都想著妳。
- Anh sẽ khiến em trở thành cô gái hạnh phúc nhất trên đời.
  我會讓妳成為世界上最幸福的女孩。
- Em sẽ luôn ủng hộ anh. 我會一直支持你。
- Anh yêu em mãi mãi / Anh mãi mãi yêu em. 我永遠愛妳。
- Kiếp này anh yêu em đến chết cũng không thay đổi. 今生我愛妳，至死不渝。
- Chúng ta sẽ cùng nhau đối mặt mọi khó khăn. 我們會一起面對所有困難。

一起聊天吧！

1 根據實際情況回答問題

- **Bạn và bạn trai / bạn gái yêu nhau bao lâu rồi?**
  你與男朋友／女朋友談了多久的戀愛？
- **Bạn và bạn trai / bạn gái có chung sở thích gì?**
  你和男朋友／女朋友有什麼共同愛好？
- **Bạn có tin vào tình yêu sét đánh không?**
  你相信一見鍾情嗎？

2 主題談話

1. Hành động lãng mạn đối với người yêu: tặng hoa và quà, viết thư tay, cùng nhau ngắm hoàng hôn
   情侶的浪漫動作：送花和禮物、親筆寫信、一起看黃昏
2. Lần đầu hẹn hò: đi xem phim, đi ăn, đi chơi
   第一次約會：看電影、去吃飯、出遊
3. Những việc đôi bạn thân cùng làm: đi mua sắm, đi ăn, tâm sự
   閨蜜一起做的事情：購物、去吃飯、談心

3 練習對話

1 A tỏ tình với B A 跟 B 表白

Gợi ý: địa điểm, không gian, kế hoạch ra sao?
提示 地點、空間、計劃如何？

2 A nói chia tay với B A 跟 B 說分手

Gợi ý: lý do chia tay, phản ứng ra sao?
提示 分手理由、反應如何？

單字心智圖

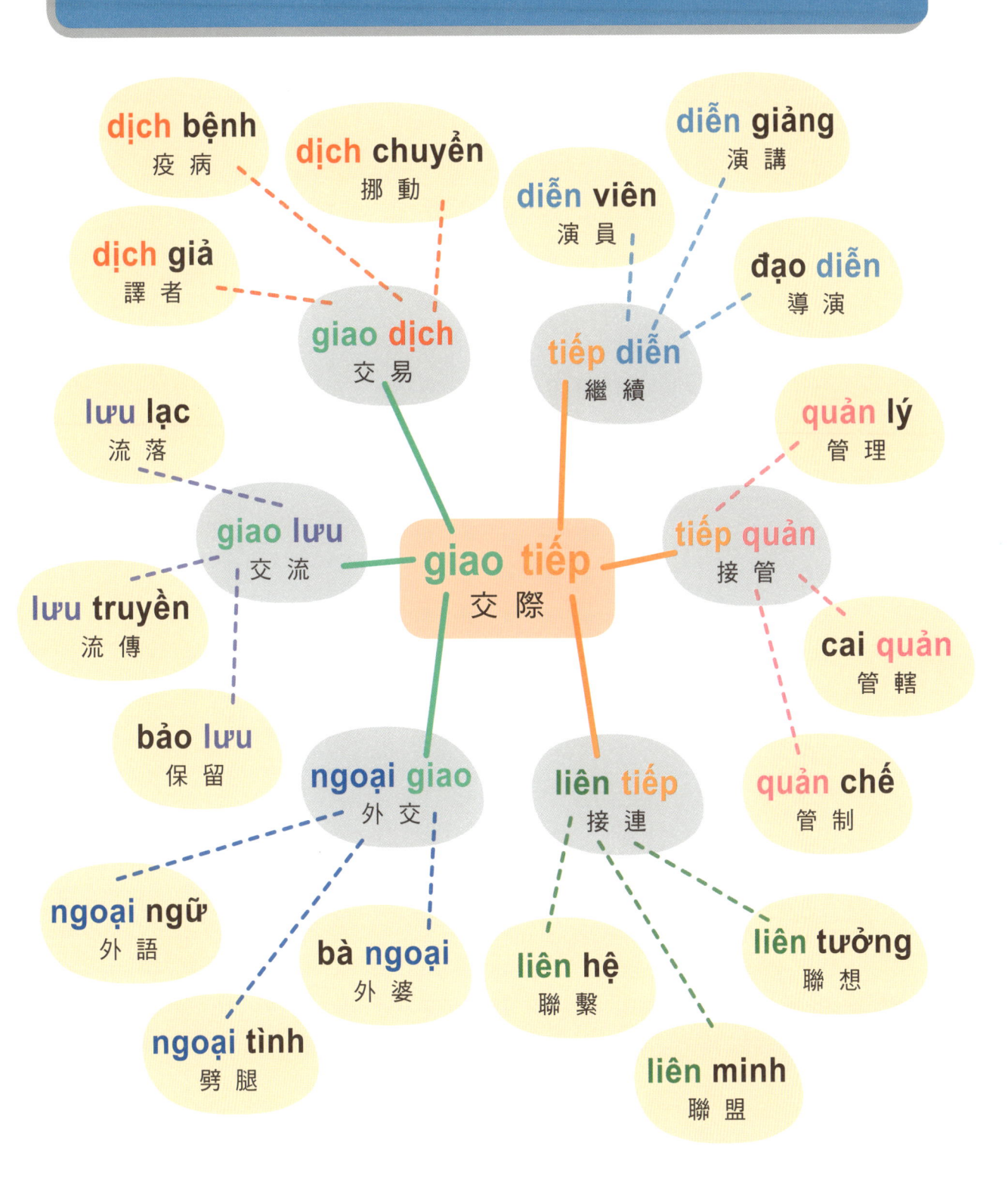

- **dịch bệnh** 疫病
- **dịch chuyển** 挪動
- **dịch giả** 譯者
- **giao dịch** 交易

- **diễn giảng** 演講
- **diễn viên** 演員
- **đạo diễn** 導演
- **tiếp diễn** 繼續

- **lưu lạc** 流落
- **lưu truyền** 流傳
- **bảo lưu** 保留
- **giao lưu** 交流

- **giao tiếp** 交際

- **quản lý** 管理
- **tiếp quản** 接管
- **cai quản** 管轄
- **quản chế** 管制

- **ngoại ngữ** 外語
- **ngoại tình** 劈腿
- **bà ngoại** 外婆
- **ngoại giao** 外交

- **liên hệ** 聯繫
- **liên minh** 聯盟
- **liên tưởng** 聯想
- **liên tiếp** 接連

第 14 課 交誼

越南大小事

越南人的迎賓之道

越南民族天性以好客聞名，本篇就來談一下「越南人的迎賓之道」。

越南人之間喜歡聯絡感情，因此常會邀請親友來家中做客。只要事先知道有客人要來訪，都會先把房子整理乾淨，特別是客廳（聚會地點）、廚房（烹調地點），以便留給客人一個好的印象。北部家庭很常擺放一瓶鮮花、一盤水果或一套酒杯（稍後飲酒用）；而南部家庭則會將鮮花改成飲料或糕餅或糖果。

當客人抵達時，家中的主人通常會親自開門迎接，以示鄭重。若是第一次到訪的賓客，主人經常會輪流介紹家人，這樣稍後的聯歡就不會感到陌生，聊天能更自然。

站在客人的角度，也要帶拌手禮才不失禮。拌手禮可依場合而定：中秋節時可以帶月餅；春節時就帶名貴的酒類或糖果、禮盒；平常可以當季水果。若是臨時造訪，不得已空手到兩串蕉的話，也是能被體諒的。

若是主人主動邀請客人到家中聚餐，通常主人會先打點好一切，客人只負責去享用就好；若雙方都方便，客人也可以早點到，並進到廚房幫忙打點。現代越南人為求便捷，也並不一定親自下廚，一般也開始叫外賣了。但無論如何，飯菜都先準備，讓客人可以馬上入席。

越南人有「有餘勝於缺乏」的觀念，所以即便是以粗茶淡飯接待客人，份量總會擺滿整張餐桌，讓客人能盡情享用。尤其是托盤上，主人總是主動將鹹菜或客人喜歡的菜放在客人好夾的位置，這個舉動是希望客人把這一餐「當做在自己家裡」，不要拘束的意思。許多的主人也會幫客人倒酒、夾菜，表現出對客人的體貼與關注。主人一邊吃飯一邊和客人聊天，吃的再少也不在客人面前放下筷子，讓客人吃飯時不覺得尷尬。吃完飯後，主人會主動邀請客人喝水、吃水果，繼續和客人聊天（在北部因為是先在地板用餐，所以此步驟會轉移到餐桌上繼續）。

在古時候，越南人們認為「檳榔是情感依戀的開端」，會在聚會之初，以勸進檳榔打開一場聯歡；時至今日，人們已演變成相互邀請喝杯茶或抽支菸來取代這項習俗。世風不斷地在改變，但越南熱情好客的傳統一直保留至今，留存在越南文化的精髓之中。

Bài 15 | 氣象和天候
Khí tượng và thời tiết

【日常生活篇】

目標

- 學習談論溫度時的對話
- 學習與天氣、天候相關的表達
- 學習出門前氣候觀察的對話
- 學習自然、地理、宇宙相關的表達

文法

1. A còn ... nữa là B （連）A 都…，何況是 B
2. 北 thảo nào / 南 hèn chi 難怪…、怪不得…
3. đang A thì đột nhiên B 正在 A，突然就 B
4. làm gì mà ... thế 是在做什麼這麼地…

文法 ①

A còn ... nữa là B （連）A 都…，何況是 B

A: Để anh vào dỗ con nhé?
我進去哄哄孩子吧？

B: Em còn chả dỗ được nữa là anh.
連我都哄不了了，何況是你呢！

此為口語的句型。此句型中的 A 比 B 所指示的人、事、物的程度有更進一層的意思，當「A」都沒辦法達到時，「B」自然不必多加考量。相當於中文的「（連）A 都…，何況是 B」。此外，句型中的「nữa là」亦能以「huống hồ / huống chi」替換，意義相同。

例
- Đến bố mẹ / ba mẹ nó còn dám lừa nữa là mình.
  他連他的父母都敢騙了，何況是我們呢！
- Cái điều đơn giản như thế, trẻ con lên ba còn biết nữa là người lớn.
  這麼簡單的事情，連三歲孩子都知道，何況是大人。
- Thời tiết thế này, người lớn còn ốm / bệnh nữa là trẻ con.
  這樣的天氣，連大人都會生病了，何況是小孩子喔！

北 thảo nào / 南 hèn chi 難怪…、怪不得…

A: Em không nhận ra anh à? Mình từng gặp nhau trong tiệc sinh nhật của Thanh Hương rồi đó.
妳不認得我了嗎？我們曾經在清香的生日派對見過呀。

B: À, thì ra là anh, thảo nào / hèn chi em thấy anh trông quen quen.
啊，原來是你呀，難怪看起來覺得你有點眼熟。

此為口語的句型。表示已了解某事的前因後，對句型後述結果的產生就不再感到疑惑。即等同於中文的「難怪…、怪不得…」的意思。要注意的是，此文法北部及南部的應用分明，北部人會說「thảo nào」或「chẳng trách」，而南部人則明確使用「hèn chi」。

例
- Bình thường không chịu học hành chăm chỉ, thảo nào / hèn chi bị điểm kém.
  平常不努力學習，怪不得成績不好。
- Nghe nói anh Long bị ốm / bị bệnh, thảo nào / hèn chi hôm nay không thấy đi làm.
  聽說龍哥生病了，難怪今天沒來上班。
- Anh đối xử với cô ấy như vậy, thảo nào / hèn chi cô ấy muốn chia tay.
  你這麼對待她，怪不得她想要分手。

自我測驗 ①

1 請用「A còn ... nữa là B」結構改寫下面句子

(1) Đồ đạc quá nhiều, vali của em không đựng hết. (Vali của em to hơn của anh)
→ _____.

(2) Anh Hùng không đánh lại người ta. (Anh Hùng giỏi võ hơn anh)
→ _____.

(3) Em không giải được bài cơ bản này. (Bài toán nâng cao khó hơn bài cơ bản)
→ _____.

(4) Thời gian quá gấp, đi xe máy vẫn đến không kịp. (Đi xe máy nhanh hơn đi bộ)
→ _____.

2 請完成下列「北 thảo nào / 南 hèn chi」句型的句子

(1) Gia đình anh ấy xảy ra nhiều chuyện buồn như vậy, thảo nào / hèn chi
_____.
（他家裡最近發生了這麼多傷心事，也難怪最近看他工作時都不專心了。）

(2) Cái nắp bình nước anh vặn không chặt, thảo nào / hèn chi
_____.
（瓶子的瓶蓋你沒有轉緊，難怪瓶子裡的水會漏出來了。）

(3) Bản báo cáo này em làm có nhiều lỗi sai thế này, thảo nào / hèn chi
_____.
（妳做的這份報告裡有這麼多的錯誤在裡面，也難怪經理會氣成這樣了。）

(4) Cái bóng đèn bị cháy, thảo nào / hèn chi
_____.
（電燈泡燒壞了，怪不得一直開都沒有亮。）

單字

đồ đạc 物品、東西　**võ** 武功、武術　**gấp** 勿忙、倉促　**gấp gáp** 勿忙、倉促　**nắp** 瓶蓋
vặn 轉（瓶蓋等物體）　**rò rỉ** 洩漏　**bị cháy** 失火；（電燈泡）燒壞　**bật** 開（電器）

對話 ①

Chấn Vĩ:
Hắt xì ...

Đồng nghiệp:
Ái chà, chắc lại có ai đó đang nhớ anh đây mà.

Chấn Vĩ:
Em lại đùa anh rồi, làm gì có ai nhớ nhung gì.

Đồng nghiệp:
Em chỉ đùa anh tí thôi. Sao hôm nay lạnh thế này mà anh lại ăn mặc phong phanh thế kia, anh nhìn em mặc áo trong áo ngoài bao nhiêu lớp thế này rồi mà vẫn rét run đây này.

Chấn Vĩ:
Ừ, anh không để ý dự báo thời tiết, sáng đi vội nên chỉ khoác áo khoác mỏng không đủ ấm, hôm nay bao nhiêu độ mà rét thế nhỉ?

Đồng nghiệp:
Hôm nay có 13℃ thôi ạ. Nghe nói mùa đông năm nay lạnh hơn năm ngoái, rét đậm, hình như mai còn có mưa nữa, nhiệt độ lại giảm xuống 10 ℃ đấy ạ.

Chấn Vĩ:
Thế à? May quá mai cuối tuần được nghỉ không phải ra ngoài.

Đồng nghiệp:
Vâng / Dạ, thời tiết mưa gió rét mướt thế này chỉ muốn ở nhà nằm đắp chăn / đắp mền thôi ạ. À, anh nhớ phải mặc ấm vào nhé, đừng có chủ

振偉：
哈啾…！

同事：
哎喲，肯定是有人想你了！

振偉：
妳又開什麼玩笑，哪會有什麼人想我。

同事：
開開玩笑嘛！今天這麼冷，你怎麼穿得這麼少，你看我裡面外面穿得那麼多層衣服，還是會覺得好冷唷！

振偉：
嗯，我早上出門太匆忙，沒注意到天氣預報，所以只套上一件不夠暖的薄衣就出門了。今天是幾度呀？冷成這樣！

同事：
今天只有13度。聽說今年的冬天比去年的還要嚴寒，好像明天還會下雨呢！溫度又要下降到10度了。

振偉：
這樣呀？幸好明天是週末假日，不用出門。

同事：
是啊，在這種颱風下雨的冷天氣裡就只會想躲在家中窩在被窩裡而已。對了，你要注意記得穿暖一點，天氣變

quan, trời trở lạnh rất nhiều người bị cảm cúm, mấy hôm nay con nhà em cũng bị ho suốt đây.

Chấn Vĩ:
Ừ, thảo nào / hèn chi sáng giờ cứ bị hắt hơi / hắt xì suốt. Lạnh thế này người lớn còn ốm / bệnh nữa là trẻ con. Phải giữ ấm và cho con uống thuốc cho nhanh khỏi em ạ.

Đồng nghiệp:
Vâng / Dạ, sáng nào em cũng cho con uống chanh mật ong cũng giảm ho nhiều rồi ạ.

Chấn Vĩ:
Ừm, uống mật ong mỗi ngày rất tốt cho sức khoẻ đấy.

Đồng nghiệp:
Vâng / Dạ.

冷後很多人感冒，這幾天我的家小孩也一直咳嗽。

振偉：
喔，怪不得從早上到現在我一直打噴嚏。這麼冷的天氣連大人都生病，何況是小孩呢。記得給孩子吃藥，然後做好保暖那才會好得快。

同事：
嗯！我每天早上都給他喝蜂蜜檸檬，咳嗽也有好一點了。

振偉：
這倒是，每天喝蜂蜜對身體健康來說也很好的。

同事：
是呀！

單字

đùa 開玩笑	khoác 套上	北 đắp chăn / 南 đắp mền 蓋被子
nhớ nhung 想念	áo khoác 外套	chủ quan 主觀；大意
lạnh 冷	mỏng 薄	cảm cúm 感冒
ăn mặc 穿著	ấm 暖	ho 咳嗽
phong phanh 單薄	nhiệt độ 溫度	北 hắt hơi / 南 hắt xì 打噴嚏
lớp 層	rét đậm 嚴寒	giữ ấm 保暖
rét run 發冷	giảm xuống 下降	uống thuốc 吃藥
dự báo thời tiết 天氣預報	mưa gió 風雨	chanh mật ong 蜂蜜檸檬
vội 匆忙；急忙	rét mướt 冷冽	

第 15 課 氣象和天候   239

本課相關單字 ①

【天氣相關用語】

1. thời tiết 天氣
2. khí hậu 氣候
3. mát mẻ 涼爽
4. lạnh 冷
5. nóng nực 炎熱
6. oi bức 悶熱 
7. ấm áp 溫暖
8. rét căm căm 冷颼颼
9. lạnh thấu xương / rét buốt （寒風）刺骨
10. ẩm ướt 潮濕
11. khô hanh 乾燥 
12. sức tàn phá 破壞力
13. độ ẩm 濕度
14. nổi gió 颳風
15. hướng gió 風向
16. tốc độ gió 風速
17. lượng mưa 降雨量 
18. nhiệt đới 熱帶
19. ôn đới 溫帶
20. hàn đới 寒帶

【天候用語】

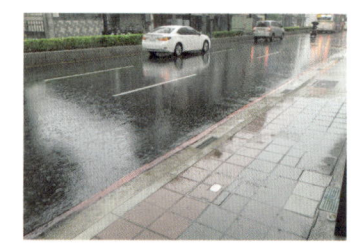

1. mưa 下雨
2. mưa phùn 毛毛雨
3. mưa rào 陣雨
4. mưa bóng mây 太陽雨
5. mưa dông 雷雨
6. cầu vồng 彩虹
7. trời âm u 陰天 
8. sét đánh 打雷
9. chớp 閃電
10. sấm 雷電
11. sấm chớp mưa bão 颱風交錯著閃電打雷 
12. gió nhẹ 微風
13. gió lớn 狂風；大風
14. sương mù 霧
15. tuyết rơi 下雪
16. trời nắng 晴天 

240

有關天氣的表達 1

- Thời tiết hôm nay như thế nào? 今天天氣如何？
- Ngày mai nhiệt độ cao nhất là bao nhiêu độ đấy? 明天最高溫度是多少啊？
- Thời tiết tháng 9 ở Hà Nội như thế nào? 河內九月的天氣如何？
- Mùa đông ở Việt Nam có tuyết rơi không? 越南的冬天有下雪嗎？
- Tối qua chỗ bạn có mưa to không? 你那邊昨晚有下大雨嗎？
- Dạo này sẽ thường có mưa giông vào buổi chiều, nên nhớ mang theo ô / dù khi ra ngoài nhé.
  最近會一直有午後雷陣雨，所以還是記得帶傘出門。
- Gió to quá, thổi bay mất mũ / nón của tôi rồi. 風好大，把我的帽子都吹走了。
- Mưa rồi, mau rút quần áo vào đi. 下雨了，快把衣服收進來。
- Nắng hôm nay chói quá. 今天的太陽好刺眼。
- Ở Việt Nam có địa điểm nào ngắm lá phong vào mùa thu không? 在越南，秋季有賞楓的地方嗎？
- Mùa đông đi du thuyền trên Vịnh Hạ Long sẽ rất lạnh!
  冬天去下龍灣搭遊船會太冷！
- Dọc bờ biển Thanh Hóa hôm nay có lạnh không? 清化的沿海今天會冷嗎？
- Mùa mưa ở thành phố Hồ Chí Minh là từ tháng mấy đến tháng mấy?
  胡志明市的雨季是幾月到幾月呢？
- Việt Nam không phải là một quốc gia nhiệt đới hoàn toàn, miền Bắc có bốn mùa và có tuyết rơi ở vùng núi khi trời lạnh nhất.
  越南不是完全的熱帶國家，北部有四季，而且最冷時山區還會下雪。
- Thời tiết ở miền Nam tuy oi bức nhưng vẫn tốt hơn ở Thái Lan rất nhiều.
  南部的天氣雖然悶熱，但比泰國好多了。

第15課 氣象和天候

文法 ②

đang (A) thì đột nhiên (B) 正在A,突然就B

A: Xe của anh bị sao thế?
你的車怎麼了？

B: Anh cũng không rõ nữa, **đang** đi trên đường **thì đột nhiên** bị chết máy.
我也不太清楚,在正在行駛中時突然就熄火了。

「đang A thì đột nhiên B」的句型用於表達「正在進行某個動作A的時候,就突然發生B的狀況」的意思。相似於中文的「正在A,突然就B」的概念。

例
- Hôm qua, lúc **đang** đi mua sắm **thì đột nhiên** em nhìn thấy anh Hải đi cùng với cô gái nào đó.
  我昨天正要去買東西的時候,突然間就看到海哥跟一個女孩走在一塊。
- Em **đang** nấu cơm **thì đột nhiên** mất điện.
  我正在煮飯的時候就突然停電了。
- Con bé **đang** chơi ở sân **thì đột nhiên** bị trượt chân ngã / bị trượt chân té.
  她正在院子裡玩的時候,突然腳一滑就摔倒了。

làm gì mà ... thế 是在做什麼這麼地…

A: Em **làm gì mà** lâu **thế**?
妳幹嘛這麼久啊？

B: Em xin lỗi, em để quên điện thoại nên phải quay lên phòng lấy.
抱歉,我忘了帶手機,所以要上去到房間裡去拿。

「làm gì mà ... thế」為口語句型,用於表示發話者語帶不滿地對於某人、某動作或某件事感到驚訝的態度。近似於中文「是在做什麼這麼地…」、「是在幹嘛這麼地…」等概念。

例
- Anh **làm gì mà** ngủ muộn / ngủ trễ **thế**?
  你是在做什麼這麼晚才睡呀？
- Cô **làm gì mà** chậm rì rì **thế**, có biết là mọi người chỉ chờ mình cô không?
  妳慢吞吞的是在幹什麼呀,知不知道大家就等妳一個人嗎？
- Chị **làm gì mà** về muộn / về trễ **thế**?
  妳是在做什麼,這麼晚才回來？

自我測驗 ②

1 請完成下列「đang ... thì đột nhiên ...」句型的句子

(1) Chị tôi đang đi trên đường thì đột nhiên _____.
（我姊姊正走在路上的時候，突然被那台機車撞到。）

(2) Đêm qua, lúc tôi đang ngủ thì đột nhiên _____.
（昨天深夜當我正在睡覺時，突然就聽到外頭有吵架的聲音。）

(3) Cô ấy đang photo tài liệu thì đột nhiên _____.
（她正在影印文件時，突然就卡紙了。）

(4) Tôi đang đi ăn với đồng nghiệp thì đột nhiên _____.
（我正在同事外出去吃飯時，經理突然叫我快回公司。）

2 請依題示完成下列的句子

| phải cau mày | nhà cửa bừa bãi | mặt mũi bẩn | mạnh tay |

(1) Em làm gì mà _____ thế? Mau dọn dẹp sạch sẽ đi, không là chị mách mẹ đấy.（妳是怎麼弄的，房間可以搞得這麼凌亂呀！？趕快打掃乾淨，不然的話我跟媽媽講囉！）

(2) Con làm gì mà _____ thế? Lại đây mẹ lau mặt cho.
（你怎麼弄的，怎麼整張臉弄得髒兮兮的？過來媽媽幫你擦乾淨。）

(3) Anh làm gì mà _____ thế? Có gì không hài lòng thì anh cứ nói ra.（你幹嘛愁眉苦臉的呀？有什麼不開心的你就講出來吧！）

(4) Em làm gì mà _____ thế? Cẩn thận kẻo vỡ đấy.
（妳這麼用力幹什麼？小心點不然會打破呀！）

單字

photo tài liệu 影印文件　**kẹt giấy** 卡紙　**nhà cửa** 房子　**bừa bãi** 雜亂、凌亂　**mặt mũi** 臉、面目
cau mày 愁眉苦臉　**mạnh tay** 手很用力地做動作

對話 ②

Thanh Mai:
Hai anh làm gì mà ướt như chuột lột thế?

Chấn Vĩ:
Bọn anh đang đi nửa đường thì đột nhiên trời mưa, cũng chẳng mang theo áo mưa nên đành đội mưa chạy cố tới đây.

Gia Hân:
Mau lấy khăn lau cho khô kẻo cảm lạnh đấy ạ.

Quang Hưng:
Cảm ơn em.

Chấn Vĩ:
Không biết ngày mai lên Sapa thì có mưa thế này không nhỉ?

Thanh Mai:
Em vừa xem dự báo thời tiết mấy ngày tới ở Sapa rồi, thời tiết khá là đẹp, trời nhiều mây, trưa có nắng nhẹ, nhiệt độ ban ngày là khoảng 15°C, nhiệt độ ban đêm thấp hơn với 7-8 °C.

Chấn Vĩ:
Vậy thì hay quá. Thời tiết đẹp thì đi chơi mới thích chứ.

Thanh Mai:
Nhưng mình cũng cần mang mấy cái ô / cái dù đi đề phòng vì thời tiết ở Sapa có thể sáng nắng, chiều mưa bất kỳ lúc nào.

Chấn Vĩ:
Nghe nói Sapa có tuyết rơi phải không?

青梅：
你們兩個是怎麼回事呀！怎麼變成落湯雞了？

振偉：
我們在來的半路上就突然下起雨來啦！也沒有帶雨衣，所以只好冒著雨跑過來了。

嘉欣：
快拿著毛巾擦乾，要不然會感冒啃！

光興：
謝謝妳。

振偉：
不知道若明天去沙壩的話會不會下這樣的雨？

青梅：
我剛看了沙壩未來幾天的天氣預報，天氣還不錯。多雲，中午時會出些許的太陽。白天的溫度大約在15度左右，夜間溫度比較低大約會降到7、8度左右。

振偉：
那太好了。天氣好的話，出去玩才比較好玩嘛！

青梅：
不過我們也要帶幾把傘以防萬一，因為沙壩的天氣有可能會是早上晴天，下午就突然下起雨來。

振偉：
聽說沙壩會下雪，是嗎？

Gia Hân:

Có ạ, nhưng anh phải đến Sapa vào mùa đông thì mới có thể ngắm tuyết rơi nhé. Thời điểm này sẽ không có tuyết, nhưng sáng sớm sẽ có sương mù bao phủ, có khi hai người đứng cách nhau có một mét thôi mà cũng không nhìn thấy nhau đâu.

Chấn Vĩ:

Thế à? Nghe có vẻ cũng thú vị đấy nhỉ?

Quang Hưng:

Đúng đấy, tầm này năm ngoái em cũng đi Sapa, đến nơi là khoảng năm giờ sáng sương mù dày đặc, bước xuống xe không nhìn thấy gì cả, mà còn lạnh cóng tay chân, nên là mình phải mang theo áo khoác dày, khăn quàng cổ, găng tay và mũ len / nón len đi nhé.

Gia Hân:

Ok anh, mai đến bến xe thì bọn em gọi.

嘉欣：
會呀，不過你想看到雪的話，要冬天去才看得到喲。這個季節不會下雪，不過一大早會一片霧茫茫的，濃的時候甚至兩個人只相距一公尺都看不到對方。

振偉：
是嗎？聽起來也蠻有趣呢！

光興：
對呀，去年的這個時候我也去了沙壩，抵達時大約是早上五點，當時一片煙霧繚繞，下車後什麼都看不到！還有，會手腳冰冷，所以我們去時還要帶厚外套、圍巾、手套和毛帽喲！

嘉欣：
好的，明天到了車站就打給你們。

北音 B157.MP3　南音 N157.MP3

單字

ướt như chuột lột（變成）落湯雞	lau 擦	mùa đông 冬天
nửa đường 半路	kẻo 要不然	bao phủ 籠罩
nắng 晴朗、陽光	nắng nhẹ 些許的陽光	dày đặc 瀰漫
mang theo 帶	ban ngày 白天	lạnh cóng 冰涼
áo mưa 雨衣	ban đêm 夜間	khăn quàng cổ 圍巾
đội mưa 冒雨、頂著雨	北 cái ô / 南 cái dù 雨傘	găng tay 手套
cố 盡力	đề phòng 防備、提防	北 mũ len / 南 nón len 毛帽
khăn 毛巾	ngắm （觀）賞、鑑賞	bến xe 客運站
	tuyết rơi 下雪	

第15課 氣象和天候　245

本課相關單字 ②

B158.MP3 北音
N158.MP3 南音

【天然災害】

1. bão 颱風
2. lũ lụt 洪水
3. mưa đá 冰雹
4. bão tuyết 暴風雪
5. hạn hán 乾旱
6. động đất 地震
7. sóng thần 海嘯
8. cháy rừng 森林大火
9. gió lốc 龍捲風
10. lũ quét 齊頭水
11. núi lửa phun trào 火山爆發

【宇宙相關名稱】

1. vũ trụ 宇宙 
2. hành tinh 行星
3. trái đất 地球
4. sao Thuỷ 水星
5. sao Kim 金星
6. sao Hoả 火星
7. sao Mộc 木星
8. sao Thổ 土星
9. sao Thiên Vương 天王星
10. sao Hải Vương 海王星 
11. sao Diêm Vương 冥王星
12. hố đen / lỗ đen 黑洞
13. ngân hà 銀河

【自然及地理用語】

1. mặt trời 太陽
2. mặt trăng 月亮
3. ngôi sao 星星
4. dãy núi 山脈
5. đồng bằng 平原
6. đồi núi 丘陵 
7. đồi 山丘
8. cao nguyên 高原
9. núi non 峰巒
10. vách đá 懸崖
11. hang động 岩洞、洞穴
12. sa mạc 沙漠
13. đồi cát / cồn cát 沙丘
14. hồ / ao hồ 湖泊
15. biển cả / đại dương 海洋
16. mũi đất 海岬
17. sóng biển 海浪
18. thuỷ triều 潮汐
19. mảng kiến tạo 板塊
20. dòng sông 河流
21. thác nước 瀑布

246

天氣描述

- nhiều mây, không mưa 多雲
- có mây, có mưa rào và dông 有雲,並有雷陣雨
- trời nhiều mây, âm u 多雲時陰
- ít mây, trời nắng nóng 少雲,天氣晴朗
- nhiều mây, có mưa dông 多雲雷雨
- trời nắng, có lúc có mưa rào hoặc dông 晴短暫陣雨或雷雨
- trời âm u, nhiều mây, có mưa rào và dông 陰天多雲,並有雷陣雨
- trời nắng, có mưa rào và dông 天氣晴朗,有雷陣雨
- trời âm u, nhiều mây, có tuyết 陰時多雲,並會下雪
- trời nắng, nhiều mây, có sương mù 晴時多雲,有霧
- nhiều mây, mưa rào rải rác vài nơi 多雲,局部陣雨
- mưa rào, sương mù 陣雨,並起霧

有關天氣的表達 2

- Mấy hôm nay thời tiết vừa nóng vừa oi, khó chịu ghê.
  這幾天天氣又悶又熱,好難受。
- Hôm qua mưa cả ngày nên hôm nay thời tiết mát mẻ hơn.
  昨天下了一整天的雨,所以今天天氣變涼了。
- Trời đen thui thế kia, chắc là sắp mưa rồi. 天這麼黑,應該快要下雨了吧。
- Nghe nói dự báo tối nay có mưa dông đấy. 聽天氣預報說今天晚上有雷雨喲。
- Mùa đông ở Sapa có tuyết rơi. 在沙壩的冬天會下雪。

一起聊天吧！

1 根據實際情況回答問題

- **Bạn thích nhất mùa nào trong năm?**
  一年四季中，你最喜歡的是哪個季節？
- **Khí hậu ở thành phố Hồ Chí Minh như thế nào?**
  胡志明市的氣候如何？
- **Mùa hè ở Hà Nội thời tiết như thế nào?**
  河內的夏天氣候如何？

2 主題談話

1. **Mùa hè: đi biển, cắm trại**
   夏天：去海邊、露營
2. **Mùa thu: ngắm lá vàng rơi, đi dạo bờ hồ**
   秋天：賞楓、去湖邊逛逛
3. **Mùa đông: ngắm tuyết rơi, trượt tuyết**
   冬天：賞雪、滑雪

3 練習對話

1 A và B đi du lịch Hạ Long
A 跟 B 去下龍灣旅行

Gợi ý: thời gian, phong cảnh, thời tiết ra sao?
提示 時間、風景、氣候何？

2 A và B hẹn hò cuối tuần A 跟 B 週末約會
Gợi ý: địa điểm hẹn hò, thời gian, thời tiết ra sao?
提示 約會地點、時間、天氣如何？

單字心智圖

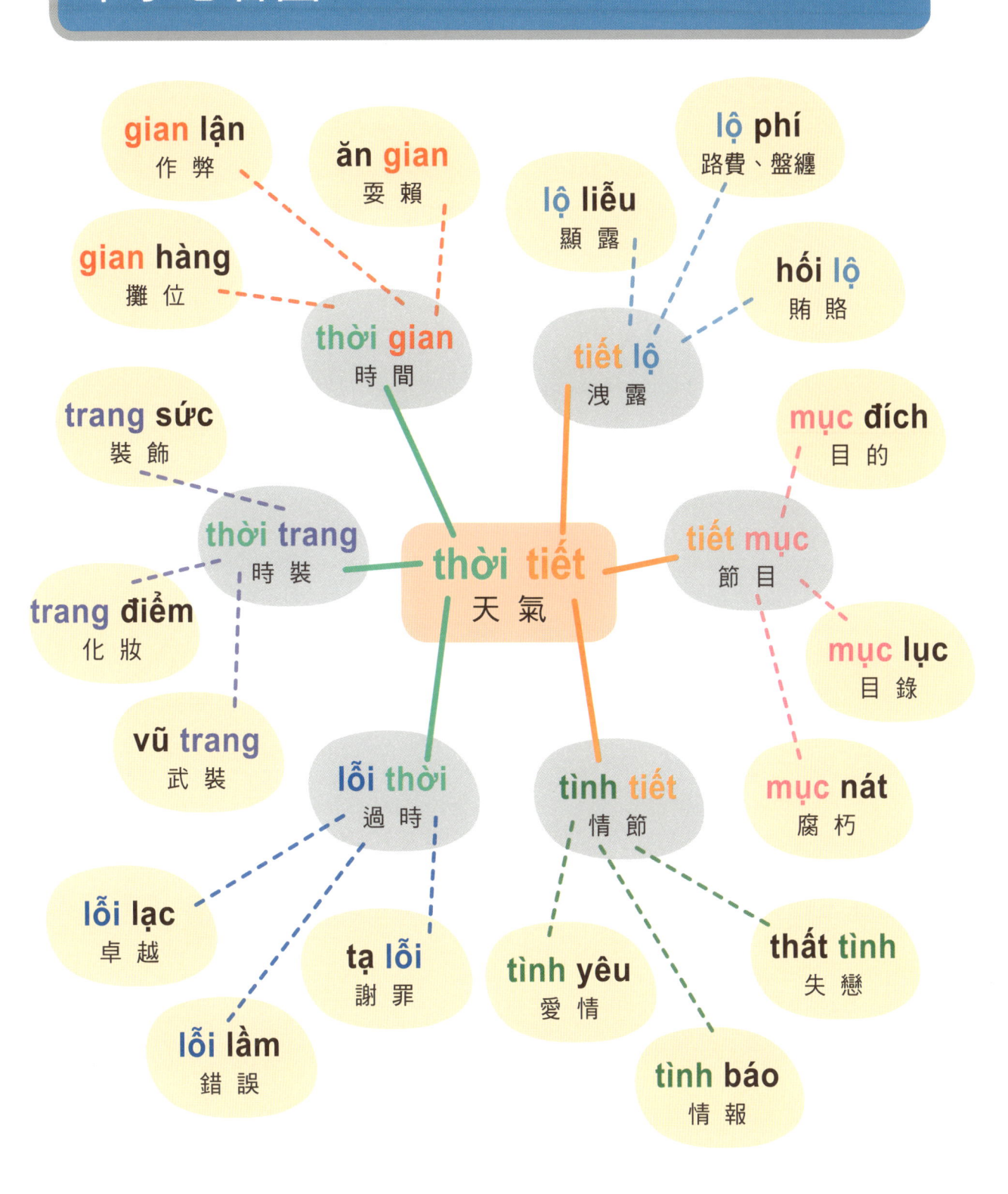

- **gian lận** 作弊
- **ăn gian** 耍賴
- **gian hàng** 攤位
- **thời gian** 時間

- **lộ phí** 路費、盤纏
- **lộ liễu** 顯露
- **hối lộ** 賄賂
- **tiết lộ** 洩露

- **trang sức** 裝飾
- **thời trang** 時裝
- **trang điểm** 化妝
- **vũ trang** 武裝

- **thời tiết** 天氣

- **mục đích** 目的
- **tiết mục** 節目
- **mục lục** 目錄
- **mục nát** 腐朽

- **lỗi lạc** 卓越
- **lỗi thời** 過時
- **tạ lỗi** 謝罪
- **lỗi lầm** 錯誤

- **tình tiết** 情節
- **tình yêu** 愛情
- **tình báo** 情報
- **thất tình** 失戀

第 15 課 氣象和天候　249

> 越南大小事

越南的氣候

　　越南不但是個氣候、景觀多元，擁有獨特文化且經濟快速發展的國度，相當適合外國人前來旅遊或投資。

　　本課來談談越南的氣候。越南主要是屬於熱帶季風氣候，全年的日照時數在1400~3000個小時左右。整體濕度高，並富含充沛的雨量。因國土狹長，氣候也依地區及季節的不同，劃分成好幾個不同的氣候型態。以下說明各地區不同的氣候重點：

❶ **北部氣候**：北部與台灣相同四季分明。其中夏季炎熱又潮濕多雨，而冬季則乾燥寒冷少見雨滴落下（毛毛雨居多）。受到東北季風的影響，平原地區最低溫度約為5度左右，山區如觀光重鎮沙壩等高山地區最低氣溫會降至0度。北部的冬季一般是從11月持續到隔年3月左右，其時間的長短則取決於自北方挾帶冷空氣的季風會佇留多久而定。

❷ **中部氣候**：中部地區的氣候是所有區域中最惡劣的，夏季時因為西南季風的活躍，在吹向越南中部時遭遇了「dãy núi Trường Sơn（安南山脈）」的阻擋後，形成了「gió Lào（寮國風）」現象，因此氣候變得濕度低又乾燥炎熱，中北部地區甚至於達40℃以上；而中南部於冬季時，受東北季風的影響，氣溫下降，吹拂的海風又帶來了濕氣，所以天氣寒冷多雨（唯有靠中南海岸處，因吹向「dãy núi Bạch Mã（白馬山脈）」的東北季風受到阻擋會經常減弱）；到了夏季，從暹羅灣吹來的西南季風則又將整個地區帶來了乾熱的天候。

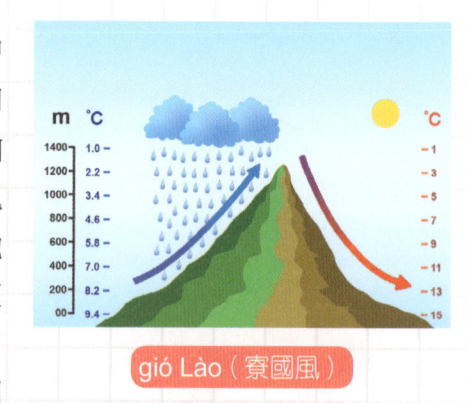

gió Lào（寮國風）

　　總體而論，中部地區僅有雨季和旱季，但雨季會在一般我們認知為「冬季」的時刻來臨。在此時，接二連三的颱風會不斷地在中部地區登陸襲擾，因此這個地區的人們常常要忍受家園泡水的苦悶。

❸ **南部氣候**：南部地區常年氣溫偏高，平均在25～35℃之間。但日夜溫差及氣候變化小，一般天災也少。南方主要也是分雨季和旱季兩種；雨季集中在5-10月，平均降雨量2335毫米，旱季則是從11月到次年4月左右。

　　說回來，由於越南氣候的多樣性，亦造就了各種不同的自然風貌。氣候的異常變化也容易引發乾旱、洪水、坍崩、颱風等天災，因此不論您是為了什麼目的造訪越南，留意氣候的變化都是相當地重要的。

Bài 16 | 就醫 I
Khám bệnh 1

【日常生活篇】

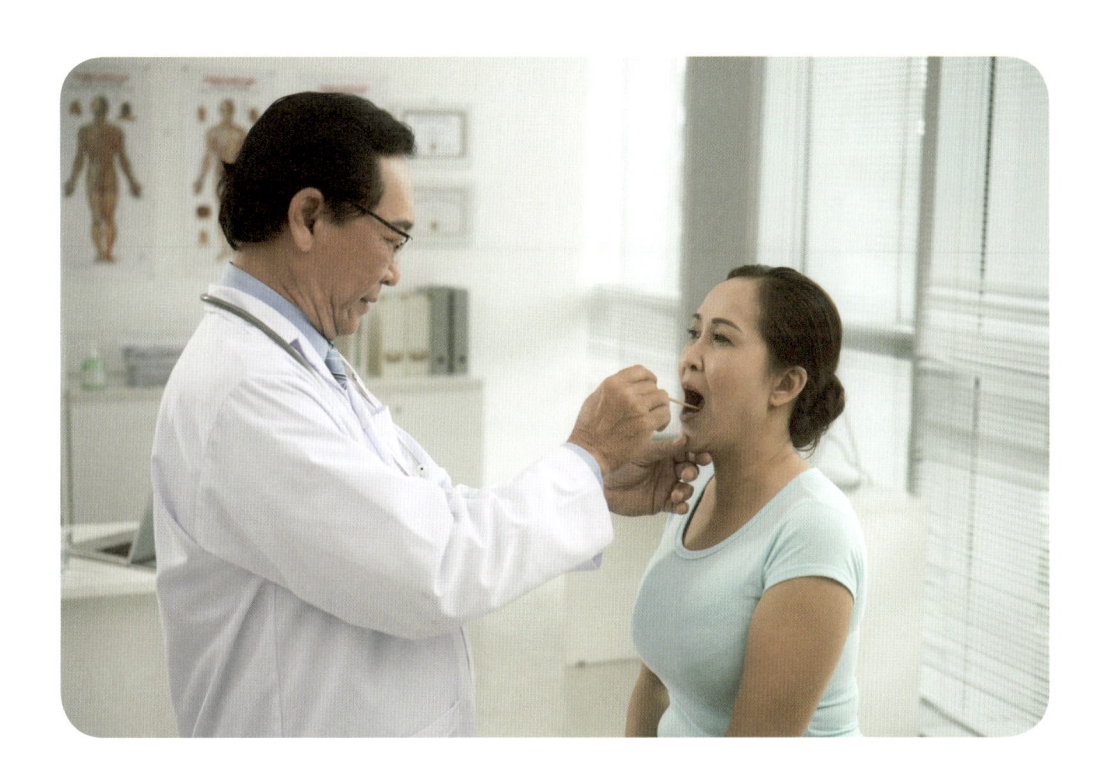

目標

- 學習一般內科看診時的對話
- 學習醫院各科、室及相關檢查的表達
- 學習眼科看診時的對話
- 學習各種症狀及疼痛的表達

文法

1. không (thể) + 動詞 + nổi（難度太高而）…不了、…不起
2. có ... đâu 哪有…呀！
3. ... hay sao mà ... 基於某事實結果並揣測原因
4. không / chẳng ... mấy 動作、狀態的程度偏少

文法 ①

không (thể) + 動詞 + nổi （難度太高而）…不了、…不起

A: Em làm sao thế?
妳怎麼了？

B: Chân em bị đau, không đi nổi nữa.
我的腳好痛，走不了了。

　　這個句型中的「nổi」本身有「可以達到或實現」的意思。因此當與「không」構成「không＋動詞＋nổi」的句型時（亦可加上「thể」在「không」之後。「thể」可有可無），就是表達出否定的「某事情、某動作的難度太高，沒辦法實現」的概念。另外稍稍互換「không」與「動詞」的位置成「動詞＋không＋nổi」的話，一樣能作為同義的句型使用；此外，同概念之下，若要變成疑問句以詢問對方某事是否能辦到的話，以「動詞＋nổi＋không?」的句型就變成疑問句了。

例
- **Cái thùng này nặng quá, em không bê nổi.**
  這個箱子太重了，我搬不動。
- **Mình không thể tin nổi là anh ấy có thể làm ra những chuyện như vậy.**
  我無法相信他可以做出這樣的事情。
- **Con no lắm rồi, không ăn nổi nữa.**
  我太飽了，沒辦法再吃了。

có ... đâu 哪有…呀！

A: Anh làm gì mà cô ấy giận thế?
你做了什麼惹她生氣啊？

B: Anh có làm gì đâu.
我沒做什麼呀！

　　此句型是口語的表現。「có ... đâu」的句型用於表示話者強烈否定「có」與「đâu」之間提及的內容。近似中文「哪有…呀！」或「沒有…呀！」的概念（語氣上更強調）。另有同義的句型為「đâu có＋動詞」。

例
- **Cô ấy đi công tác rồi, có ở nhà đâu, lúc khác anh đến nhé.**
  她去出差了，就是不在家呀！你改天再來吧！
- **Anh ấy có hiểu cho nổi khổ tâm của tôi đâu.**
  他哪裡有了解我的苦衷呀！
- **Chị có cầm nhầm tập tài liệu trên bàn em đâu.**
  最好是我有拿錯妳桌子上的資料夾啦！

自我測驗 ①

1 請用「không (thể) ＋動詞＋ nổi」的句型完成下面句子

(1) Công việc ở đây quá vất vả và áp lực, ＿＿＿＿＿＿＿＿＿＿＿＿＿＿＿＿.
（這裡的工作既辛苦壓力又大，我沒辦法再做了。）

(2) Chị nấu món này cay quá, ＿＿＿＿＿＿＿＿＿＿＿＿＿＿＿＿＿＿.
（妳做的這道菜太辣了，我吃不了了。）

(3) Quyển sách / Cuốn sách đó anh để trên kệ cao quá, ＿＿＿＿＿＿＿＿.
（你放在架子上的那本書放得太高了，我搆不著呀！）

(4) Ngày nào cũng phải dậy sớm đi làm từ 5 giờ sáng, ＿＿＿＿＿＿＿＿.
（每天都要早上 5 點就起床去工作，我起不來呀！）

2 請用「có ... đâu」的句型，回答下列的句子

(1) Anh Hùng mới chuyển nhà phải không?

→ ＿＿＿＿＿＿＿＿＿＿＿＿＿＿＿＿＿＿＿＿＿＿＿＿＿＿＿＿＿＿.
（雄哥哪有搬家，他還是住在舊家那。）

(2) Con chú Tuấn thi đỗ đại học Hà Nội rồi à?

→ ＿＿＿＿＿＿＿＿＿＿＿＿＿＿＿＿＿＿＿＿＿＿＿＿＿＿＿＿＿＿.
（哪是考上河內大學，而是考上清新大學。）

(3) Chị Ngọc đi du lịch với người yêu à?

→ ＿＿＿＿＿＿＿＿＿＿＿＿＿＿＿＿＿＿＿＿＿＿＿＿＿＿＿＿＿＿.
（她哪是跟男朋友去！她是跟大學同學去的。）

(4) Nhà em mua xe ô tô / xe hơi rồi à?

→ ＿＿＿＿＿＿＿＿＿＿＿＿＿＿＿＿＿＿＿＿＿＿＿＿＿＿＿＿＿＿.
（哪裡有買車，我家是租車的，哪有那個錢買車呀！）

單字

kệ 架子　**với** 搆　**thi đỗ** 考上、考取　**đỗ**（考試）上了（學校）

對話 ①

Hy Phong:
Chào bác sĩ.

Bác sĩ:
Chào anh, anh thấy không khoẻ chỗ nào?

Hy Phong:
Dạo này chân tôi đột nhiên bị sưng đỏ và đau nhức mà rõ ràng là tôi có bị va đập gì đâu.

Bác sĩ:
Để tôi kiểm tra chân anh một chút nhé.

Hy Phong:
Dạ vâng / Dạ.

Bác sĩ:
Anh chỉ bị sưng ở chỗ ngón chân cái này phải không? Còn bị đau chỗ nào nữa không?

Hy Phong:
Vâng / Dạ, chỉ bị chỗ đó thôi ạ.

Bác sĩ:
Anh bị thế này bao lâu rồi?

Hy Phong:
Khoảng ba ngày nay rồi ạ. Nhất là ban đêm đột nhiên đau nhức khiến tôi không thể ngủ nổi.

Bác sĩ:
Trước mắt tôi thấy anh có những triệu chứng giống với bệnh gout, tôi sẽ chỉ định cho anh làm xét nghiệm máu để đo nồng độ acid uric trong máu và chụp X-quang khớp để kiểm tra nhé.

Hy Phong:
Vâng / Dạ, cảm ơn bác sĩ.

(Sau khi có kết quả xét nghiệm)

熙峰：
醫生您好。

醫生：
你好，你哪裡不舒服？

熙峰：
最近我的腳並沒有去撞到什麼東西，卻開始紅腫、疼痛。

醫生：
讓我看一下你的腳！

熙峰：
好的。

醫生：
你只有這個大腳趾紅腫而已嗎？還有沒有其他的地方會痛呢？

熙峰：
沒有，只有大腳趾而已。

醫生：
你有這個症狀多久了？

熙峰：
大概三天了。特別是半夜時會痛醒，弄得我難以入睡。

醫生：
目前看起來我覺得你有些痛風的症狀，我會安排你去做抽血檢查，看你血液中的尿酸濃度如何，另外還要做關節X光的檢查。

熙峰：
好的，謝謝醫生。

（檢查結果出來之後）

Bác sĩ:

Kết quả xét nghiệm cho thấy nồng độ acid uric trong máu của anh cao hơn mức bình thường và hình ảnh chụp khớp xương bị tổn thương, từ đó có thể chẩn đoán anh bị bệnh gout rồi.

Hy Phong:

Bệnh này có nghiêm trọng không bác sĩ?

Bác sĩ:

Anh không cần quá lo lắng đâu, bệnh gout là bệnh lành tính, có thể khống chế bằng thuốc và phòng ngừa bằng cách thay đổi chế độ ăn. Tôi sẽ kê đơn thuốc điều trị cho anh.

Hy Phong:

Dạ vâng / Dạ, vậy tôi có cần kiêng gì không ạ?

Bác sĩ:

Anh không nên ăn nhiều nội tạng động vật, thịt, cá, tôm, cua,...; mỗi ngày không ăn quá 150 gram thịt, có thể ăn trứng và hoa quả / trái cây. Đặc biệt là không uống rượu và phải tập thể dục thường xuyên. Ngoài ra, cũng cần uống nhiều nước, khoảng 2-4 lít nước mỗi ngày nhé.

Hy Phong:

Dạ vâng / Dạ, tôi sẽ cố gắng làm theo lời bác sĩ dặn. Cảm ơn bác sĩ!

Bác sĩ:

Không có gì. Uống hết thuốc thì đến khám lại nhé.

醫生：
檢查結果顯示你血液中的尿酸濃度高於正常值，X光也有關節受損的情況，所以可以斷定你已經罹患了痛風。

熙峰：
那這種病嚴重嗎？

醫生：
你也不用太擔心，痛風是一種良性疾病，可以用藥物控制及改善飲食的方式來預防。我會開藥給你。

熙峰：
好的，那我有沒有什麼是不能吃的？

醫生：
你不要吃太多動物內臟、肉、魚、蝦、螃蟹等等，每天吃肉不要超過150公克，可以吃雞蛋和水果。特別是記得要多運動，不要喝酒。另外，要記得多喝水，每天大約要喝2-4公升的水量才行。

熙峰：
好的，我會按您說的盡力去做。謝謝醫生！

醫生：
不客氣。藥吃完再來複診喲。

單字

va đập 撞擊	khớp 關節	chế độ ăn 飲食
ngón chân cái 大腳趾	tổn thương 受損	kê đơn 開藥
triệu chứng 症狀	chẩn đoán 診斷	kiêng 忌口
chỉ định 指定	lành tính 良性	nội tạng 內臟
xét nghiệm máu 血液檢查	khống chế 控制	tập thể dục 運動
nồng độ acid uric 尿酸濃度	phòng ngừa 預防	

本課相關單字 ①

B164.MP3　N164.MP3

【醫院科別分類】

❶ khoa nhi 兒科

❷ nha khoa 牙科

❸ khoa ngoại 外科

❹ khoa tai-mũi-họng 耳鼻喉科

❺ khoa tiết niệu 泌尿科

❻ khoa cơ-xương-khớp 骨科

❼ khoa mắt 眼科

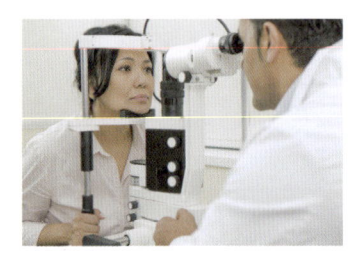

❽ khoa phục hồi chức năng 復健科

❾ khoa hô hấp 胸腔內科

❿ khoa truyền nhiễm 感染科

⓫ khoa nội 內科

⓬ khoa ngoại chấn thương chỉnh hình 整形外科

⓭ khoa tim mạch 心臟科

⓮ khoa da liễu 皮膚科

⓯ khoa cấp cứu 急診科

⓰ khoa phụ sản 婦產科

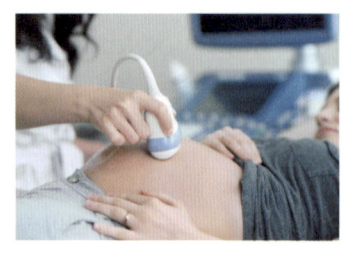

⓱ khoa gây mê hồi sức 麻醉科

⓲ khoa thần kinh 神經內科

⓳ khoa tiêu hoá-gan-mật 肝膽腸胃科

【醫院各科室】

❶ phòng phẫu thuật / phòng mổ 手術室

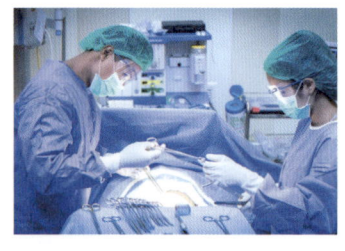

❷ phòng cấp cứu 急診室

❸ phòng hồi sức 恢復室

❹ phòng siêu âm 超音波室

❺ phòng chụp X-quang X光攝影室

❻ phòng bệnh 病房

❼ phòng xạ trị 放射室

❽ phòng khám 診間

❾ phòng xét nghiệm 檢驗室

【各項檢查】

❶ xét nghiệm máu 驗血

❷ xét nghiệm nước tiểu 驗尿

❸ xét nghiệm phân 糞便檢查

❹ đo huyết áp 量血壓

❺ đo lượng đường trong máu 量血糖

❻ đo nhiệt độ cơ thể 量體溫

❼ **chụp X-quang**
做 X 光檢查

❽ **chụp điện tâm đồ**
做心電圖檢查

❾ **siêu âm**
照超音波；超音波

❿ **chụp cắt lớp vi tính /
chụp CT** 做電腦 CT 斷層掃瞄

⓫ **chụp cộng hưởng từ
MRI** 做 MRI 磁振造影

⓬ **nội soi** 做內視鏡檢查

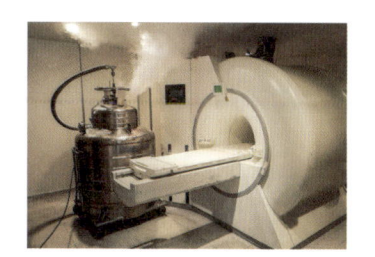

看病時醫生常用句型

- Bình thường có uống rượu / hút thuốc không? 平常有喝酒／抽菸嗎？

- Có bị dị ứng với cái gì không? 有對什麼東西過敏嗎？

- Chỗ này có đau không? đau như thế nào? 這裡會痛嗎？是什麼樣的痛法？

- Còn có triệu chứng nào khác không? 還有其他症狀嗎？

- Trong gia đình có ai có tiền sử bệnh tim mạch không?
家中有人有心臟方面的病史嗎？

- Cổ họng có đau không? 喉嚨會不會痛？

- Tên thuốc bạn bị dị ứng là gì? 你會過敏的藥物是什麼名稱？

- Thuốc này dược tính nhẹ và thường ít có tác dụng phụ.
這種藥的藥性溫和，一般不太會有副作用。

- Bạn có tiền sử bệnh lý gia đình không? 你有家族病史嗎？

- Bạn cần nhớ uống nhiều nước và tập thể dục thường xuyên.
你要記得多喝水，並規律運動。

- Bạn nên tránh uống rượu và thức khuya. 你要避免喝酒及熬夜。

- Bệnh ngoài da này có thể được chữa khỏi bằng liệu pháp áp lạnh.
這種皮膚病可以透過冷凍治療來治癒。

- Cô không bị ốm / bị bệnh, cô đang mang thai. 小姐妳不是生病，妳是懷孕了。

- Vì có tiền sử bệnh lý gia đình nên bạn có nguy cơ cao mắc bệnh này.
因為你有家族病史的關係，所以你是罹患這種病的高風險群族。

- Ba mức cao đề cập đến huyết áp cao, tăng lipid máu và lượng đường trong máu cao. 「三高」是指高血壓、高血脂、高血糖。

- Không quan hệ tình dục với nhiều bạn tình để tránh mắc các bệnh lây truyền qua đường tình dục. 不要有多重性伴侶，以免罹患性病。

文法 ②

... hay sao mà ... 基於某事實結果並揣測原因

A: Dạo này anh Hải bị ốm / bị bệnh hay sao mà xin nghỉ mấy ngày rồi?
最近海哥請了好幾天的假，是不是生病了？

B: Không phải đâu, chị nghe nói là nhà có việc gì đó.
不是，我聽說好像是家裡有什麼事情的樣子。

「... hay sao mà ...」是基於某事實結果而對某原因進行確認的句型。此句型中，作為依據的事實（結果）置於「mà」之後，而「hay sao」前述的內容則是話者主動對某原因的揣測並與聽者進行確認的部分。注意此句型提及的原因不太肯定，只是話者的猜測而已。

例
- Mẹ con tắt máy điện thoại hay sao mà gọi mãi không được?
媽媽的手機不知道是不是關機了，我一直打都打不通？
- Con không thích ăn cà rốt hay sao mà gắp hết ra thế?
你是不是不喜歡吃紅蘿蔔啊？怎麼全都挑出來了。
- Em cho nhiều muối quá hay sao mà mặn thế?
妳是不是放了太多鹽了呀？好鹹喔！

không / chẳng ... mấy 動作、狀態的程度偏少

A: Tối qua chị ngủ ngon không?
昨晚妳睡得好嗎？

B: Thời tiết nóng nực quá, lại lạ giường khó ngủ, nên chẳng ngủ được mấy.
天氣太熱了，我認床又難睡，所以沒睡好。

「không / chẳng ... mấy」的句型使用於當想要表達某個動作的達到或狀態或性質的產生程度偏低的情況下，該動作、狀態、性質便置於「chẳng」與「mấy」之間的位置。這句型近似中文：「不太…」的概念。

例
- Các mẫu thiết kế này không khác gì mấy so với năm ngoái.
這些設計與去年的也沒有差太多。
- Bố / Ba vừa về chẳng ăn mấy đã lên phòng nghỉ rồi.
爸爸剛剛回來後，沒吃多少就上樓回房休息去了。
- Hai đứa nó đến muộn / đến trễ chẳng làm đỡ gì mấy.
他們倆遲到，沒幫上什麼忙。

自我測驗 ②

1 請用「... hay sao mà ...」的句型完成下列的句子

(1) Hôm qua do em uống nhiều cà phê / nằm mãi không ngủ được

→ _____.

(2) Chị có chuyện gì vui / cười tươi thế

→ _____.

(3) Con bé đói / khóc suốt thế

→ _____.

(4) thích cô ấy / đối xử với cô ấy tốt vậy

→ _____.

2 請依題示完成下列的句子

| hay | quan tâm | nặng | chịu ngồi yên |

(1) Bình thường bố / ba tôi chẳng _____ mấy đến chuyện học hành của tôi.

（平常我爸爸就不太關心我的學業。）

(2) Thằng bé chẳng _____ mấy, chốc chốc lại chạy lung tung.

（這孩子不好好坐著，一直在那裡跑來跑去。）

(3) Bộ phim hôm qua cũng chẳng _____ mấy, thế mà nhiều người cứ kéo nhau đi xem.

（這部片子也不太好看，卻有這麼多人互約要去看。）

(4) Cái thùng này cũng không _____ mấy, một mình tôi có thể bê được.

（這桶子也沒有很重，我一個人就搬得動了。）

單字

học hành 學業、課業　**chốc chốc** 時時、不時地　**lung tung** 胡亂

對話 ②

(Tại phòng khám mắt)

Phương Nghi:
Chào bác sĩ ạ.

Bác sĩ:
Chào bạn. Bạn đến khám mắt định kỳ hay là mắt có vấn đề gì?

Phương Nghi:
Em muốn kiểm tra xem có phải tăng độ rồi **hay sao mà** dạo này mắt em thường xuyên nhức mỏi, đeo kính mà nhìn ti vi thỉnh thoảng thấy hơi mờ mờ ạ?

Bác sĩ:
Mắt bạn cận lâu chưa? Bây giờ đang đeo kính bao nhiêu độ?

Phương Nghi:
Dạ, em cận từ hồi cấp ba, cũng khoảng 13 năm rồi ạ. Hiện tại thì em đang đeo kính một bên 2.75 độ, một bên 3.25 độ.

Bác sĩ:
Bạn tháo kính ra rồi ngồi vào ghế này, đặt cằm sát vào đây và nhìn vào ống kính nhé.

Phương Nghi:
Dạ vâng / Dạ.

Bác sĩ:
Theo kết quả vừa đo được thì mắt trái của bạn là 3.75 độ, còn mắt phải là 4.25 độ. Để tôi kiểm tra mắt của bạn một chút.

（在眼科診間）

芳宜：
醫師您好。

醫生：
妳好。妳是來做眼睛的定期健康檢查還是眼睛有什麼不舒服嗎？

芳宜：
最近我經常覺得眼睛會痠痛，戴著眼鏡看電視偶爾也覺得有點模糊，所以我想要檢查看看是不是眼睛的度數增加了？

醫生：
妳有近視多久了？現在戴的眼鏡是幾度？

芳宜：
我高中的時候就有近視了，差不多也 13 年有了。我現在戴的眼鏡一邊是 275 度，一邊是 325 度。

醫生：
妳把眼鏡拿下來，然後坐在這張椅子上，下巴靠在這裡，然後眼睛看著前面。

芳宜：
好的。

醫生：
依我們測量出來的結果，妳的左眼是 375 度，右眼是 425 度。我看一下妳的眼睛喲！

Phương Nghi:

Thế là mỗi bên em tăng 1 độ rồi ạ? Thảo nào / Hèn chi em nhìn thấy hơi mờ mờ.

Bác sĩ:

Mắt của bạn hơi bị khô, bạn có thường xuyên nhỏ thuốc nhỏ mắt không?

Phương Nghi:

Dạ, em cũng không dùng mấy ạ.

Bác sĩ:

Nếu phải làm việc tiếp xúc nhiều với máy tính hay đồ điện tử thì bạn nên dùng thuốc nhỏ mắt thường xuyên để cho mắt đỡ bị khô và nhức mỏi. Ngoài ra, bạn cũng nên đi cắt kính mới phù hợp với độ cận của mắt bây giờ sẽ tốt hơn đấy.

Phương Nghi:

Dạ vâng / Dạ, cảm ơn bác sĩ.

芳宜：
這麼說每一邊都增加 100 度了嗎？怪不得我看得有點糊糊的。

醫生：
妳的眼睛有點乾，妳有經常點眼藥水嗎？

芳宜：
沒有，我不太常點眼藥水。

醫生：
若妳的工作每天都需要接觸到電腦或電子設備的話，妳就應該要經常使用眼藥水，以防止眼睛乾燥及痠痛。另外，妳也應該去配一副符合妳現在度數的新眼鏡會比較好。

芳宜：
好的，謝謝醫生。

B167.MP3　　N167.MP3

單字

định kỳ 定期	cận 近視	nhỏ 滴
tăng độ 度數增加	cấp ba 高中	thuốc nhỏ mắt 眼藥水
nhức mỏi 痠痛	phẩy (,) （數字）點	tiếp xúc 接觸
đeo kính 戴眼鏡	cằm 下巴	cắt kính 配眼鏡
mờ mờ 模糊、糊糊的、朦朦的	ống kính 鏡頭	độ cận 度數

編註 在越南文的視力度數表示上，一般皆可用「. (chấm)」或「, (phẩy)」來表示。但也習慣像本課一樣，文書面雖然寫「.」，但口語對話上卻唸成「,」的方式表示。

第 16 課 就醫 | 261

本課相關單字 ②

【常見疾病症狀】

15 北 ngạt mũi / 南 nghẹt mũi 鼻塞

16 chảy nước mũi / sổ mũi 流鼻水

17 hôi miệng 口臭

18 ho 咳嗽

19 đau họng 喉嚨痛

20 viêm 發炎

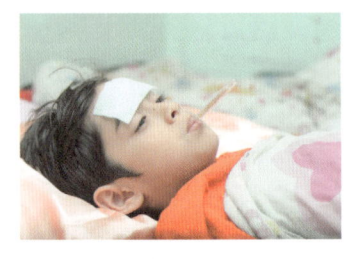

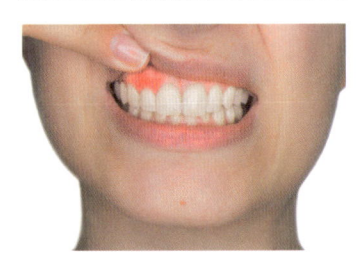

1 sốt 發燒

2 mệt mỏi 疲倦

3 cảm cúm 感冒

4 đau đầu 頭痛

5 chóng mặt 眩暈

6 huyết áp cao 高血壓

7 thiếu máu 貧血

8 rụng tóc 掉髮

9 mắt khô 眼睛乾澀

21 ho ra máu 咳血

22 北 nôn / 南 ói 嘔吐

23 北 nôn ra máu / 南 ói ra máu 吐血

24 chướng bụng 腹脹

25 đau bụng 腹痛、肚子痛

26 khó tiêu 消化不良

10 ngứa 癢

11 sưng đỏ 紅腫

12 đau đớn 疼痛

13 đau tai 耳朵痛

14 chảy máu cam 流鼻血

27 đầy hơi 脹氣

28 tiêu chảy 腹瀉、拉肚子

29 mất ngủ 失眠

30 thở gấp 喘息

31 đau ngực 胸痛

32 mồ hôi tay 手汗

33 đau lưng 腰痛

【常見各種疼痛】

1 đau âm ỉ 鈍痛

2 đau thắt / đau quặn 絞痛

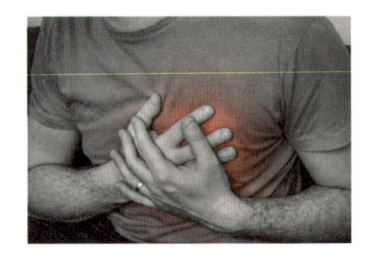

3 đau dữ dội 劇痛

4 đau nhói / nhói nhói 刺痛

5 đau mỏi / nhức mỏi 痠痛

6 đau rát 有灼熱感

7 đau cấp tính 急性疼痛

- **8** đau mãn tính 慢性疼痛
- **9** đau dai dẳng 會持續地作痛
- **10** đau từng cơn 會一陣子一陣子的痛；間歇的痛

看病時患者常用句型

- Xin chào, xin hỏi tôi có thể lấy số thứ tự ở đâu?
  你好，請問在哪裡抽（門診）的診號牌？

- Tôi đến khám lần đầu nên chưa có sổ khám bệnh.
  我是初診，所以還沒有病歷本。

- Xin hỏi qua mất số của tôi rồi thì phải đợi mấy người nữa vậy?
  請問過號要等幾個人呢？

- Thỉnh thoảng tôi hay bị ho và tức ngực. 有時候我會咳嗽和胸悶。

- Gần đây tôi thấy đau quanh mắt và nhìn không rõ.
  最近我覺得眼睛的周圍很痛，而且看東西變得不太清楚。

- Răng khôn của tôi hình như bị sâu? Cảm giác như lúc nào cũng đau.
  我的智齒好像有蛀牙？感覺一直在痛。

- Gần đây thời tiết trở lạnh và tôi cảm thấy ngứa ngáy khắp người.
  最近天氣變冷，我感覺到全身會發癢。

- Thưa bác sĩ, xin hỏi lịch khám xếp vào ngày nào ạ?
  醫生，請問檢查是安排在幾月幾號？

- Thuốc này uống thế nào ạ? 要如何服用這種藥？

- Mặc dù loại thuốc này rất hữu ích nhưng tác dụng phụ quá mạnh và ảnh hưởng đến cuộc sống hàng ngày của tôi.
  這個藥雖然有用，但是副作用太強了，我的日常生活受到影響。

- Tôi đã uống hết thuốc nhưng không thấy đỡ. 藥我已經吃完了但也不見好轉。

- Nếu muốn phẫu thuật thì cần chú ý những gì?
  要動手術的話，請問要注意哪些事項？

- Tôi cảm thấy khá hơn rồi, bao giờ tôi có thể xuất viện ạ?
  我感覺好多了，我什麼時候可以出院？

- Tôi luôn cảm thấy gần đây mình ngày càng thích ăn đồ chua và lúc nào cũng cảm thấy buồn nôn / mắc ói.
  我總覺得最近變得比較喜歡吃酸的東西，而且一直想吐。

一起聊天吧！

1 根據實際情況回答問題

- **Bạn có bị dị ứng với gì không?**
  你有對什麼東西過敏嗎？
- **Bạn từng bị thuỷ đậu chưa?**
  你曾經罹患過水痘嗎？
- **Bạn từng bị sốt cao nhất bao nhiêu độ?**
  你曾經最高發燒到幾度？

2 主題談話

1. Khoa da liễu: viêm da, bị bỏng / bị phỏng, mụn
   皮膚科：皮膚炎、燙到、痘痘
2. Hiệu thuốc: mua thuốc giảm đau, thực phẩm chức năng
   藥局：買止痛藥、保健食品
3. Khoa phụ sản: khám thai, khám phụ khoa, khám vô sinh
   婦產科：產檢、婦科檢查、不孕症檢查

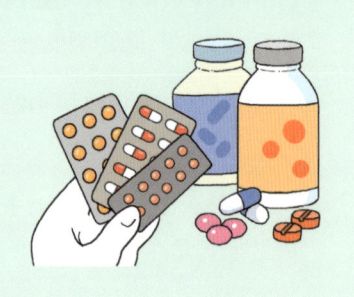

3 練習對話

1 **A đến bệnh viện khám bệnh**　A 到醫院看病
Gợi ý: triệu chứng, làm xét nghiệm, kết quả ra sao?
提示 症狀、做檢查、結果如何？

2 **A đi nhổ răng khôn**　A 去拔智齒
Gợi ý: tình trạng răng khôn, quá trình nhổ ra sao?
提示 智齒的情況、拔牙過程如何？

單字心智圖

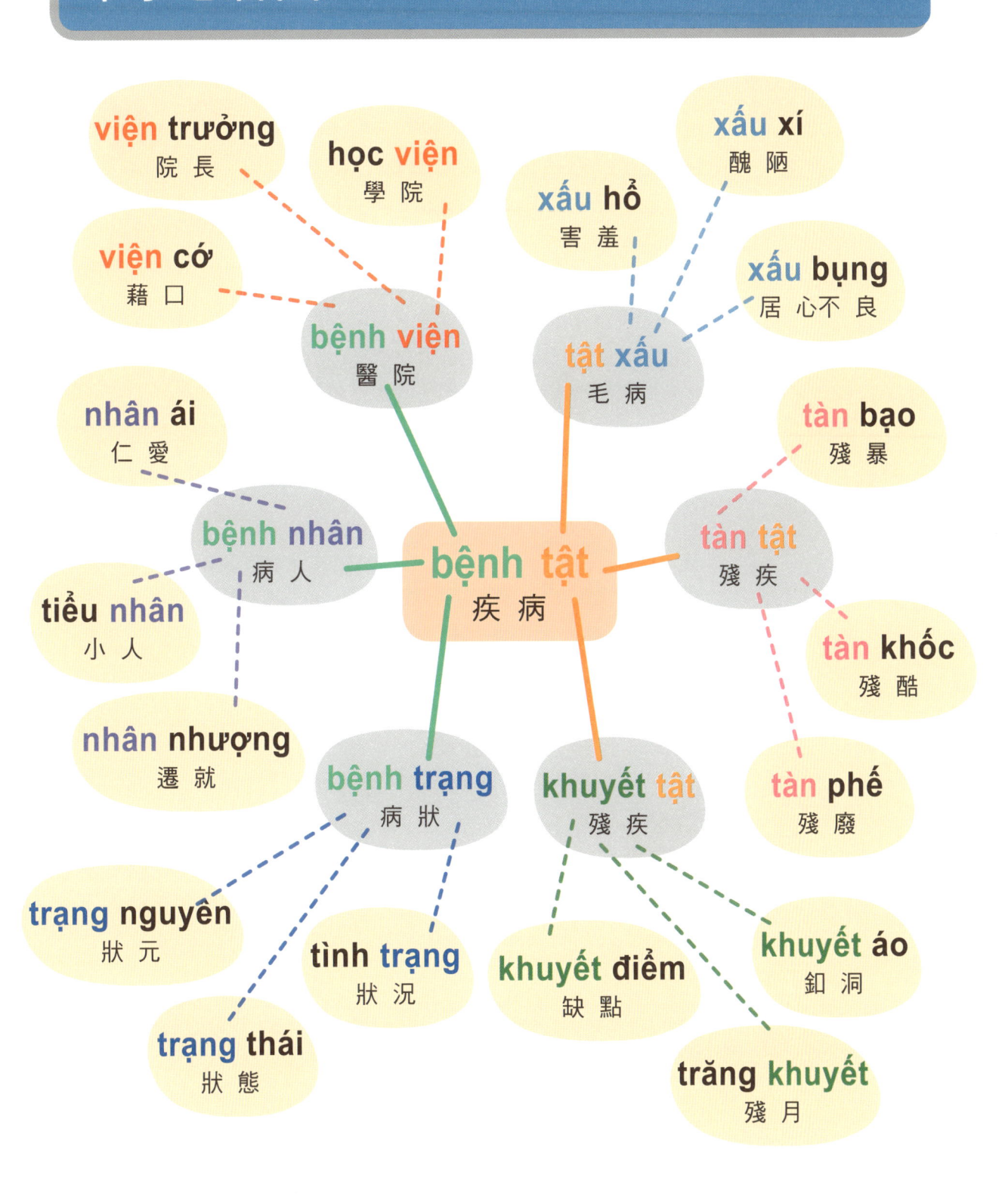

- **viện trưởng** 院長
- **học viện** 學院
- **viện cớ** 藉口
- **bệnh viện** 醫院
- **xấu hổ** 害羞
- **xấu xí** 醜陋
- **xấu bụng** 居心不良
- **tật xấu** 毛病
- **nhân ái** 仁愛
- **bệnh nhân** 病人
- **tiểu nhân** 小人
- **nhân nhượng** 遷就
- **bệnh tật** 疾病
- **tàn bạo** 殘暴
- **tàn tật** 殘疾
- **tàn khốc** 殘酷
- **tàn phế** 殘廢
- **bệnh trạng** 病狀
- **khuyết tật** 殘疾
- **trạng nguyên** 狀元
- **tình trạng** 狀況
- **trạng thái** 狀態
- **khuyết điểm** 缺點
- **khuyết áo** 釦洞
- **trăng khuyết** 殘月

第 16 課 就醫 I 265

越南大小事

生病應該去公立醫院還是私立醫院？

在越南，萬一生病時，往公家醫院去好？還是往私立醫院去好呢？

原則上，越南的公家醫院是由政府設立公營的，一般來說病患最關心的醫療量能及品質大體上都很不錯，醫護人員的素質都是公費留學的，多半都很專業優秀。醫療費也會相對便宜，特別是住院的費用。但公立醫院還是有些問題存在，名氣比較大或有名醫存在的大城市的醫院，因為大家就醫時都會往那裡跑，所以自然人滿為患，進一步地候診、檢查、治療時間過長很浪費時間外，需要住院的病患也往往很難等到床位；相對的比較沒名氣的小醫院，因為患者少，院方的收益也少，自然就沒錢投資設備及醫護人員的訓練，久了自然演變成了即便是都公立醫院，卻有著醫療資源應用不平均的現象存在。

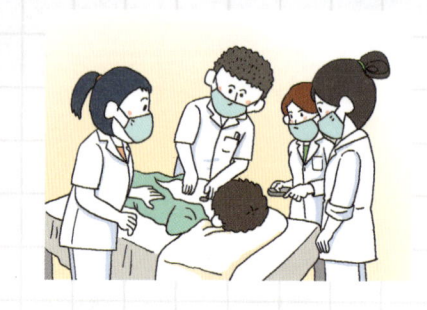

相對的私立醫院（私人診所、私立醫院或國際醫院的通稱），他們是外部資金投資的，所以好處在於先進設施會定期升級之外，服務時間亦比公立醫院彈性（星期六、日等辦公時間外會有看診），因此病患的人流可以分散，候診及治療時的等候也就不用這麼久。因為也不是鐵飯碗，所以私立醫院的醫護人員自然態度更加熱情親切，提供服務時品質極佳。雖然越南本地還是有人會質疑私立醫院的醫師跟護理師等素質不佳，但事實上這些醫院大多都竭盡全力地挖角全國一線醫院的專家進入院方的醫療團隊，藉以提升醫院的聲譽。但私立醫院最大的缺點是醫藥費很高，目前雖然已經有引用健保卡制度（私人診所除外），但跟公立的相較之下便宜不到哪去。另外，由於私立醫院通常是綜合性醫院，專科診治的能力有限，所以對於癌症、中風等疑難雜症，最後還是會轉到公立醫院診治。

說白的，要選公家還是私立的醫院，大體上都沒問題，就看你是想花錢省時間？或是省錢花時間？在越南人們通常會這樣，當覺得醫藥費負擔的來時，那就先去私立醫院先快速看診，然後再轉到公家醫院用健保住院，較為省錢又省事。

註 目前2024年在越南，健保卡制度尚未像台灣一樣發展至全國通用的階段。

Bài 17 | 就醫 II
Khám bệnh 2

【日常生活篇】

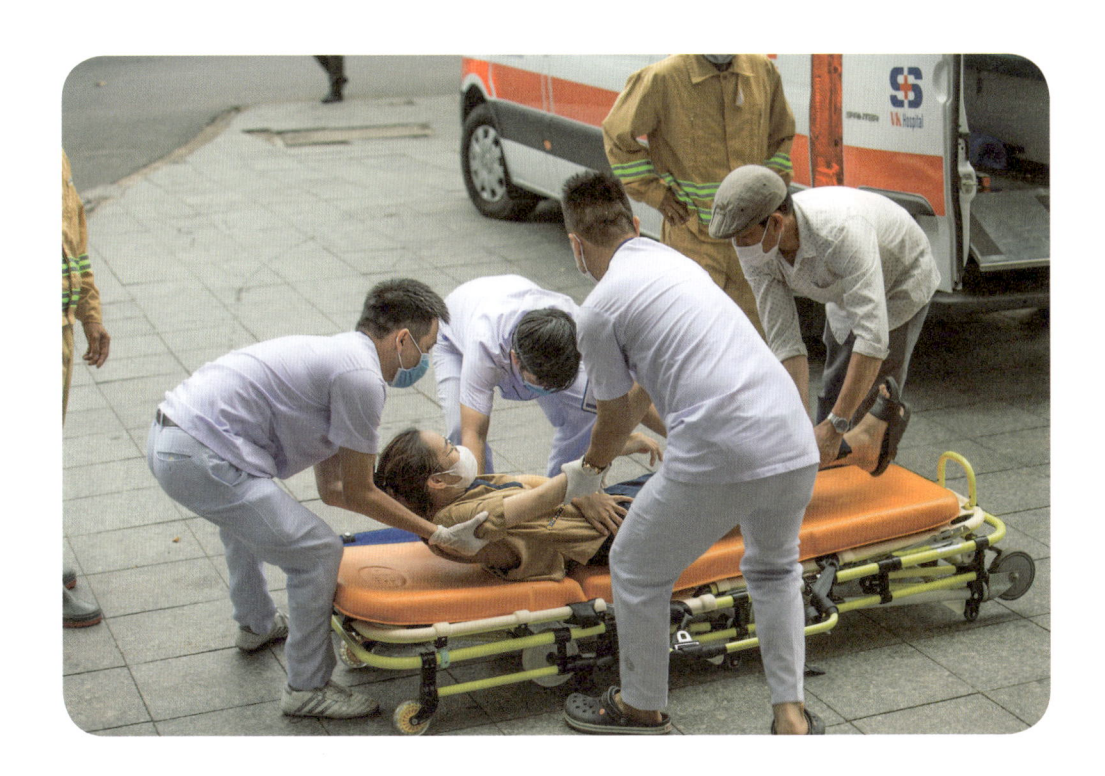

目標

- 學習在急診時的對話
- 學習與人體及常見疾病的表達
- 學習術後閒談時的對話
- 學習醫藥用品及更多醫囑的表達

文法

1. ... , thế là ... …，於是…
2. (vốn) cứ nghĩ là... （原本）以為…
3. may là ... , không thì ... 幸虧…，否則…
4. ... làm gì …幹嘛？、…做什麼？

文法 ①

... , thế là ... …，於是…

A: Có chuyện gì vậy?
發生什麼事了？

B: Nghe nói anh Dũng lái xe vượt đèn đỏ, thế là bị công an phạt.
聽說勇哥開車闖了紅燈，於是就被警察逮住了。

在「... , thế là ...」的句型裡，後述的內容是因前述內容的緣故所發生的結果。「... , thế là ...」相當於中文的「…，於是／所以…」的概念。

例
- Chị ấy gọi điện cho anh mấy lần không được, thế là nhờ em nhắn anh gọi lại cho chị ấy.
  她打了好幾次電話給你都打不通，於是叫我跟你講要回她電話。
- Tôi đang đi thì xe hết xăng, thế là đành phải dắt bộ tìm chỗ đổ xăng.
  機車騎到半路沒油了，於是我只好牽著車找地方加油。
- Bố / Ba tôi bị ngã xe / bị té xe phải nằm viện, thế là hai chị em tôi thay nhau chăm sóc bố / ba.
  我爸摔車要住院，於是我們姊妹倆輪流照顧他。

(vốn) cứ nghĩ là ... （原本）以為…

A: Kết quả phỏng vấn thế nào?
面試的結果如何？

B: Em vốn cứ nghĩ là mình sẽ được nhận vào làm, nhưng không ngờ em lại bị loại.
我原本以為自己會被錄取，但沒想到我竟然被淘汰了。

此句型常用於表示話者在後述的內容中提到對某人、事、物做出自己預先的判斷，並對該結果深信不已，但最後事實卻出乎意料，並非如此的轉折；意思相當於中文的「（原本）以為…」。被判斷的對象稱謂詞亦可以置於「nghĩ」與「là」之間。

例
- Chị cứ nghĩ là chị cao hơn em, không ngờ là em lại cao hơn chị đấy.
  我本以為我比妳高，沒想到妳竟然比我還高呢！
- Bọn tớ / Bọn tôi cứ nghĩ là hai người vẫn còn yêu nhau, thì ra là đã chia tay rồi.
  我們以為你們兩個還在一起，原來是已經分手了呀！
- Cậu ta / Anh ấy cứ nghĩ là mình giỏi nên luôn ra vẻ kiêu căng.
  他以為自己很優秀，所以總是表現出傲慢的樣子。

268

自我測驗 ①

1 請完成下列「**... , thế là ...**」句型的句子

(1) Anh Thắng chờ chị mãi không thấy về, thế là _____.
（勝哥一直等妳，看妳沒回來，於是他就回去了。）

(2) Nam và Hằng nói chuyện riêng trong giờ học, thế là
_____.
（小南跟阿姮在上課的時候講悄悄話，於是被（女）老師要他去角落裡罰站。）

(3) Hôm qua trời mưa em bị ướt hết quần áo, thế là
_____.
（昨天下雨我的衣服全都溼掉了，所以需要借阿蘭的來穿。）

(4) Sáng nay em dậy muộn / dậy trễ không kịp ăn sáng, thế là
_____.
（今天早上我起得晚來不及吃早餐，於是簡單抓了一盒牛奶邊走邊喝！）

2 請用「**cứ nghĩ là ...**」的句型完成下列的句子

(1) _____, thế mà cuối tuần này đã đi rồi.
（爸爸原以為你會休假（回來）待兩個星期，結果週末就要走啦！）

(2) Tôi _____, vậy mà em đã lừa dối tôi suốt bấy lâu nay.（我本以為你是一個樸實又真誠的人，沒想到一直以來你都是騙我的。）

(3) Anh _____ thôi, không ngờ đó lại là sự thật.
（我本以為她只是開玩笑而已，沒想到那些都是真的！）

(4) Em _____, không ngờ lại chua thế.
（我本以為熟的李子很甜，沒想到酸成這樣。）

單字

nói chuyện riêng 講悄悄話　**phạt đứng** 罰站　**góc lớp** 教室的角落　**tạm** 將就、姑且
thật thà 忠厚老實、樸實　**suốt bấy lâu** 一直以來　北 **quả mận** / 南 **trái mận Hà Nội** 李子
chín（果實）成熟、熟稔

對話 ①

Quang Hưng:
Bác sĩ ơi, mau cứu bạn em với ạ.

Y tá:
Anh ấy bị làm sao thế?

Quang Hưng:
Anh ấy đột nhiên bị đau bụng dữ dội, thấy sắc mặt anh ấy tái nhợt có vẻ không ổn, thế là em vội đưa đến viện luôn.

Y tá (nói với Chấn Vĩ):
Anh bị đau ở chỗ nào và đau như thế nào có thể nói cho tôi biết được không?

Chấn Vĩ:
Tôi bị đau dạ dày, hôm nay cơn đau rất mạnh, cảm giác như có dao đâm vào bụng vậy.

Y tá:
Mau đưa anh ấy vào phòng cấp cứu để bác sĩ kiểm tra.

Bác sĩ cấp cứu:
Tình trạng bệnh nhân thế nào?

Y tá:
Bệnh nhân bị đau ở vùng thượng vị dạ dày, chướng bụng.

Bác sĩ cấp cứu (nói với Chấn Vĩ):
Trước đây anh đã từng bị đau như thế này chưa?

Chấn Vĩ:
Thỉnh thoảng tôi có bị đau âm ỉ, có mua thuốc uống thấy đỡ hơn, nhưng dạo gần đây tần suất bị đau nhiều hơn.

Bác sĩ cấp cứu:
Vậy anh có thấy triệu chứng gì khác nữa không?

光興：
有醫生嗎？快救救我的朋友。

護士：
他怎麼了？

光興：
他的腹部突然劇痛，我看他臉色蒼白，好像不太對勁，於是我就趕緊把他送到醫院來了。

護士（對振偉說）：
你是哪裡痛，怎麼個痛法，可以跟我講一下嗎？

振偉：
我感覺胃會痛，今天痛的特別厲害，感覺就像肚子被捅了一刀一樣。

護士：
那快送到急診室裡讓醫生檢查。

急診醫師：
患者的情況如何？

護士：
患者有上腹部疼痛、腹脹的情況。

急診醫師（對振偉說）：
你以前有這麼痛過的情況嗎？

振偉：
我有的時候腹部會鈍痛，有買藥回來吃後就會感覺好些了，不過最近疼痛頻率有比較高了點。

急診醫師：
那你還有其他症狀嗎？

Chấn Vĩ:

Có ạ, tôi cảm thấy ăn uống khó tiêu, thường xuyên ợ chua và buồn nôn / mắc ói nôn, vốn cứ nghĩ là triệu chứng nhẹ thôi nên tôi cũng chỉ mua thuốc uống.

Bác sĩ cấp cứu:

Để tôi kiểm tra bụng anh nhé. Anh thử thở mạnh xem nào.

Chấn Vĩ:

Ôi đau lắm bác sĩ ơi. Tôi cảm thấy không còn tí sức lực nào nữa.

Bác sĩ cấp cứu:

Tay chân anh ấy hơi lạnh, còn toát mồ hôi, có thể là tụt huyết áp rồi. *(Quay sang nói với Quang Hưng)* Qua khám sơ bộ, có thể chẩn đoán anh ấy bị viêm loét dạ dày, chúng tôi cần làm kiểm tra kĩ hơn để biết chính xác mức độ nghiêm trọng, nếu bệnh chuyển biến nặng thì có thể sẽ phải tiến hành phẫu thuật ngay. Anh đi hoàn thiện các thủ tục giấy tờ và nộp viện phí theo sự hướng dẫn của cô y tá nhé.

Quang Hưng:

Vâng ạ / Dạ, trăm sự nhờ bác sĩ.

振偉：
有，我感覺消化不良，經常胃灼熱、噁心，原本以為這是一種輕微的症狀，所以我只有買藥來吃而已。

急診醫師：
我檢查一下你的腹部喔。你試著用力呼吸看看。

振偉：
好痛呀，醫生。我感覺一點力氣都沒有了。

急診醫師：
他的手腳有點冷，還在冒汗，可能是血壓下降了。（回頭對光興說）經過初步的檢查，我可以診斷他是胃潰瘍，但我們需要做更仔細的檢查才能確定嚴重的程度，如果病情變得嚴重就有可能需要馬上進行做手術。麻煩你按照護士的指引去辦理手續並支付醫療費用。

光興：
好的，醫生那就麻煩您了。

B173.MP3　北音
N173.MP3　南音

單字

cứu 救	phòng cấp cứu 急救室	toát mồ hôi 冒汗
đau bụng 腹部疼痛	vùng thượng vị 上腹	tụt huyết áp 血壓下降
dữ dội 猛烈、厲害	chướng bụng 腹脹	khám sơ bộ 初步檢查
sắc mặt 臉色	đau âm ỉ 鈍痛	chẩn đoán 診斷
tái nhợt 蒼白	tần suất 頻率	viêm loét dạ dày 胃潰瘍
vội 匆忙	khó tiêu 消化不良	chuyển biến 轉變
đau dạ dày 胃痛	ợ chua 胃灼熱	phẫu thuật 手術
cơn đau （名詞）疼痛	buồn nôn 噁心	viện phí 醫療費用
đâm 捅	thở mạnh 用力呼吸	
dao 刀	sức lực 力氣	

第 17 課 就醫 II

本課相關單字 ①

【人體部位】

1. đầu 頭
2. tóc 頭髮
3. trán 額頭
4. lông mày 眉毛
5. mắt 眼睛
6. mũi 鼻子
7. miệng 嘴巴
8. má 臉頰
9. môi 嘴唇
10. răng 牙齒 
11. cằm 下巴
12. tai 耳朵
13. cổ 脖子
14. vai 肩膀
15. ngực 胸部
16. nách 腋下、腋窩
17. cánh tay 手臂
18. khuỷu tay 手肘
19. bàn tay 手掌
20. ngón tay 手指
21. bụng 腹部、肚子
22. eo 腰
23. lưng 背
24. mông 臀部
25. đùi 大腿
26. cẳng chân 小腿
27. bắp chân 小腿肚
28. chân 腳
29. đầu gối 膝蓋
30. mắt cá chân 腳踝
31. bàn chân 腳底
32. ngón chân 腳趾

【常見疾病】

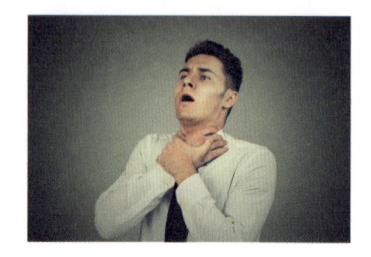

1. viêm phế quản 支氣管炎
2. viêm phổi 肺炎
3. viêm tai giữa 中耳炎
4. viêm khí quản 氣管炎
5. ung thư gan 肝癌
6. sỏi thận 腎結石
7. viêm bàng quang 膀胱炎
8. nhồi máu cơ tim 心肌梗塞
9. đau dạ dày 胃痛
10. ung thư dạ dày 胃癌
11. viêm ruột thừa 盲腸炎
12. trào ngược dạ dày 胃食道逆流

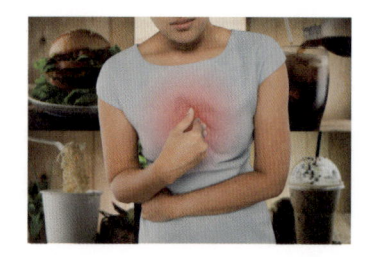

⑬ **tiểu đường** 糖尿病

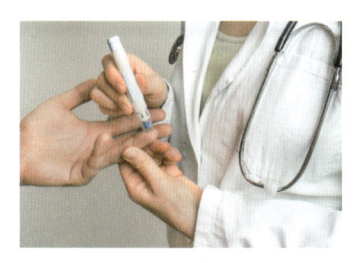

⑭ **viêm khớp** 關節炎

⑮ **thoát vị đĩa đệm**
椎間盤突出

⑯ **ung thư da** 皮膚癌

⑰ **u xơ tử cung** 子宮肌瘤

⑱ **ung thư cổ tử cung**
子宮頸癌

⑲ **viêm âm đạo**
陰道炎

⑳ **ung thư vú** 乳癌

㉑ **bệnh tay chân miệng**
手足口病

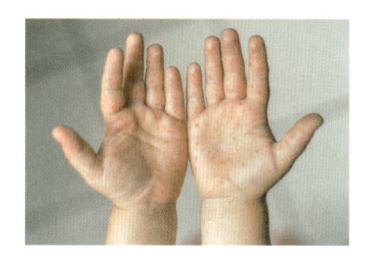

㉒ **viêm màng não**
腦膜炎

㉓ **trầm cảm** 憂鬱症

㉔ **loạn thị** 亂視

㉕ **cận thị** 近視

㉖ **viễn thị** 遠視

人體部位相關的慣用語

- **được đằng chân lân đằng đầu** 得寸進尺（直譯：拿到腳底又想伸到頭頂）
- **anh em như thể tay chân** 兄弟如手足
- **dễ như trở bàn tay** 易如反掌
- **bằng mặt không bằng lòng** 表面相合，但事實上疏離、貌合神離（直譯：臉合心不合）
- **bắt cá hai tay** 腳踏兩條船（直譯：兩手都抓著魚）
- **có mắt như mù / có mắt không tròng** 有眼無珠
（直譯：有眼睛卻像個瞎子／有眼睛沒眼珠子）
- **bụng làm dạ chịu** 自作自受（直譯：肚子做胃承受）
- **tai nghe không bằng mắt thấy** 百聞不如一見（直譯：耳聽不如眼見）

第 17 課 就醫 II 273

文法 ②

may là ... , không thì ... 幸虧…，否則…

A: **Mọi người không sao chứ?**
大家都沒事吧？

B: **May là** tôi chạy kịp, **không thì** cái thùng sơn rơi vào người rồi.
幸好我跑得快，不然油漆桶就掉到我身上了。

「may」本身就有「幸運」的意思，故「may là ... , không thì ...」這個句型常用於表示由於得到來自其他人、事、物的協助或處於比較有利的前提下而避免掉了發生不良後果的窘境。其意思相當於中文的「幸虧…，否則…」或「幸好…，不然…」等概念。

例
- Hôm qua **may là** anh nói đỡ em, **không thì** em đã bị bố / ba đánh cho một trận rồi.
昨天幸虧你有幫我說話，否則我就要被我爸揍一頓了。

- **May là** hôm nay không mưa, **không thì** hỏng hết kế hoạch của tôi.
幸好今天沒有下雨，否則我所有的計劃就要泡湯了。

- **May là** anh đến kịp, **không thì** cô ấy đã lên máy bay rồi.
幸好你及時趕到，否則她早就登機了。

... làm gì …幹嘛？、…做什麼？

A: **Hai người vừa nãy thì thầm chuyện gì vậy?**
你們倆剛才說什麼悄悄話？

B: Chuyện bí mật của bọn em, anh hỏi nhiều **làm gì**.
那是我們之間的秘密，你不要多問。

此句型中雖然有出現疑問詞「gì」，但它在越南文裡並不是疑問句的意思，所以注意後面是接「.」而不是問號。在越南語中是用來表示否定的意思，大體上是「不要…、不用…」的意思。但是從中文的角度，亦可延伸想成近似帶有些許反問語氣的「…幹嘛？、…做什麼？」的概念。

例
- Ở nhà có bao nhiêu là đồ chơi rồi còn mua **làm gì** nữa.
家裡有那麼多玩具了，不用再買了。

- Cô ấy đã không muốn nói rồi, anh cứ làm khó cô ấy **làm gì**.
她既然不想說了，你還為難她做什麼？

- Mọi người họp xong hết rồi, giờ cậu / anh còn đến **làm gì**.
大家都已經開完會了，你現在還來幹嘛？

274

自我測驗 ②

1 請完成下列「**may là ... , không thì ...**」句型的句子

(1) May là bác tài xế dừng xe kịp lúc, không thì _____.
（幸好司機伯伯有緊急剎車，不然就要去撞到小孩了。）

(2) May là em mang theo cái quạt, không thì _____.
（幸好我拿了台電風扇來，不然的話就要熱死了。）

(3) May là em uống thuốc chống say trước khi lên xe rồi, không thì
_____.
（幸好我在上車前就已經吃了暈車藥，不然的話我就吐在車上了。）

(4) May là bà ở nhà rút quần áo giúp cháu, không thì
_____.
（還好有奶奶在家裡幫我收衣服，不然衣服就都要泡水了。）

2 請用「**... làm gì**」的句型改寫下列的句子

(1) Mày còn trẻ mà, không nên lấy chồng sớm.
→ _____.

(2) Trời đang nắng, đừng có ra ngoài sân.
→ _____.

(3) Chúng ta còn nhiều thời gian, không cần phải vội.
→ _____.

(4) Nó còn nhỏ chưa hiểu chuyện, anh không nên đánh nó.
→ _____.

單字

dừng xe 停車　**kịp lúc** 及時　**thuốc chống say** 暈車藥　**rút quần áo** 收衣服　**ướt sũng** 泡水、變得溼透
ngoài sân 院子　**hiểu chuyện** 懂事

對話 ②

Thanh Mai:
Anh Chấn Vĩ thế nào rồi ạ?

Quang Hưng:
Em đến rồi đấy à? Anh ấy không sao rồi, cũng vừa tỉnh lại.

Thanh Mai (Nói với Chấn Vĩ):
Anh thấy trong người thế nào? Có còn đau nữa không? Em nghe tin anh bị đau dạ dày phải phẫu thuật mà lo sốt vó, xong việc là em chạy tới đây luôn.

Chấn Vĩ:
Anh đỡ hơn nhiều rồi, em đừng lo lắng quá.

Thanh Mai:
Vậy thì tốt quá rồi. À, em có mang cháo bí đỏ đậu xanh cho anh, món này rất tốt cho người bị đau dạ dày, anh ăn đi cho nóng. Ăn cháo xong thì anh ăn chuối nhé. Anh mới phẫu thuật xong chỉ nên ăn những đồ ăn dễ tiêu và chứa nhiều dưỡng chất mới nhanh hồi phục được.

Quang Hưng (Nói với Chấn Vĩ):
Có người quan tâm chu đáo như thế là nhất anh rồi đấy.

Chấn Vĩ:
Thế chú cứ thử ốm / bệnh xem, bạn gái chú chăm có khi còn hơn anh ý chứ.

Thanh Mai:
Hai anh đúng là trẻ con. *(Nói với Quang Hưng)* Mà lần này cũng may là có anh ở đấy, kịp thời đưa anh ấy vào viện, không thì không biết sẽ ra sao.

Quang Hưng:
Ừ, lúc đó thấy anh ấy đau dữ dội rồi mặt tái đi anh cũng hoảng quá, phải đưa đi bệnh viện luôn.

青梅：
振偉哥怎麼樣了？

光興：
妳來啦？他已經沒事了，剛剛也醒過來了。

青梅（對振偉說）：
你現在覺得如何？還痛不痛？聽說你胃痛到要做手術，我擔心死了，事情做完後我就立刻跑過來了。

振偉：
我好多了，妳不用太擔心。

青梅：
那就太好了。對了，我給你帶來了綠豆南瓜粥，這種粥對胃痛很有好，你趁熱吃吧！吃完粥後，就吃香蕉吧！你剛做完手術，就應該吃容易消化、營養豐富的食物才能快速痊癒。

光興（對振偉說）：
有人這麼關心你，真讓人羨慕呀！

振偉：
那你就試著生病看看吧！說不定你的女朋友會把你照顧得比我還要好呢！

青梅：
你們兩個真是幼稚。（*對光興說*）不過這次幸好有你在，及時送他到醫院，否則不知道會變得怎樣。

光興：
是啊，當看到他痛得厲害又臉色發白時我也慌了，就馬上送他到醫院。

276

Chấn Vĩ:
　Dù gì cũng phải cảm ơn chú đã cứu mạng anh.

Quang Hưng:
　Anh em với nhau khách sáo làm gì. Bây giờ quan trọng nhất là anh phải nghỉ ngơi tĩnh dưỡng cho sớm hồi phục.

Thanh Mai (Nói với Chấn Vĩ):
　Phải rồi, bao giờ thì anh có thể xuất viện?

Chấn Vĩ:
　Bác sĩ bảo theo dõi thêm hai ngày nữa là có thể ra viện được rồi.

Thanh Mai:
　Vậy thì tốt quá. Chiều nay em có cuộc họp nên em phải về công ty, tan làm em sẽ lại tới thăm anh nhé.

Quang Hưng:
　Em cứ yên tâm đi đi, ở đây có anh rồi, không sao đâu.

Thanh Mai:
　Vâng / Dạ, vậy phiền anh để ý anh ấy giúp em, nếu cần gì thì cứ nhắn em nhé. Em đi đây.

振偉：
不論如何，我也要謝謝你救了我的命。

光興：
好朋友之間客什麼氣！現在最重要的是你要好好休息，以求早日康復。

青梅（對振偉說）：
對了，你什麼時候可以出院？

振偉：
醫生說再觀察兩天就可以出院了。

青梅：
那太好了。我下午還要開會，所以要先回公司了，下班後我會再來看你。

光興：
妳就放心回公司吧！這裡有我在，妳不用擔心。

青梅：
好的，那就麻煩你幫我照顧一下了，若需要什麼就傳訊息給我。我先走啦！

單字

lo sốt vó 非常擔心	hồi phục 恢復、康復	cứu mạng 救命
cháo 粥	chu đáo 周到	khách sáo 客氣
北 bí ngô / 南 bí đỏ 南瓜	chăm 照顧	tĩnh dưỡng 靜養
đậu xanh 綠豆	trẻ con 幼稚	xuất viện 出院
chuối 香蕉	kịp thời 及時	theo dõi 觀察
dễ tiêu 容易消化	mặt tái 臉色蒼白	
dưỡng chất 營養	hoảng 慌	

本課相關單字 ②

【醫療用品】

1. thùng cấp cứu 急救箱
2. bông y tế 脫脂棉
3. gạc y tế 紗布
4. băng cuộn y tế 紗布繃帶
5. băng cá nhân OK蹦
6. khẩu trang y tế 醫用口罩
7. que đè lưỡi gỗ 壓舌板 
8. máy đo huyết áp 血壓計
9. nhiệt kế 溫度計
10. bơm tiêm 注射器、針筒
11. kim tiêm 針頭
12. tăm bông 棉花棒
13. cáng 擔架
14. bàn mổ 手術台
15. dao mổ 手術刀
16. giường khám bệnh 診療床
17. máy truyền oxy 氧氣製造機
18. bảng đo thị lực 視力表
19. xe lăn 輪椅
20. máy điện tim 心電圖機 
21. que thử thai 驗孕棒
22. kẹp cầm máu 止血鑷
23. nước muối sinh lý 生理食鹽水
24. ống nghe 聽診器
25. mặt nạ oxy 氧氣面罩
26. cân sức khoẻ 體重計
27. ống nhỏ giọt 滴管 
28. mẫu nước tiểu 尿液樣本
29. nạng 拐杖
30. kéo y tế 手術剪 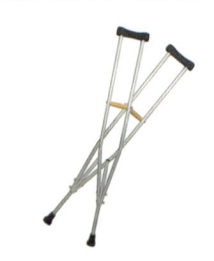
31. găng tay 手套
32. cồn 酒精

【各種藥物劑型】

1. thuốc viên nang / viên con nhộng 膠囊劑 
2. thuốc viên nén 素錠、片劑
3. thuốc viên ngậm 舌下錠
4. thuốc viên sủi 發泡錠
5. thuốc viên nhai 咀嚼錠
6. thuốc bột 藥粉

❼ thuốc mỡ 軟膏、藥膏

❽ thuốc bôi / thuốc xoa 外用藥膏

❾ thuốc nhỏ 滴劑

❿ nước súc miệng 漱口水

⓫ thuốc tiêm 注射劑

⓬ thuốc đặt hậu môn 塞劑

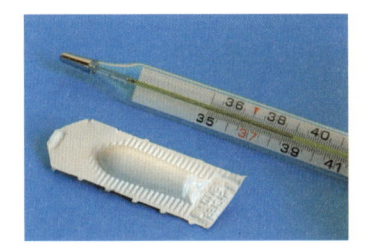

⓭ thuốc nước 藥水

⓮ dung dịch thuốc 溶液劑

⓯ dung dịch xịt / thuốc xịt 噴劑

⓰ xịt mũi 鼻噴劑

⓱ thuốc siro 糖漿

其他出院時醫生的囑咐

- Đừng hút thuốc nữa, để tránh đột quỵ 不可以再抽菸囉！以免中風。
- Bạn không được ăn đồ lạnh, nhưng đồ mát thì không sao.
  你不能吃冰的東西，但涼的沒關係
- Về nhà nhớ đừng bê đồ nặng để tránh vết thương hở ra.
  回去後記得不要搬重物，以免傷口裂開
- Vị trí bó bột thạch cao không được tiếp xúc với nước và không làm ướt vị trí đó khi tắm. 包石膏的地方不能碰到水，洗澡時不要沖洗到。
- Nhớ quay lại và theo dõi kiểm tra sau nửa năm nhé. 半年後記得回來追蹤檢查。

其他醫藥相關的慣用語

- lấy độc trị độc 以毒攻毒
- thuốc đắng dã tật 良藥苦口
- ăn gì bổ nấy 吃什麼補什麼
- lương y như từ mẫu 醫者父母心
- sức khỏe là vàng 健康是金
- phòng bệnh hơn chữa bệnh 預防勝於治療
- có bệnh thì vái tứ phương 病急亂投醫
- cứu người như cứu hoả 救人如救火
- một nụ cười bằng mười thang thuốc bổ 笑口常開，有益健康

一起聊天吧！

1 根據實際情況回答問題

- **Bạn đã từng đến bệnh viện thăm người ốm / người bệnh chưa?**
  你曾經到醫院探望過病人嗎？
- **Bạn sẽ làm gì khi thấy ai đó bị ngất?**
  當你看到有人暈倒時你會怎麼做？
- **Số tổng đài gọi cấp cứu ở Việt Nam là bao nhiêu?**
  越南的緊急救助電話號碼是幾號呢？

2 主題談話

1. **Làm thủ tục nhập viện: sổ khám bệnh, giấy tờ cá nhân, phí nhập viện**
   辦理住院手續：病歷本、個人文件、住院費
2. **Chăm sóc bệnh nhân: theo dõi, đồ ăn, hỗ trợ**
   照顧患者：觀察、食物、協助
3. **Sinh con: dấu hiệu, sinh thường, sinh mổ**
   生孩子：症狀、自然生、剖腹產

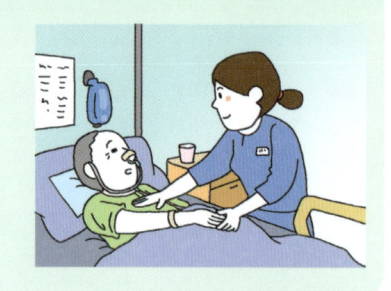

3 練習對話

1 A được đưa vào bệnh viện cấp cứu
A 被送到醫院急救

Gợi ý: nguyên nhân, triệu chứng, cứu chữa ra sao?
提示 原因、症狀、如何治療？

2 A vào viện thăm B   A 去醫院看 B

Gợi ý: tình hình sức khoẻ, thời gian nằm viện ra sao?
提示 病情、住院時間如何？

單字心智圖

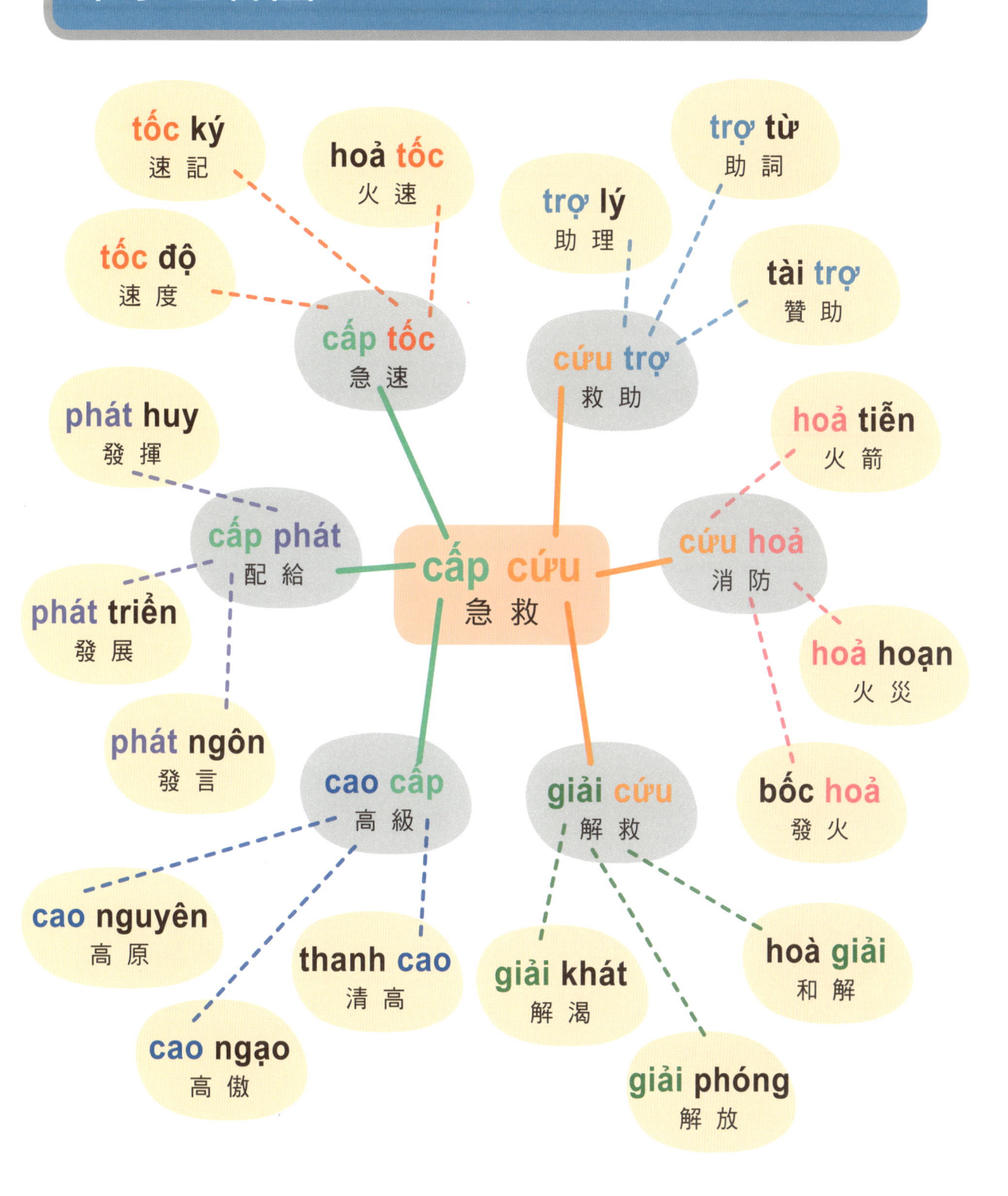

- tốc ký 速記
- tốc độ 速度
- hoả tốc 火速
- **cấp tốc 急速**
- trợ lý 助理
- trợ từ 助詞
- tài trợ 贊助
- **cứu trợ 救助**
- phát huy 發揮
- phát triển 發展
- phát ngôn 發言
- **cấp phát 配給**
- hoả tiễn 火箭
- hoả hoạn 火災
- bốc hoả 發火
- **cứu hoả 消防**
- **cấp cứu 急救**
- cao nguyên 高原
- cao ngạo 高傲
- thanh cao 清高
- **cao cấp 高級**
- giải khát 解渴
- giải phóng 解放
- hoà giải 和解
- **giải cứu 解救**

> 越南大小事

越南健康保險的要點

目前在越南，健保制度與台灣一卡在手全國通用的情況不同，使用上有分「tuyến（線）」的情況。所以我們在應用健保前，先了解兩個名詞：「đúng tuyến（本書譯：同線）」（指健保卡持有者轉至最初登記地點或經由主治醫師轉診至上一級醫療機構就醫）及「trái tuyến（本書譯：異線）」（指健保卡持有者轉至非原體檢、治療登記地點（該省、區、鄉醫療機構仍與原醫療機構同級）進行體檢、就醫。）

在越南的健保卡上會載明加保人的原登記地點，而在該地點的醫療院所檢查、治療才算「同線」。如果在醫療程中，該醫療機構對於病患的狀況束手無策，必須將患者轉院至向上一級的醫院或其他醫院時，稱為「chuyển viện đúng tuyến（同線轉院）。「同線」就醫時，越南的健保會依醫療保險法規定的對象分別按100％、95％、80％的比例替患者給付費用。反之，如果健保卡持卡人自行「異線」就醫，健保將按照健保卡的享有費率向中央醫院替病患支付40％的住院治療費；若是省級醫院及區級醫院時，則會替病患支付100％的治療費用。

基本上，健康保險具有低成本、加保方便等突出優點，又適用於全國所有公立醫院和多家私立醫院，很建議加保。但仍有些不便的限制，如下：

❶最大的限制是只能在健保卡上指定的醫療機構就醫，才算「同線」就醫；而「異線」給付的費用很低，住院病人大約只給付40％的住院費用，門診病人則完全不給付。另外，如果患者有特殊疾病需至專科醫院就診時，只能選擇不加保，或是加保後要經過漫長的複雜程序才能接受治療。

❷健保只給付基本費用，對於重大醫療、癌症、重病、化學及特殊藥品等較高難度的技術服務不予給付。病床方面也只給付基本病床（即病患較多時，需兩人共擠的一種病床），若想要更好的床位服務、更先進的醫療技術，就得自己掏錢了。

❸健康保險依對象不同給付也有分級，如：6歲以下兒童、軍官、警察、革命功勳者、退伍軍人…等，可享100％的福利，但其他對象頂多只能享有80％的福利。

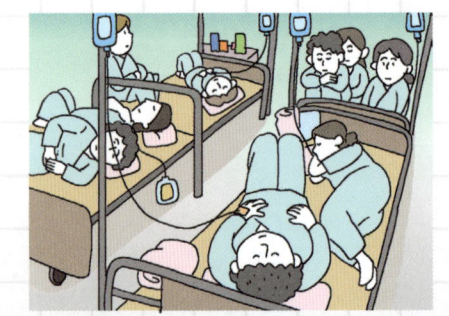

儘管優、缺點不一，但健保在越南仍被視為不錯的健康政策。因此，很建議外國人的你在越南也能加保，萬一需要時，健康能多一份保障。

Phụ lục 附錄 | 解答篇及全書文法快查索引
Đáp án và hương dẫn tra cáu ngữ pháp

【書末附錄篇】

內容

- 文法自我測驗解答
- 全書文法快查索引

文法自我測驗解答

Bài 01

自我測驗① ········· 013

1. (1) nôn ra xe (2) ngã / té
   (3) đánh nhau (4) bỏ lỡ cơ hội tốt

2. 【題目中譯】
   (1) 這次比賽中獲得冠軍
   (2) 不能洩露客戶的資訊
   (3) 把所有的事解釋清楚
   (4) 絕不會出賣朋友

   【解答及中譯】
   (1) Dù thế nào, anh cũng phải giành giải nhất trong cuộc thi lần này.
      無論如何，你也要在這次比賽中獲得冠軍。
   (2) Dù thế nào, chúng tôi cũng không được tiết lộ thông tin khách hàng.
      無論如何，我們也不能洩露客戶的資訊。
   (3) Dù thế nào, em cũng phải giải thích cho rõ mọi chuyện.
      無論如何，我也得把所有的事都解釋清楚。
   (4) Dù thế nào, anh trai tôi cũng không bao giờ bán đứng bạn bè.
      無論如何，我哥哥也絕不會出賣朋友。

自我測驗② ········· 019

1. (1) hạt đậu (2) chữ
   (3) miếng (4) người

2. 【題目中譯】
   (1) 由於天候惡劣，所以航班延期。
   (2) 因為想要避免債主的催討，所以他離開這個地方。
   (3) 月底有幾天沒錢，吃泡麵渡日。
   (4) 那時，她哭著要分手，所以我讓步。

   【解答及中譯】
   (1) Do thời tiết xấu nên chuyến bay đành phải hoãn lại.
      由於天候惡劣之故，所以航班不得已只好延期。
   (2) Vì muốn tránh khỏi sự truy đuổi của chủ nợ, nên anh ta đành phải rời khỏi nơi đây.
      因為想要避免債主的催討，所以他只好離開這個地方。
   (3) Những ngày cuối tháng hết tiền đành phải ăn mỳ tôm qua ngày.
      月底有幾天錢都花光了，只好吃泡麵渡日。
   (4) Lúc đó, cô ấy khóc lóc đòi chia tay nên tôi đành phải nhượng bộ.
      那時，她哭喊要求分手，所以我只好讓步（同意）。

Bài 02

自我測驗① ········· 029

1. (1) tôi sẽ nghĩ ngay đến kim chi.
   (2) không thể không nhắc đến món phở.
   (3) anh Phong là người rất nhiều kinh nghiệm.
   (4) bố / ba tôi là người nấu ăn ngon nhất nhà.

2. (1) hơi thiếu tự tin.
   (2) hơi xa chỗ em làm.
   (3) phải đi hơi xa.
   (4) anh ấy hay ghen.

自我測驗② ········· 035

1. (1) chứ chưa tổ chức hôn lễ.
   (2) chứ không phải bạn gái tôi.
   (3) chứ chưa gặp ở ngoài bao giờ.

(4) chứ không phản đối việc tôi yêu cô ấy.
2. (1) kỹ   (2) qua   (3) kỹ   (4) qua

Bài 03

自我測驗① 045

1. (1) ngon thì ngon thật
   (2) giàu thì không giàu
   (3) gần thì gần thật
   (4) xinh thì không xinh
2. 【題目中譯】
   (1) 刷卡更方便於支付現金。
   (2) 芭藥含有橘子維他命 C 含量的四倍之多。
   (3) 她喜歡自由工作更甚於做辦公事的工作。
   (4) 今年新入學的學生人數更少於去年。
   【解答及中譯】
   (1) So với việc trả tiền mặt thì quẹt thẻ sẽ thuận tiện hơn.
   比起支付現金，刷卡會更方便一點。
   (2) So với cam thì ổi chứa lượng vitamin C nhiều gấp bốn lần.
   跟橘子相比，芭藥的維他命 C 含量多了四倍的含量。
   (3) So với việc ngồi làm ở văn phòng thì cô ấy thích làm tự do hơn.
   比起坐辦公室的工作，她更喜歡做得自由一點。
   (4) So với năm ngoái thì số lượng học sinh nhập học năm nay ít hơn.
   跟去年相比，今年的新入學的學生人數少了很多。

自我測驗② 051

1. (1) chưa có giấy phép kinh doanh.
   (2) em cứ ngồi lải nhải như thế.
   (3) mọi người còn đang tăng ca.
   (4) chưa nhận được hàng.
2. 【題目中譯】
   (1) 下個星期你那邊會如期交貨嗎？
   (2) 在這間銀行存錢安全嗎？
   (3) 這批新貨有辦法應合客戶的喜好嗎？
   (4) 這個目標價有合理嗎？
   【解答及中譯】
   (1) Sao lại không giao đúng hẹn chứ?
   怎麼會不能如期交貨呢？
   (2) Sao lại không an toàn chứ?
   怎麼會不安全呢？
   (3) Sao lại không đáp ứng được thị hiếu của khách hàng chứ?
   怎麼會不能應合客戶的喜好呢？
   (4) Sao lại không hợp lý chứ?
   怎麼會不合理呢？

Bài 04

自我測驗① 061

1. (1) mở   (2) giặt   (3) hỏi   (4) tìm
2. (1) đi ra sân bay
   (2) bắt đầu chạy
   (3) nhanh chóng chuẩn bị hàng gửi đi
   (4) được xem ti vi ba mươi phút

自我測驗② 067

1. (1) cách nhà hơi xa, lương thấp
   (2) chi phí quá lớn, không khả thi
   (3) mẫu mã đẹp, giá cả hợp lý
2. (1) phim này, phim khác
   (2) ăn bánh, uống sữa
   (3) học đàn, học vẽ

285

文法自我測驗解答

Bài 05

自我測驗① ·· 077

1. (1) thì phải nhớ tắt hết đèn
   (2) thì phải rửa tay sạch sẽ
   (3) thì phải kiểm tra lại một lần nữa
   (4) thì phải suy nghĩ cho thật kỹ
2. (1) xem, xem
   (2) đếm, đếm
   (3) tập, tập
   (4) giặt, giặt

自我測驗② ·· 083

1. (1) làm một cách tỉ mỉ
   (2) đóng gói một cách cẩn thận
   (3) giúp đỡ một cách nhiệt tình
   (4) xử lý một cách nhanh chóng
2. (1) không ai ngăn cản được
   (2) không thể thay đổi được
   (3) không thể đổi trả
   (4) lập tức sa thải

Bài 06

自我測驗① ·· 093

1. (1) thích ăn (2) muốn làm (3) yêu
   (4) đổ bệnh
2. 【題目中譯】
   (1) 男朋友沒先告知就突然跑到妳家去。
   (2) 男同事剛出院就馬上去上班。
   (3) 開車的人（男性）載朋友引發車禍後但仍然繼續向前開。
   (4) 妳的姊姊愛唱歌且唱得又好。
   【解答】
   (1) Đáng lẽ anh nên gọi điện trước khi đến chứ.
   (2) Đáng lẽ anh phải ở nhà nghỉ ngơi tĩnh dưỡng chứ.
   (3) Đáng lẽ anh nên dừng xe lại và xuống xem người bị tai nạn thế nào chứ.
   (4) Đáng lẽ ra chị ấy nên trở thành ca sĩ mới đúng.

自我測驗② ·· 099

1. (1) dẫn đến hậu quả vô cùng nghiêm trọng
   (2) dẫn đến bệnh béo phì
   (3) dẫn đến tai nạn giao thông
   (4) dẫn đến suy giảm thị lực
2. (1) để tăng thêm hiểu biết về thế giới bên ngoài, để thư giãn.
   (2) để chúc mừng hạnh phúc anh chị, xin vía cô dâu để lấy chồng.
   (3) để nâng cao kiến thức và khả năng ngôn ngữ, để trải nghiệm cuộc sống trong môi trường có nền văn hoá khác.

Bài 07

自我測驗① ·· 109

1. (1) cạnh (2) trong (3) trước (4) tại
2. (1) chỉ in một mặt thôi nhé
   (2) chỉ nói một lần thôi
   (3) chỉ nhìn một lần là biết cách làm
   (4) chỉ họp hai mươi phút là xong

自我測驗② ·· 115

1. (1) khiến cho người khác không phục
   (2) khiến cho quá trình vận chuyển gặp nhiều khó khăn
   (3) khiến cho các phương tiện giao thông di chuyển càng khó khăn hơn

286

(4) khiến cho giá cổ phiếu của công ty giảm mạnh
2. (1) tỏ ra vui vẻ
   (2) tỏ ra mình là người giỏi giang
   (3) tỏ ra là người mạnh mẽ
   (4) tỏ ra ngạc nhiên thế đâu

Bài 08

自我測驗① 125

1. (1) niềm nở và xử lý một cách khéo léo
   (2) lưu lại kho chờ xử lý
   (3) hết sức bình tĩnh
   (4) vui vẻ niềm nở
2. (1) tội gì mà không nắm lấy
   (2) tội gì mà phải đội mưa đi cho ướt hết người
   (3) tội gì mà phải buồn bã như thế
   (4) tội gì mà mua lắm thế làm gì

自我測驗② 131

1. (1) còn học giỏi, nên được rất nhiều bạn nữ yêu mến
   (2) còn vất vả thế này
   (3) rẻ nên bán rất đắt hàng / đông khách
   (4) nên thường xuyên bị tắc / kẹt
2. (1) chẳng đi đâu cả
   (2) chẳng báo với tôi gì cả
   (3) chẳng muốn ăn gì hết
   (4) chẳng hiểu gì cả

Bài 09

自我測驗① 141

1. 【題目中譯】
   (1) 他會掏錢出來買東西請大家吃。
   (2) 每天你都貪睡到 9 點才醒，這麼早就起床。
   (3) 心肝寶貝兒子回家，所以媽媽下廚煮一些可口的菜餚。
   (4) 海哥向來都是準時上班，遲到這麼久。
   【解答及中譯】
   (1) Chả mấy khi anh ấy chịu bỏ tiền túi ra mua đồ ăn mời mọi người đâu.
   真難得他會掏錢出來買東西請大家吃。
   (2) Mọi ngày con toàn ngủ nướng đến 9 giờ mới dậy, chả mấy khi dậy sớm thế này.
   每天你都貪睡到 9 點才醒，真罕見有這麼早就起床的。
   (3) Chả mấy khi con trai cưng về nhà nên mẹ xuống bếp nấu bao nhiêu là món ngon.
   難得心肝寶貝兒子回家，所以媽媽下廚煮一些可口的菜餚。
   (4) Anh Hải trước giờ luôn đi làm đúng giờ, chả mấy khi đến muộn / đến trễ thế này.
   海哥向來都是準時上班的，很少見有遲到這麼久的。
2. (1) làm gì bố mẹ / ba mẹ cũng phản đối
   (2) hỏi gì nó cũng không trả lời
   (3) việc gì anh ấy cũng để vợ làm hết
   (4) ăn gì cũng nôn / ói hết ra

自我測驗② 147

1. (1) cô ấy có chuyện gì buồn thì phải.
   (2) em cho hơi nhiều muối thì phải.
   (3) anh ấy là phóng viên đài truyền hình thì phải.
   (4) ông ấy uống say rồi thì phải.
2. (1) hỏi giúp

文法自我測驗解答

(2) trông, giúp
(3) chở giúp

Bài 10

自我測驗① 157

1. 【題目中譯】
   (1) 從小到大，爸爸從來沒打過我。
   (2) 他剛回到家後，一句話都沒說就出去了。
   (3) 他買了一些書回來，但完全沒有讀過。
   (4) 他學越南語很久了，但是都不會講。

   【解答及中譯】
   (1) Từ bé tới lớn, bố chưa đánh tôi một lần nào.
   從小到大，爸爸一次都沒有打過我。
   (2) Anh ấy vừa về tới nhà, không nói một lời nào đã đi luôn rồi.
   他剛回到家後，一句話都沒說就出去了。
   (3) Mua bao nhiêu sách về mà nó không đọc một quyển / cuốn nào.
   他買了一些書回來，但一本都沒有讀過。
   (4) Học tiếng Việt bao lâu rồi mà cậu ấy / bạn ấy không nói được một câu nào.
   他學越南語很久了，但是一句都說不出來。

2. (1) trời lại mưa
   (2) con dám trốn đi chơi à
   (3) anh lại đi cả giày vào làm bẩn hết rồi
   (4) còn trách tôi đi đứng không cẩn thận

自我測驗② 163

1. (1) truyện tranh
   (2) ở nhà ngủ nướng
   (3) hoa, hoa
   (4) đi học muộn / đi học trễ

2. 【題目中譯】
   (1) 你才寫兩個字，就在喊手痠了！
   (2) 我去出差兩天而已，妳不要難過！
   (3) 孩子兩歲而已，但已經懂得幫媽媽掃地了。
   (4) 我拿了整整一盤的水果出來，但你吃一口。

   【解答及中譯】
   (1) Con mới viết có hai chữ mà đã kêu mỏi tay rồi.
   你才寫兩個字而已，就在那喊手痠了！
   (2) Anh đi công tác có hai ngày thôi, em đừng buồn.
   我只是去出差兩天而已，妳不要難過。
   (3) Con bé có hai tuổi thôi mà đã biết quét nhà đỡ mẹ.
   孩子只有兩歲而已，但已經懂得幫媽媽掃地了。
   (4) Em mang cả một đĩa hoa quả / một đĩa trái cây ra mà anh ăn có một miếng.
   我拿了整整一盤的水果出來，但你只有吃了一口。

Bài 11

自我測驗① 173

1. (1) cướp mất (2) bắt được (3) ăn mất
   (4) nhặt / lượm được

2. 【題目中譯】
   (1) 昨天你交給我一袋紅葡萄。那袋有很多都壞掉了！
   (2) 我認得開車撞到你的人。他是我鄰居的一位大哥。
   (3) 妳送給我一雙鞋。那雙鞋有點緊，我穿了不合腳。
   (4) 上回你帶我去在一間餐館裡吃。那間館子的菜餚很可口。

288

【解答及中譯】

(1) Túi nho đỏ mà bạn giao cho mình hôm qua có rất nhiều quả bị hỏng / trái bị hư.
你昨天交給我的那袋紅葡萄,有很多都壞掉了。

(2) Người mà đâm xe vào cậu / bạn là anh hàng xóm nhà tớ / tôi.
開車撞到你的人,是我鄰居的一位大哥。

(3) Đôi giày mà chị tặng cho em hơi chật, em đi không vừa.
妳送我的鞋子有點緊,我穿了不合腳。

(4) Quán ăn mà anh đưa em đi ăn lần trước đồ ăn khá là ngon.
上次你帶我去吃的餐館,他們的菜餚很可口。

自我測驗② 179

1. (1) mua bốn cái thì lại sợ nhiều
   (2) còn cô em lại hay buồn bã ủ rũ
   (3) nhưng lại ngủ luôn đến sáng
   (4) nhưng lại đi tụ tập với bạn bè

2. 【題目中譯】

(1) 當然是我買了。這麼多商品都大減價便宜成這樣,豈有不買的道理!

(2) 看到兩個孩子都過得這麼幸福,當然是媽媽開心了!

(3) 他有外遇的事,我當然知道,只是我不說破而已。

(4) 快要過春節了,當然是我要回來跟媽媽一起迎春過節!

【解答及中譯】

(1) Tôi mua chứ. Nhiều đồ giảm giá rẻ như vậy tội gì không mua.
我當然要買呀!這麼多商品都大減價便宜成這樣,豈有不買的道理!

(2) Thấy hai con sống hạnh phúc như vậy, mẹ vui chứ.
看到兩個孩子都過得這麼幸福,媽媽當然開心了!

(3) Chuyện anh ấy ngoại tình, tôi biết chứ, chẳng qua là tôi không nói ra thôi.
我當然知道他有外遇,只是我不說破而已。

(4) Sắp Tết rồi, con phải về đón Tết với mẹ chứ.
快要過春節了,我當然要回來跟媽媽一起迎春過節!

Bài 12

自我測驗① 189

1. 【題目中譯】

(1) 她這麼好,我不能背叛她!
(2) 這牆這麼高,我沒辦法跳下去!
(3) 我不能在今天中午 12 點前完成報告書呢!
(4) 他現在手正在痛,不能夠開車!

【解答及中譯】

(1) Cô ấy tốt như vậy, làm sao mà tôi có thể phản bội cô ấy được.
她這麼好,我怎麼能背叛她呢!

(2) Tường cao thế này, làm sao mà tao nhảy xuống được.
這牆這麼高,我怎麼敢跳得下去!

(3) Làm sao mà em có thể hoàn thành bản báo cáo trước 12 giờ trưa nay được.
我怎麼可能在今天中午 12 點前完成報告書呢!

(4) Anh ấy đang bị đau tay, làm sao mà có thể lái xe được.
他現在手正在痛,怎麼能夠開車呢!

2. (1) ngon, ngon

289

文法自我測驗解答

(2) bẩn, bẩn
(3) xinh, xinh
(4) hay, hay

自我測驗② ················· 195

1. 【題目中譯】
(1) 這個時候了不要煮了，直接叫外賣快了點。
(2) 腳正在痛，完全不能踢足球！
(3) 你還有多少作業還沒做完，完全不能去玩耍。
(4) 大半夜了，不能再唱歌了！

【解答及中譯】
(1) Giờ này nấu với nướng gì nữa, gọi đồ luôn cho nhanh.
這個時候了還什麼煮，直接叫外賣快了點。
(2) Đang đau chân còn bóng với bánh gì.
都腳在痛了還踢什麼足球！
(3) Con còn bao nhiêu bài tập chưa làm xong mà chơi với bời gì.
你還有多少作業還沒做完心裡沒數嗎？還想去玩什麼玩！
(4) Nửa đêm rồi còn hát với hò gì.
大半夜了，你還在唱什麼唱！

2. (1) nhắc
(2) nóng
(3) ngủ
(4) mặn chát

Bài 13

自我測驗① ················· 205

1. 【題目中譯】
(1) 冒著雨淋成了落湯雞，回去後我一定會生病。
(2) 我猜這回經理一定會叫我跟他一起去出差。
(3) 妳穿成這樣，大家一定都嫌棄妳。
(4) 妳都一直喜歡穿高跟鞋，一定會腳痛的。

【解答及中譯】
(1) Đi mưa ướt hết thế này thì thể nào em về cũng bị ốm / bị bệnh.
冒著雨淋成了落湯雞，回去後我肯定會生病。
(2) Lần này thế nào sếp cũng sẽ bảo em đi công tác cùng cho xem.
我猜這回經理肯定會叫我跟他一起去出差。
(3) Em ăn mặc kiểu này thế nào cũng sẽ bị mọi người chê.
妳穿成這樣，大家肯定都嫌棄妳。
(4) Em cứ thích đi giày cao gót thể nào cũng bị đau chân.
妳都一直喜歡穿高跟鞋，肯定會腳痛的。

2. (1) ngon
(2) lâu
(3) cao
(4) xa

自我測驗② ················· 211

1. 【題目中譯】

A
媽媽想責罵你
他不聰明
我不想幫你
我不喜歡妳煮的每道菜

B
我實在是也沒有別的辦法了
我到之前就已經跟客戶去吃過飯了
媽媽太擔心你了才責備你的
還沒認真的做出努力而已

【解答及中譯】
(1) Không phải là mẹ muốn trách mắng con đâu, mà là mẹ lo cho con quá nên mới vậy.

並不是媽媽要責罵你,只是因為媽媽太擔心你了才責備你的。

(2) Em ấy không phải là không thông minh, mà là chưa thực sự cố gắng thôi.
他不是不聰明,只是還沒認真的做出努力而已。

(3) Không phải là tôi không muốn giúp cậu / bạn, mà là thực sự tôi cũng không còn cách nào khác.
不是我不想要幫助你,而是我實在是也沒別的辦法了。

(4) Không phải là anh không thích các món em nấu, mà là trước lúc đến anh đã đi ăn với khách hàng rồi.
不是我不喜歡妳煮的每道菜,而是我到之前就已經跟客戶去吃過飯了。

2. 【題目中譯】
(1) 我不知道她跟男朋友分手的事。
(2) 你去哪了,為什麼沒跟我講?
(3) 對不起,我欺騙了妳。

【解答】
(1) Chẳng lẽ cô ấy không kể chuyện gì với em à?
(2) Chẳng lẽ đi đâu tôi cũng phải báo cáo với cô à?
(3) Chẳng lẽ những gì anh nói trước đây đều là giả dối hay sao?

Bài 14

自我測驗① ················· 221
1. (1) gục
   (2) cãi lại rồi
   (3) giận rồi
   (4) mở tủ lạnh lấy đồ ăn rồi

2. (1) xem phim
   (2) họp
   (3) nghĩ
   (4) ăn

自我測驗② ················· 227
1. 【題目中譯】
(1) 我/走路/搭公車
(2) 我/去外頭站著/坐在這裡吸二手菸
(3) 我/睡覺/看這部電影
(4) 我/單身一個人開心/嫁了老公叫苦連天

【解答及中譯】
(1) Tôi thà đi bộ còn hơn đi xe buýt.
(2) Em thà ra ngoài đứng còn hơn ngồi đây ngửi khói thuốc.
(3) Em thà đi ngủ còn hơn xem phim này.
(4) Em thà sống độc thân vui vẻ còn hơn lấy chồng mà khổ sở như vậy.

2. 【題目中譯】
(1) 他喝酒不曾醉過。
(2) 他下棋從來沒有輸過。
(3) 孩子很乖,不曾說謊。
(4) 我做事很嚴謹,根本不曾遲到過。

【解答及中譯】
(1) Anh ấy uống rượu không biết say là gì.
他的字典裡從來就沒有「醉酒」二字。
(2) Trước giờ ông ấy chơi cờ không biết thua là gì.
他下棋時,從來就不知道什麼叫做「輸棋」。
(3) Con bé rất ngoan, không biết nói dối là gì.
孩子很乖,完全不會撒謊。
(4) Em làm việc thì khá nghiêm túc, trước giờ không biết đi muộn / đi trễ là gì.

文法自我測驗解答

我工作時很嚴謹，字典裡從來就沒有「遲到」二字。

Bài 15

自我測驗① 237

1. 【題目中譯】
   (1) 東西太多，我的行李放不下。（我的行李箱比你的大）
   (2) 雄哥打不過人家。（雄哥的武術比你好）
   (3) 我解不了這個基礎題。（進階數學比基礎數學還難。）
   (4) 時間太緊湊，騎車去也來不及。（騎車比走路快。）

   【解答及中譯】
   (1) Nhiều đồ như vậy, đến vali của em còn đựng không hết nữa là vali của anh.
   東西多得跟山一樣，連放到我的行李箱裡都放不下了，何況是放到你的行李箱裡。
   (2) Anh Hùng còn không đánh lại được người ta nữa là anh.
   連雄哥都打不過人家了，何況是你。
   (3) Bài toán cơ bản này em còn không giải được nữa là bài nâng cao.
   連基礎的數學題你都解不了，何況是進階題。
   (4) Thời gian gấp gáp như vậy thì đi xe máy còn không kịp nữa là đi bộ.
   時間上這麼倉促，連騎車去都來不及了何況是用走的。

2. (1) dạo này thấy anh ấy làm việc không chuyên tâm.
   (2) nước trong bình bị chảy rò rỉ ra ngoài.
   (3) Sếp bực mình như vậy.
   (4) bật mãi không thấy sáng.

自我測驗② 243

1. (1) chiếc xe máy đó đâm vào
   (2) nghe thấy tiếng cãi nhau ở bên ngoài
   (3) máy bị kẹt giấy
   (4) Sếp gọi về công ty gấp
2. (1) nhà cửa bừa bãi
   (2) mặt mũi bẩn
   (3) phải cau mày
   (4) mạnh tay

Bài 16

自我測驗① 253

1. (1) tôi không làm nổi nữa
   (2) em không ăn nổi
   (3) em không với nổi
   (4) tôi không thể dậy nổi
2. 【題目中譯】
   (1) 雄哥剛搬家對吧？
   (2) 俊叔的孩子考上河內大學了呀？
   (3) 玉姊跟男朋友去旅行呀？
   (4) 妳家買車了呀？

   【解答】
   (1) Anh Hùng có chuyển nhà đâu, Anh ấy vẫn ở nhà cũ mà.
   (2) Có phải đại học Hà Nội đâu, mà là đỗ trường đại học Thanh Tân.
   (3) Có phải đi với người yêu đâu, mà là đi với bạn học đại học.
   (4) Có mua xe ô tô / xe hơi đâu, xe thuê chứ làm gì có tiền mua ô tô / xe hơi.

自我測驗② 259

1. 【題目中譯】
   (1) 昨天因為我喝太多咖啡／一直躺著也睡不著

(2) 妳有什麼開心的事／笑得那麼燦爛？
(3) 寶寶餓／一直哭（不停）
(4) 喜歡她／對她這麼好

【解答及中譯】

(1) Hôm qua do em uống nhiều cà phê hay sao mà nằm mãi không ngủ được.
應該是因為我昨天喝了太多咖啡，所以一直躺著也睡不太著。

(2) Chị có chuyện gì vui hay sao mà cười tươi thế?
妳是不是有什麼開心的事呀！我看妳笑得那麼燦爛？

(3) Con bé đói hay sao mà khóc suốt thế?
寶寶一直哭，是不是因為餓了呀？

(4) Anh thích cô ấy hay sao mà đối xử với cô ấy tốt vậy?
你是不是喜歡她呀！為什麼對她這麼好？

2. (1) quan tâm
(2) chịu ngồi yên
(3) hay
(4) nặng

Bài 17

自我測驗① ·················· 269

1. (1) anh ấy đi về rồi.
(2) bị cô giáo phạt đứng góc lớp.
(3) phải mượn quần áo của Lan để mặc.
(4) cầm tạm hộp sữa vừa đi vừa uống.

2. (1) Bố / Ba cứ nghĩ là con sẽ nghỉ khoảng 2 tuần
(2) cứ nghĩ em là một người thật thà và chân thành
(3) cứ nghĩ là cô ấy chỉ nói đùa cho vui
(4) cứ nghĩ là quả mận / trái mận Hà Nội chín ngọt

自我測驗② ·················· 275

1. (1) đã đâm phải thằng bé rồi
(2) nóng chảy mỡ rồi
(3) đã nôn / ói ra xe rồi
(4) quần áo ướt sũng hết rồi

2. 【題目中譯】

(1) 妳還年輕，不應早嫁。
(2) 天氣正熱，別到院子裡去。
(3) 我們還有很多時間，不用急。
(4) 他還小又不懂事，你不應該打他。

【解答及中譯】

(1) Mày còn trẻ mà, lấy chồng sớm làm gì.
妳還年輕，那麼早嫁做什麼？

(2) Trời đang nắng, ra ngoài sân làm gì.
天氣正熱，到院子裡去幹嘛？

(3) Chúng ta còn nhiều thời gian, vội làm gì.
我們還有很多時間，不用急！

(4) Nó còn nhỏ chưa hiểu chuyện, anh đánh nó làm gì.
他還小又不懂事，你打他做什麼嘛！

sau khi ... sẽ ...	060
so với	044
suýt	012
suýt nữa	012

T t

tỏ ra	114
toàn+ 名詞／動詞	162
tội gì mà ...	124
từng ... một	018

TH th

thà ... còn hơn	226
北 thảo nào	236
... , thế là ...	268
(A), thế mà (B)	156
thể nào cũng ...	204

TR tr

trước khi ... thì phải ...	076
trước là ... , sau là ...	098

V v

việc gì mà ...	124
... với ... gì	194

中文

動詞 +（受詞）+ giúp / hộ	146
動詞 +mãi+mới ...	060
動詞 +một cách+ 形容詞	082
動詞 +qua / kỹ	034
動詞 +qua loa	034
形容詞 +ơi là+ 形容詞	188
形容詞 +thì (không)+ 同一形容詞 +(thật), nhưng ...	044
動詞 +đi+ 同一動詞 +lại	076
動詞 +được / mất	172

台灣廣廈 國際出版集團
Taiwan Mansion International Group

國家圖書館出版品預行編目（CIP）資料

我的第一本越南語課本.進階篇/克氏妝(Khắc Thị Trang)著.
-- 初版. -- 新北市：國際學村出版社，2024.09
　　面；　公分
ISBN 978-986-454-378-6(平裝)

1.CST: 越南語 2.CST: 語法 3.CST: 會話

803.796　　　　　　　　　　　　　　113011427

國際學村

我的第一本越南語課本【進階篇】

作　　　者／克氏妝	編輯中心編輯長／伍峻宏
審　　　定／陳燕麗	編輯／王文強
	封面設計／林珈仔・內頁排版／菩薩蠻
	製版・印刷・裝訂／東豪・弼聖・秉成

行企研發中心總監／陳冠蒨	線上學習中心總監／陳冠蒨
媒體公關組／陳柔彣	數位營運組／顏佑婷
綜合業務組／何欣穎	企製開發組／江季珊、張哲剛

發　行　人／江媛珍
法 律 顧 問／第一國際法律事務所 余淑杏律師・北辰著作權事務所 蕭雄淋律師
出　　　版／國際學村
發　　　行／台灣廣廈有聲圖書有限公司
　　　　　　地址：新北市235中和區中山路二段359巷7號2樓
　　　　　　電話：(886) 2-2225-5777・傳真：(886) 2-2225-8052

讀者服務信箱／cs@booknews.com.tw

代理印務・全球總經銷／知遠文化事業有限公司
　　　　　　地址：新北市222深坑區北深路三段155巷25號5樓
　　　　　　電話：(886) 2-2664-8800・傳真：(886) 2-2664-8801
郵 政 劃 撥／劃撥帳號：18836722
　　　　　　劃撥戶名：知遠文化事業有限公司（※單次購書金額未達1000元，請另付70元郵資。）

■出版日期：2024年09月　　ISBN：978-986-454-378-6
　　　　　　　　　　　　　　版權所有，未經同意不得重製、轉載、翻印。

Complete Copyright ©2024 by Taiwan Mansion Publishing Co., Ltd.
All rights reserved.

全書文法快查索引

A a
ai+chẳng+ 動詞／形容詞	092

C c
(chỉ) có điều (là) ...	028
có ... đâu	252
có+ 數詞／量詞 +(thôi)	162
(A) còn ... huống chi (B)	236
(A) còn ... huống hồ (B)	236
(A) còn ... nữa là (B)	236
(vốn) cứ nghĩ là ...	268

CH ch
chả lẽ ...	210
chả lẽ ... à	210
chả lẽ ... hay sao	210
chả mấy khi	140
chẳng / chả ... là / còn gì	194
chẳng / không ... cả / hết	130
chẳng lẽ ...	210
chẳng lẽ ... à	210
chẳng lẽ ... hay sao	210
thà ... còn hơn	226
chỉ+ 動詞 + 數詞／量詞	108
... chứ	178
... chứ không / chưa ...	034
chưa chi（+ 主詞 +）đã ...	220
chưa gì（+ 主詞 +）đã ...	220

D d
dẫn đến	098

dù sao đi (chăng) nữa, ... cũng / vẫn ...	012
dù sao, ... cũng / vẫn ...	012
dù thế nào, ... cũng / vẫn ...	012

Đ đ
đã ... lại ...	130
đang (A) thì đột nhiên (B)	242
đáng lẽ (ra)	092
đành (phải)+ 動詞 +(vậy)	018

GI gi
gì (...) cũng	140

H h
... hay sao mà ...	258
南 hèn chi	236
hết ... đến ...	066
hình như ... thì phải	146

KH kh
khiến cho	114
không (thể)+ 動詞 +nổi	252
không / chẳng ... mấy	258
không / chưa+ 動詞／詞組 +một+ 名詞 +nào	156
không biết ... là gì	226
không phải (là) ..., mà là...	210
(A) không thể ... khi mà (B) ...	050
không việc gì mà ...	124

L l
..., lại ...	178
... làm gì	274
làm gì mà ... thế	242
làm sao mà (... có thể) ... được	188

M m
mà	172
mải+ 動詞	220
may là ... , không thì ...	274
một khi ... thì ...	082

N n
nói đến ... thì ...	028

NG ng
... ngay	108
ngay cả ... cũng ...	124

NH nh
nhắc đến	028

PH ph
phần ... phần ...	066

R r
rõ (là) ...	204

S s
sao lại không+ 形容詞／動詞	050